NGÔN NGỮ - TẠP CHÍ VĂN HỌC NGHỆ THUẬT
SỐ 35 ■ 1/1/2025

NHÓM CHỦ TRƯƠNG:

Luân Hoán - Song Thao - Nguyễn Vy Khanh - Hồ Đình Nghiêm - Lê Hân Trần Thị Nguyệt Mai – Uyên Nguyên Trần Triết

CỘNG TÁC TRONG SỐ NÀY:

Ben OH, Cao Nguyên, Cao Thoại Châu, Cái Trọng Ty, Chu Trầm Nguyên Minh, Cung Tích Biền, Dan Hoàng, Dị Ngọc, Dung Thị Vân, Đặng Hiền, Đặng Kim Côn, Đặng Mai Lan, Đặng Xuân Xuyến, Đỗ Trường, Đức Phổ, Eliécer Almaguer, Eric Henry, Hà Ngọc Hoàng, Hoa Thi, Hoàng Chính, Hoàng Hoa Thương, Hồ Chí Bửu, Hồ Đình Nam, Hồ Đình Nghiêm, Huỳnh Liễu Ngạn, Khê Kinh Kha, Kiều Huệ, Lâm Băng Phương, Letamanh, Lê Chiều Giang, Lê Hân, Lê Hoành Phò, Lê Hữu Minh Toán, Luân Hoán, Lý Ngọc Lê Thanh, M.H. Hoài Linh Phương, Minh Nguyễn, Mỹ Hiệp, Ngàn Thương, Ngọc Duy, Ngô Sỹ Hân, Nguyên Cẩn, Nguyễn An Bình, Nguyễn Châu, Nguyễn Đình Phượng Uyển, Nguyễn Đức Nam, Nguyễn Hàn Chung, Nguyễn Hòa Trước, Nguyễn Kiến Thiết, Nguyễn Lê Hồng Hưng, Nguyễn Nguyên Phượng, Nguyễn Nhã Tiên, Nguyễn Thị Khánh Minh, Nguyễn Trung Tây, Nguyễn Văn Điều, Nguyễn Văn Gia, Nguyễn Viện, Nguyễn Vy Khanh, Người Sông Hậu, NP Phan, Phạm Cao Hoàng, Phạm Ngọc Lư, Phan Ni Tấn, Phương Tấn, Song Thao, Sỹ Liêm, Thái Thị Lý, Thái Tú Hạp, Thanh Trắc Nguyễn Văn, Thiên Di SG, Thục Uyên, Thy An, Tiểu Lục Thần Phong, Tiểu Nguyệt, Tôn Nữ Mỹ Hạnh, Tôn Nữ Thu Dung, Trang Thùy, Trân Châu, Trần C. Trí, Trần Đình Sơn Cước, Trần Thanh Quang, Trần Thị Nguyệt Mai, Trần Trung Thuần, Trần Vấn Lệ, Triều Hoa Đại, Trịnh Chu, Trương Xuân Mẫn, Uyên Nguyên Trần Triết, Vinh Hồ, Võ Phú, Vũ Hoàng Thư, Vũ Khắc Tĩnh, Vương Hoài Uyên, Xuyên Trà.

BÌA: Uyên Nguyên Trần Triết
PHỤ BẢN: Tranh thơ Luân Hoán và các tranh từ internet
DÀN TRANG: Lê Hân
ĐỌC BẢN THẢO: Trần Thị Nguyệt Mai
LIÊN LẠC:
Thư và bài vở mời gởi về:
- Luân Hoán: lebao_hoang@yahoo.com
- Song Thao: tatrungson@hotmail.com

TÒA SOẠN & TRỊ SỰ:
Lê Hân: (408) 722-5626 han.le3359@gmail.com

MỤC LỤC NGÔN NGỮ 35

Luân Hoán	6	Thư tòa soạn
Trần Thị Nguyệt Mai	8	Tết xưa
Hồ Đình Nghiêm	12	Tả ngạn
Nguyễn Trung Tây	15	Chiều 24 tháng 12
Nguyễn Kiến Thiết	21	Xem bói đầu năm
Letamanh	27	Lại Giáng Sinh
Hoa Thi	30	Đêm Noel an bình
Cao Nguyên	31	Ở đây Tết chẳng bao giờ đợi Xuân
Hồ Chí Bửu	32	Phố nhỏ mùa Xuân
Dan Hoàng	34	Giao thừa nhớ mẹ
Đặng Hiền	35	Mùa Xuân đã đi qua
Trần Đình Sơn Cước	36	Hoa Xuân
Phạm Cao Hoàng	37	Nhớ một con đường
Nguyễn Đức Nam	38	Hoa Xuân
Trần Vấn Lệ	39	1975 – 2025, năm mươi năm hai thế kỷ
Nguyễn An Bình	40	Bài thánh ca thắp trên cây thập giá
Lê Hân	42	Vui hai lễ lớn
Võ Phú	44	Tiệc cuối năm
Nguyễn Nhã Tiên	51	Bến Xuân – cái đẹp của mọi thời
Thái Thị Lý	56	Hương Xuân
Đặng Kim Côn	61	Mùa Xuân, nếu có thật
Lê Chiều Giang	71	Kên với tuổi 60
Nguyễn Đ. Phượng Uyển	75	Đoan
Nguyễn Châu	79	Ly hương
Vương Hoài Uyên	84	Hành trình về viễn xứ
Hoàng Hoa Thương	92	Hỏi nắng ngày Xuân
Phương Tấn	93	Lúa reo hay tiếng Xuân theo đất về
Hà Ngọc Hoàng	94	Một nửa mùa Xuân
Thái Tú Hạp	95	Mấy cõi xuân chờ
Ngàn Thương	96	Nói với mùa Xuân
Ben OH	97	Xuân chỉ mình tôi
Lâm Băng Phương	98	Tháng Giêng ngậm ngọc nhả thơ
Dị Ngọc	99	Ngủ giấc Noel
Nguyễn Văn Gia	100	Uống rượu chiều cuối năm
Thanh Trắc Nguyễn Văn	102	Xuân Hà Nội
Huỳnh Liễu Ngạn	103	Lạc mất mùa Xuân
Chu Trầm Nguyên Minh	104	Đã cuối Xuân rồi Paris ơi
Nguyễn Văn Điều	105	Thơ tình tháng Chạp
Thục Uyên	106	Xuân Ca
Trương Xuân Mẫn	107	Ăn Tết xứ người
Song Thao	110	Tiếng Tây tại Canada
Nguyễn Vy Khanh	115	Nhà văn Doãn-Dân, truyện Cái Vòng và tôi
Đặng Mai Lan	123	Cõi viết
Triều Hoa Đại	128	Trò chuyện với nhà văn Đặng Mai Lan
Luân Hoán	138	Cỏ hoa gối đầu
Uyên Nguyên Trần Triết	148	Văn Việt hải ngoại

Trần Trung Thuần	153	*Đọc "Nỗi nhớ quê nhà từ Montreal"*
Đỗ Trường	160	*Tấm hình cũ*
E. Almaguer / Trần C. Trí	169	*Con trai người thợ rèn*
Tiểu Lục Thần Phong	174	*Jacky*
M.H. Hoài Linh Phương	181	*Điệu trầm D.C.*
Xuyên Trà	182	*Trang thơ*
Tôn Nữ Mỹ Hạnh	184	*Tự khúc mùa đông*
Dung Thị Vân	186	*Mái tóc em*
Kiều Huệ	187	*Cuối mùa lá rụng*
Trần Thanh Quang	188	*Hai bài thơ cho AB-TTMT*
Vinh Hồ	189	*Thiên đường lứa đôi*
Nguyễn Nguyên Phượng	190	*Tóc bạc hương đầu*
Lê Hữu Minh Toán	191	*Giọt thầm*
Nguyễn Hàn Chung	192	*Trang thơ*
Cái Trọng Ty	193	*Mưa chiều*
Hoàng Chính	194	*Nối dài câu nói dối*
Nguyễn Thị Khánh Minh	200	*Những buổi sáng trôi trên dòng thơ…*
Cung Tích Biền	208	*Khánh Minh, chữ nghĩa nơi tấc lòng*
Vũ Hoàng Thư	214	*Khánh Minh, những bóng, mơ, đêm huyền…*
Ngô Sỹ Hân	225	*Người vợ một đêm*
Tiểu Nguyệt	233	*Đôi bàn tay*
Hồ Đình Nam	237	*Lá đinh lăng*
Mỹ Hiệp	240	*Kiếp nghèo*
Đặng Xuân Xuyến	250	*Viết sách như "trò đùa" của số phận*
NP Phan	252	*Vài nhận xét về hai bài thơ của Quách Tấn*
Người Sông Hậu	258	*Cuối năm lại nghe tin bão*
Nguyên Cẩn	259	*Ngẫu hứng không đề*
Sỹ Liêm	260	*Bao giờ Chúa mới nghỉ ngơi*
Tôn Nữ Thu Dung	262	*Trang thơ*
Nguyễn Hòa Trước	264	*Nốt nhạc tròn như giọt sương sớm*
Nguyễn Viện	266	*Trang thơ*
Đức Phổ	269	*Mãi hẹn*
Thy An	270	*Chân tình*
Lý Ngọc Lê Thanh	271	*Ánh mắt*
Lê Hoành Phò	272	*Sinh Ngữ 2*
Thiên Di SG	274	*Tình yêu của tôi*
Phạm Ngọc Lư	275	*Lên núi đề thơ*
Trịnh Chu	276	*Phiêu du trắng*
Trần Châu	277	*Nhân dạng tự họa*
Khê Kinh Kha	278	*Thân phận ca*
Trang Thùy	280	*"Của để dành" từ ba mạ tôi*
Vũ Khắc Tĩnh	283	*Đất quê*
Phan Ni Tấn	290	*Uyên ương gãy cánh*
Cao Thoại Châu	293	*Một thoáng thơ tình miền Nam*
Minh Nguyễn	297	*Thị trấn mây bay thấp*
Eric Henry	302	*Bộ sưu tập các nhân vật văn hóa*
Ngọc Duy	306	*Cuộc đời đó có bao lâu mà hững hờ*
Nguyễn Lê Hồng Hưng	312	*Miền kinh rạch*
Nhà xuất bản Nhân Ảnh	317	*Sách đã xuất bản trong tháng 11 & 12*

THƯ TÒA SOẠN

Kính thưa quý anh chị bạn đọc, bạn viết,

Ngôn Ngữ số 35, chắc không đến tay quý anh chị chính xác ngày Lễ Giáng Sinh hay ngày đón mừng đầu năm 2025, nhưng nhiệm vụ mang đến quý anh chị Lời Chúc Sức Khỏe cùng Sự Thịnh Vượng trong suốt năm không thể thiếu. Hy vọng không khí ấm áp ngày đón Chúa ra đời cũng như ngày khai mở 365 ngày tiếp theo, vẫn còn hương vị linh hiển trong mọi gia đình chúng ta, cùng những trang báo mới này.

Chữ Việt qua Ngôn Ngữ, hy vọng còn được vui lâu dài trong phần việc nhỏ của nó tại hải ngoại. Thơ, truyện ngắn, truyện dài, bút ký, ghi nhận, giới thiệu, phê bình, biên khảo… mọi thể loại sáng tác, nghiên cứu, vẫn được người Việt khắp thế giới thể hiện bằng chữ viết của quê hương, và tiếp tục vui vẻ gởi về góp tay cùng tạp chí, bằng mọi chủ đề trong cuộc sống. Tình thương yêu, tinh thần học hỏi, thời sự xã hội, thông tin văn học nghệ thuật…, là những gì chúng ta cùng chia cho nhau qua từng số báo tiếp nối.

Là những người chủ trương, chúng tôi luôn mong ước được đón nhận nhiều người viết với cả hai khuynh hướng mới cũ. Cái cũ không cùn mòn quá, cái mới không quá khó hiểu. Những bài viết luôn có những thú vị riêng cùng sự cảm nhận chung. Đồng thời cũng mong quý bốn phương bạn đọc thông cảm, thời chúng tôi đang tập chơi làm báo này khá khác với kiểu cách lẫn môi trường của những tạp chí lừng lẫy đã qua.

Một lần nữa xin đa tạ những đón nhận, đóng góp và giúp đỡ của tất cả quý vị.

Luân Hoán

THƠ VĂN
MÙA XUÂN

TRẦN THỊ NGUYỆT MAI
TẾT XƯA

Thời gian trôi đều đặn theo một chu kỳ. Hết Xuân, đến Hạ. Rồi Thu, tới Đông. Với khí trời mát mẻ mùa Xuân, chuyển sang oi bức mùa Hè, rồi dần mát lạnh vào mùa Thu. Đến khi Đông tới mang cái buốt cóng thấu xương cùng tuyết rơi khắp lối, vương vít đậu lại trên những bãi cỏ xanh thắm ngày Hè và trên những nhánh cành trơ trụi cuối Thu. Trời xám xịt buồn bã như những ngày mưa dầm xứ Huế. Có hôm trời nắng, những tia thủy tinh trong veo nhảy múa, khiến người háo hức ra ngoài, để rồi nhận biết nắng nơi này không như nắng Sài Gòn, chẳng ấm áp chút nào. Vậy mà, diệu kỳ thay, khi Xuân tới, tuyết tan, bầu trời xanh lơ hiền dịu, cây cỏ đâm chồi nẩy lộc và các loài hoa thi nhau khoe đủ sắc màu rực rỡ của thiên nhiên. Tạo hóa xoay vần với bốn mùa nơi tôi đang ở, hết đêm tới ngày, thấm thoắt mà hiện giờ số năm tôi sinh sống nơi đây đã vượt khỏi thời gian nấn ná tại quê nhà.

Quê nhà. Có ai rời xa mà không thương nhớ? Nhạc sĩ Phạm Duy đã nói giùm chúng ta. *"Tình hoài hương. Khói lam vương tâm hồn chìm xuống... Người phiêu lãng. Nước mắt xuôi về miền quê lai láng. Xa quê hương. Yêu quê hương..."* [1] Những lúc nhìn tuyết rơi trắng xóa ngoài trời, tâm hồn chùng xuống, lại nhớ về những kỷ niệm của một thời. Mà đã là kỷ niệm thì có gì lại không đẹp, không nên thơ. *"Cho tôi lại ngày nào. Trăng lên bằng ngọn cau. Me tôi ngồi khâu áo. Bên cây đèn dầu hao. Cha tôi ngồi xem báo..."* [2] Còn với tôi, đó là khung cảnh hạnh phúc của những buổi tối gia đình đàn hát bên nhau.

Ba đàn cho me hát
Bầy con nhỏ hòa theo
Một khoảng đời tươi mát
Mở ra trong xóm nghèo

Ba chẳng là nhạc sĩ
(Ngày ngày đến sở làm)
Me chẳng là ca sĩ
(Việc nhà phải lo toan)

Nhưng em yêu buổi tối
Nhìn ba nắn phím đàn
Nhìn me lên tiếng hát
Chúng em cùng ca vang

Đi đâu em cũng nhớ
Cảnh sum họp gia đình
Bóng ba me, em nhỏ
Mái ấm đậm thân tình
(Mái ấm – TTNM)

Nhớ lại những ngày tháng thanh bình của miền Nam. Cứ vào mỗi dịp gần tết, để chuẩn bị gói bánh chưng, bà tôi đi chợ chọn mua nếp ngon, đậu xanh, lá dong và ống nứa xanh mướt, dài độ 75 – 80 cm. Khâu chuẩn bị cũng là cả một kỳ công: rửa lá, lau lá cho khô và chẻ nứa làm lạt. Bà ngâm ống nứa vào nước trước khi chẻ để có độ mềm. Đầu tiên là cạo sạch vỏ xanh bên ngoài. Sau đó dùng dao nhỏ sắc pha ra thành những thanh nhỏ và đều, rồi khía từng rãnh nhỏ, ngậm vào miệng, hai tay kéo xuống phía dưới, tách ra những chiếc lạt mỏng, đều. Lạt này được phơi khô để chống ẩm mốc và khi gói bánh sẽ chắc tay, mềm và dễ cột. Đậu xanh được ngâm vào đêm trước ngày gói để sáng thức dậy, bác gái tôi sẽ đãi vỏ sạch sẽ (ngày xưa không có bán loại đậu đã làm sạch vỏ như hiện nay). Bà cũng dặn hàng thịt, đến ngày gói bánh sẽ ra lấy thịt tươi, mang về rửa thật sạch, để ráo, thái và ướp với nước mắm ngon, muối và tiêu trong vài giờ. Bà gói bánh to rất khéo, chặt, đều tăm tắp, được tiếng là ngon, ai cũng khen. Gói xong những chiếc bánh lớn, còn thừa nếp và nhân, bà lại gói một ít bánh con con làm quà cho bọn trẻ nhỏ. Tôi vẫn nhớ những buổi tối đó, tôi hay sang nhà bác Hai xem nấu bánh trong một cái thùng phuy ở ngay gần cột đèn ngoài đường. Các anh lớn con bác lo việc thêm củi vào lò và nấu thêm nước sôi đổ vào thùng phuy để khỏi cạn nước sẽ cháy bánh... Trong khi canh lửa, các anh thường mang đàn ra hát, còn bọn trẻ chúng tôi thì chơi u mọi, nhảy dây... Nhưng chỉ được một hồi, tôi đã buồn ngủ và quay về nhà. Đến sáng thức dậy sang nhà bác thì bà đã vớt và dần bánh cho ráo nước tự lúc nào...

Ngày tết bà cũng thường kho cá thu trong một nồi đất lớn bên dưới lót lớp trà xanh để át mùi tanh của cá và không bị dính nồi hay cháy khét. Bà nêm nếm tiêu, mắm, muối, đường, nước màu rất vừa, cộng thêm vị chát của trà làm cho cá có vị đặc trưng mà em tôi có lần chia sẻ chưa thấy ai kho cá giống và rất ngon như bà. Cũng nhờ nồi cá thu kho này mà sau tết Mậu Thân 1968 gia đình chúng tôi không chật vật với miếng ăn khi toàn thể chợ búa sinh hoạt thường nhật đều đóng cửa.

Nhớ Bác Hai với món chè kho đặc biệt, chỉ là đậu xanh nấu với đường nhưng phải quấy đều tay trên bếp đã được hạ bớt lửa, rất cực. Khi chè đã sánh đặc như ý, bác nhanh tay múc ra đĩa rồi rắc chút mè rang lên trên mặt. Bác làm rất khéo, thơm ngon. Năm nào Bác cũng dành riêng cho nhà tôi hai đĩa để bày bàn thờ.

Nhớ chợ hoa Nguyễn Huệ người mua kẻ bán tấp nập. Đây cũng là dịp để mọi người tha hồ chụp hình với đủ loại hoa nhiều màu sắc: mai, cúc, thược dược rực rỡ bên những chậu quất sai trái. Gần đó là chợ Bến Thành với những gian hàng bán tết nhộn nhịp đông vui. Nhớ nhất là hãng kem đánh răng Hynos với hình ảnh "anh Bảy Chà da đen" khoe hàm răng trắng tươi. Thêm những gian hàng trái cây, bánh mứt thật bắt mắt và ngon lành như mứt hạt sen, mứt dừa, mứt bí, mứt me, mứt khoai, hồng khô... bên cạnh hạt dưa đỏ thẫm tạo không khí ngày tết thêm rộn ràng. Năm nào mẹ tôi cũng chọn mua một cành mai để chưng bàn thờ và hai chậu cúc vàng để trước cửa nhà. Thẩu mứt thì đầy đủ các thứ mứt và hồng khô cùng các loại kẹo bánh cho trẻ nhỏ.

Sau khi cúng Trời Đất đêm giao thừa, gia đình tôi hay đi sang đền Đức Thánh Trần để lễ Ngài và hái lộc. Sáng mùng Một dậy sớm, chúng tôi xúng xính trong quần áo mới để chúc tết ông bà, cha mẹ, rồi sang các gia đình bà con cô bác... Bác Hai gái được bọn chúng tôi rất yêu quý vì bác nổi tiếng là "sộp", không phân biệt con hay cháu, nội hay ngoại, luôn cho chúng tôi tiền lì xì nhiều nhất. Những trò chơi được tổ chức trong gia đình như bầu cua cá cọp, ô ăn quan, cát-tê... tạo dịp cho những người thân cùng vui bên nhau và gắn kết hơn.

Những ngày tết đầm ấm ngày xưa ấy còn ở hoài trong tâm trí chẳng thể nào quên. Ước gì mỗi ngày trong cuộc sống của mỗi người chúng ta đều là ngày tết an lành no đủ trong tình thương yêu gia đình. Ước gì những người lãnh đạo ở tất cả các quốc gia trên thế giới đều có tâm lành, chấm dứt mọi cuộc chiến tranh, dành thời gian xây dựng đất nước, lo lắng cho dân chúng luôn được ấm no, hạnh phúc và được quyền sống với đủ phẩm cách con người thật sự thì cuộc sống này sẽ tốt đẹp biết bao!

Trần Thị Nguyệt Mai
16.11.2024

[1] Tình Hoài Hương – Phạm Duy
[2] Kỷ niệm – Phạm Duy

lần đầu diện đồ Tết
sau nửa năm ở làng
tôi như một quan lớn
chững chạc và nghênh ngang
sáng sớm ra đầu ngõ
ngó hai hướng con đường
bên dòng nước thủy lợi
cận đồng lúa thoảng hương

chưa ai đi đường cả
buổi sáng bỗng nhiên buồn
tôi nhìn ra gò mả
chừng như có mù sương...
lhoan

HỒ ĐÌNH NGHIÊM
Tả Ngạn

Tôi đến thăm người chiều cuối năm. Người không vui người nói điều chao lòng. Tôi cũng mang bao nỗi phiền muộn nhưng hứa thầm hãy nén chặt chút riêng tây. Trời chóng tối người chẳng thiết thắp đèn, lửa trong tôi sáng không đủ cuộc tình xa. Tôi ngước nhìn cảnh sắc bất minh, nhớ ngày cũ lung linh những ngọn nến. Tóc ai phai hay chân tôi lạc bước, đi ngày đàng vẫn học lấy dại khờ. Hương quá vãng đã trôi cùng gió. Và gió ngoài kia, người ạ thổi vô phương. Ngồi xuống ghế với mặt bàn nhiều vết xước, ly nước trà chẳng thấm ướt bờ môi. Đáy năm, cuốn sách đời lật vội. Những tờ rời tôi cúi nhặt số trang.

Tôi theo người đạp xe lên hướng núi, sương xuống nhiều xoa dịu bớt lao lung. Xin mãi được ngắm nhìn trong mờ tỏ, để tin rằng có cơn mộng trốn quanh đây. Hãy che giấu bao đổi thay lộ liễu và quên đi gã Từ Thức năm nào. Cỏ cây ướt không ai đi hái lộc, đường lặng lẽ với tóc người mãi bay. Hương bồ kết đóng đinh một kỷ niệm, ai tước đoạt ai nhỏ rời ai trao tay giấy thế vì khai sinh lần thứ hai? Tôi lên đồi đột quỵ một tai biến, mộ bia ung thư lấm lem hàng chữ lạ lùng. Người thợ hồ nào đã quên chính tả, đồng nhập "ngàn năm bia miệng vẫn còn trơ trơ": Nguyễn thị Liễu... hưởng dương 54 tuổi... con cháu đồng phụng lập...

Người đứng yên bên mồ không nói, tôi đốt hương và tôi nhổ cỏ loanh quanh. Nằm dưới đất là người tôi bất hạnh, đã chẳng thể gọi một lần: Má vợ ơi! *Má ơi con dìa đây má ơi!* Nghe gì không thông bên đồi đứng hú, gió cau có mây nhăn nhó và lệ người tuôn. "Người buồn cảnh có vui đâu bao giờ" là câu tầm bậy. Cớ sự nằm ở chỗ nguyên ủy gì cảnh ngó tang thương? Cảnh ủ dột vì người đan tâm bức hại, người lột truồng người chơi tập thể người bề hội đồng nông trường thủy lợi lao động săn khoai. Mộ phần người cũng mang ra đào xới, người quy hoạch làm tụ điểm ăn chơi. Người khoe hàng người chân dài siêu mẫu, dài miên man cho tới tận Đài Loan hoặc xứ Hàn. Cảnh tang thương cảnh không thốt nên lời, và từ điển có tên gọi ấy là bể dâu.

Người đến thăm tôi ngày mồng Ba. Tết năm nay tôi ngó hoa mai trên một bức hình, tấm ảnh xấu in ở trang đầu cuốn lịch, lịch chết cứng ghim không cục cựa vào tường vôi. Vách nhà thương có nhiều vệt máu, bệnh nhân đông chật khiến phải huy động thêm giường nằm. Làm Việt kiều đôi khi tìm được điều an ủi, chỗ tôi dưỡng thương ngó bảnh hơn dân bần cùng. Người ái ngại ghé mông xuống tấm chiếu, nhìn thằng bồ cũ như trông con cá ươn có ở chợ chiều. Tôi đã gửi tin nhắn trên cái di động chưa đui què mẻ sứt, iPhone 13 nằm túi quần cày đường sâu dưới mặt lộ chẳng có hố tử thần. Người từng dặn như lời Mẹ dọa con thơ: Ra đường ngó trước trông sau chớ bất cẩn. Tôi thành kính vâng lời đi tuốt trong bờ lề nhàn tản làm kẻ bách bộ ham tham quan. Vậy thì chuyện gì đã xảy tới? Người hỏi chẳng giấu chút nóng ruột. Tôi ngó tay chân bó bột cứng tựa khúc củi treo tòn teng, khi khổng khi không có một cha nội đi xe máy leo lề rồ ga và đâm thốc vào người tôi. Chạy trời không khỏi nắng. Hắn tông, hắn đạp rồi hắn chạy một lèo, hơn cả quất ngựa truy phong! Rứa đó, nghĩ không ra! Gì mà phải lấn cấn. Ai biểu làm kẻ lạ quay lưng với cố hương, ai biểu viết lách linh tinh, ai biểu... nói mãi mà chẳng chịu nghe! Đáng đời! Ừ, thiệt là đích đáng. Ai đó nói "mong chết trên quê nhà" là điều xằng bậy, chết vật vã chết tủi hổ chết không nhắm mắt chết vô căn cớ, đang sống chuyển qua từ trần vì không có tiền bôi trơn... Người ơi cái chết nhẹ tợ lông hồng là nằm ở tình huống khác, và nói nào ngay đôi khi nó chỉ là sản phẩm của tưởng tượng! Tưởng tượng chốn này không có mặt người thì tôi có là điên mới chảnh tới độ mấy sông cũng lội mấy đèo cũng qua.

Đầu năm tôi dự trù lì xì mừng tuổi người 500 đô cùng một nụ hôn nhưng giờ bất khả. Nửa thân cứng đơ hay nửa hồn thương đau thì cũng mang nghĩa như nhau, đá nát ngọc tan vàng phai lửa tắt. Bệnh viện moi của tôi gần sạch đồng bạc cuối. Ai biểu làm Việt kiều người mãi trách cứ. Nếu tôi không dông, ở lại bên người thì người thực thi được cảnh sống "một túp lều tranh hai quả tim vàng"? Chỉ cần nhìn nhau cho dù mãi uống nước lạnh, câu cải lương ấy giờ này chỉ dành cho ai từng té giếng... Tôi chưa mát dây, chỉ bị xe điên đụng thôi mà. Tình cảnh khiến chẳng khóc chẳng cười, nhưng buộc tôi nhăn nhó, bác sĩ chỉnh hình dọa, đầu năm không chịu kiêng cữ dị đoan: Coi bộ cậu sẽ phải chống nạng một thời gian. Nhưng tin tôi đi, về lại chốn vật chất bơ sữa cơm thừa canh cặn ấy, chúng nó sẽ chữa lành cho cậu bằng máy móc hiện đại siêu khủng hơn nước nhà.

Tết nhất, người chẳng dư thời gian ngồi nán cùng tôi. Người vất tôi nằm cùng với những thân phận, những ngôi sao xấu đứng ngồi thẫn thờ như những linh hồn lạc lối. Người ra về bỏ lại quanh tôi những tiếng thở dài, những vai run thổn thức chẳng còn nước mắt đào thoát khỏi bờ mi. Đồng bệnh tương lân tôi ngó những "đồng chí" mặt cắt không ra giọt máu ăn cái Tết trong nhà thương cạn kiệt tương thân nhân ái. Họ nguyền rủa trời cao họ ca cẩm số mạng và thảy những triết gia bó gối kia tự đặt công án: Đời là gì? Đời có nên cô lại bằng hai mẫu tự: ĐM.

Vì tai nạn tự tôi khuynh đảo chương trình dự liệu. Không cứ là cảnh vật ngay cả người cũng chẳng biểu lộ một ân cần. Người làm cho đường đi của tôi mãi dài ra, dài hơn cả năm châu bốn bể muôn đời khắc nghiệt chữ anh em. Người đã vô sản và tôi đang sảng. Chưa bình phục tôi vẫn muốn lê thân rời bỏ chốn cắt rốn chôn nhau. Cật ruột thân thích là thứ tôi trắng tay, trắng hơn cả khúc thạch cao bó bột, thúc thủ, cứng không cựa quậy.

Tôi không nhớ tuổi tôi. Già, trẻ. Khôn, dại ? Nhưng tôi tin năm mới này đúng là "năm tuổi", là hạn kỳ dành những buồn đau xui xẻo cho "bạn" biết đời là gì. Chẳng rõ bạn thế nào, riêng tôi... chưa biết Xuân về hay chưa ?

Hồ Đình Nghiêm

bắt chước cỏ cây ta trổ hoa | mời em chiêm ngưỡng nụ lòng ta
chợt bầm chợt tím chợt tai tái | mỗi sắc hương bừng mỗi xót xa
lhoan

NGUYỄN TRUNG TÂY
Chiều 24 Tháng 12

Ông từ người Papua New Guinea đón cha xứ mới người Việt Nam trước cổng nhà xứ. Dáng người ông từ khoảng chừng 30, khuôn mặt PNG nâu nâu đậm nét đăm chiêu, ánh mắt ẩn hiện nét hồi tưởng. Khi nhìn thấy cha xứ mới đang kiên nhẫn đứng đợi dưới mái hiên nhà xứ, nụ cười xuất hiện trên môi ông từ để lộ hàm răng trắng đều thường thấy nơi người bản xứ. Nhưng nụ cười ấy vụt tắt khi ông mở cửa, mời cha xứ lên xe. Ông từ nhanh chóng quay về lại trạng thái khô khốc khi chiếc xe cũ lăn bánh nhọc nhằn trên con đường đá sỏi gập ghềnh. Sau vài câu trao đổi xã giao ngắn gọn, ông từ lại chìm vào trạng thái im lặng. Thời gian trôi qua, năm phút rồi mà vẫn không ai nói thêm một lời nào. Cuối cùng cha xứ lên tiếng,

— Tại sao cha xứ cũ lại rời nhiệm sở vậy hả ông từ?

Câu hỏi làm ông từ bất ngờ. Như được dịp thoát khỏi trạng thái trầm mặc, ông nói ngay,

— Thưa cha, Đức Tổng Giám mục quyết định cho ngài nghỉ một thời gian.

Cha xứ lờ mờ đoán còn điều gì đó chưa được nói ra,

— Tôi mới về nhà xứ sáng nay thôi. Tôi không hiểu có chuyện gì xảy ra ở giáo xứ vậy?

— Ủa, Đức Tổng không nói cho cha biết chuyện gì hay sao?

— Chuyện gì vậy?

— Thưa cha, ba người chết trong cùng một ngày ngay sau khi xe ủi đất húc sập cánh cửa nhà thờ. Ông lái xe ủi đất chết tại chỗ. Sau đó tới ông Trung úy cảnh sát, cuối cùng là ông chánh trương.

Cha xứ như tỉnh ngủ, mở to mắt, cảm giác bất an len lỏi trong tim, người ông gờn gợn nổi gai ốc,

— Không, tôi không biết gì cả. Tôi chỉ nghe Đức Tổng Giám mục nói giáo xứ có vấn đề. Tôi có hỏi, nhưng ngài dặn tôi lên văn phòng tòa Tổng gặp ngài, nói chuyện riêng.

Ông từ nhìn cha xứ, ánh mắt nghi hoặc. Cha xứ giải thích,

— Nhưng tôi muốn về nhà xứ sớm hơn để chuẩn bị lễ Giáng Sinh.

Xe dừng lại trước cửa nhà thờ của một ngôi thánh đường đơn sơ, mái lợp tranh, dựng trên bốn cột gỗ mộc mạc, nền đất trống trải, chu vi nhà thờ dài khoảng tám thước, ngang sáu thước. Cha xứ nhìn quanh, ngạc nhiên khi thấy nhà thờ không có dấu hiệu gì của mùa Giáng Sinh, mặc dù hôm nay đã là 24 tháng 12. Ngay trước nhà thờ, bên kia đường, ông nhận ra một hàng rào mái tôn chạy dài che kín nguyên một khu đất rộng. Ông từ chỉ tay theo hướng nhìn của cha xứ,

— Đó là nhà thờ cũ, thưa cha. Còn nhà thờ này được dựng mới đây mà thôi.

— Tại sao lại rào kín khu vực nhà thờ cũ như vậy?

— Thưa cha, khu đất này nguyên thủy là của ông chánh trương. Ông ấy không chỉ sở hữu miếng đất này mà còn cả hàng chục mẫu đất xung quanh trồng café. Trước đây, ông đồng ý với Đức Tổng Giám mục để xây nhà thờ trên đất của ông. Ngôi thánh đường có ba tháp vòm, rộng lớn. Phần còn lại thì đổ xi măng, biến thành sân giáo đường. Giáo dân tham dự lễ sáng chiều rất đông. Cha xứ tiên khởi chiều chiều còn ra sân chơi bóng với thanh niên, vui lắm!

Ông từ bỗng dưng trở nên đăm chiêu,

— Nhưng sau khi cha xứ tiên khởi hết nhiệm kỳ, Đức Tổng chuyển ngài sang xứ khác. Giọng ông bỗng nhiên chùng xuống,

— Cha xứ thứ hai còn trẻ, bằng khoảng chừng tuổi con mà thôi, nhưng tính tình thì thôi ăn nói bạt mạng. Cha lại còn hay hút thuốc, uống bia, và ăn trầu luôn miệng. Khuôn viên nhà thờ bởi thế toàn là tàn thuốc và bã trầu. Cũng không ai hiểu tại sao cha xứ mới hay lên trang mạng xã hội chỉ trích các đấng bậc và giáo dân. Bởi thế, nhiều người không ưa, nhất là ông chánh trương.

Ông cha xứ ngắt lời,

— Sao lại có ông chánh trương xuất hiện ở đây vậy?

Ông từ ngập ngừng,

— Thưa cha, thì cũng bởi ông chánh hay ghé vào sòng bài dưới phố. Bởi thế có lần ngày lễ Chúa Nhật, cha xứ đang giảng về vụ cờ bạc trên cung thánh. Bữa đó có hơi men, ông chánh bất ngờ đứng dậy, phản đối, "Còn cha thì sao? Hút thuốc lá, uống bia rượu, ăn trầu đỏ hoét cả miệng!" Cha xứ giận quá, lớn tiếng trên cung thánh, "Đuổi thằng chánh ra khỏi nhà thờ ngay cho tôi!"

Mường tượng trong đầu hoạt cảnh cha xứ và ông chánh trương ngày hôm đó, cha xứ không nén nổi thắc mắc,

— Rồi ông chánh phản ứng ra sao?

— Thoạt tiên, ông ấy ngồi xuống. Nhưng sau cùng ông ấy cũng đứng dậy, đi thẳng ra ngoài. Sau đó ông bỏ, không đi lễ nữa. Khoảng mấy tháng sau, ông viết thư lên Tòa Tổng, đòi lại miếng đất. Đức Tổng thương lượng với ông chánh sẽ hoàn lại một số tiền tương xứng với giá thị trường. Nhưng ông chánh không chịu. Đức Tổng phải đích thân xuống nói chuyện với ông chánh và cả ông cha xứ nữa. Ngài đề nghị ông cha xứ xin lỗi ông chánh. Nhưng cha xứ từ chối. Trước mặt Đức Tổng và cha xứ, ông chánh đưa ra tờ giấy chủ quyền miếng đất. Ông nói với Đức Tổng hoặc là ông cha xứ phải xin lỗi ông chánh trong thánh lễ Chúa Nhật trước mặt mọi người. Hoặc là Đức Tổng phải trả lại miếng đất cho ông. Đức Tổng nhìn ông cha xứ chờ đợi. Nhưng ông cha xứ vẫn không nói một lời. Sau khoảng 5' đợi chờ, ông chánh chào Đức Tổng Giám Mục, yên lặng bỏ đi thẳng một mạch!

Ông từ tiếp tục,

— Thưa cha, khoảng một tháng sau, sáng hôm đó, thánh lễ Chúa Nhật vừa tan, ông chánh xuất hiện trên khuôn viên nhà thờ. Theo sau là xe cảnh sát, do ông Trung úy đồn trưởng lái, rồi là xe ủi đất. Ngay trước mặt ông cha xứ, ông cảnh sát đọc án lệnh của tòa, nhà thờ phải giải tỏa, hoàn trả lại miếng đất cho chủ nhân. Án lệnh vừa đọc xong, trước mặt ông cha xứ và bao nhiêu giáo dân, xe ủi đất đề máy, đẩy thẳng tới húc sập cánh cửa gỗ nhà thờ.

Ông từ cúi mặt xuống đất,

— Thật là bất ngờ, cửa nhà thờ vừa sập xuống, bụi cát bốc lên, chưa kịp tan, người ta thấy ông lái xe ủi đất từ từ gục xuống, mặt đập thẳng vào tay lái!

Ông cha xứ trợn mắt,

— Có thiệt vậy hay sao?

— Vâng! Ông lái xe ủi bị đột quỵ, gục ngã ngay trên ghế. Xe cảnh sát bật đèn sáng vội vàng mang vào bệnh viện cấp cứu. Nhưng bác sĩ trực nói tim ông ấy đã ngừng đập.

Ông từ tiếp tục,

— Tối hôm đó, ông chánh trương kêu nhức đầu, vô phòng ngủ sớm. Sáng hôm sau, không thấy ông chánh ăn sáng, người nhà mở cửa bước vào phòng, chỉ để thấy ông chánh nằm chết trên giường từ bao giờ.

— Còn ông Trung úy cảnh sát?
— Thưa cha, sau khi chở tài xế xe ủi đất vô bệnh viện, ông Trung úy lái xe về nhà. Không biết lỗi tại ai, xe cảnh sát đâm thẳng vào xe tải chở gỗ. Ông cảnh sát văng ra từ cửa sổ buồng lái, nằm gục mặt bên vệ đường.

Ông từ như muốn kết thúc câu chuyện,
— Mấy ngày sau, hàng rào tôn được dựng lên, che kín khuôn viên thánh đường. Riêng xe ủi đất vẫn còn nằm đó, ngay bên khung cửa nhà thờ bị húc sập.
— Sao Tòa Tổng không cho người xây lại khung cửa nhà thờ?
— Thưa cha, từ khi sự cố xảy ra, giáo dân không còn ai dám bước vào khuôn viên thánh đường nữa.

Ông từ nho nhỏ giọng,
— Có mấy bà đi lễ 5 giờ sáng, họ nói họ thấy ông lái xe ủi đất xuất hiện trên sân nhà thờ. Ông ấy vẫn lái xe ủi đẩy tới, húc sập cửa gỗ nhà thờ, rồi biến mất!

Ngước nhìn ông cha xứ, ông từ nói,
— Riêng ông cha xứ, từ buổi sáng Chúa Nhật ngày hôm đó, ông mất ngủ, phải uống thuốc ngủ liên tục. Tòa Tổng, chẳng đặng đừng, phải gửi ngài đi dưỡng bệnh vô thời hạn. Mới tháng trước, chúng con nhận được Tòa Tổng báo sẽ có cha xứ người Việt Nam về thay thế.

Ông cha xứ hít một hơi thật sâu. Lòng ông bỗng nặng trĩu. Mường tượng tới giây phút ông tài xế lái xe ủi đất đột quỵ chết ngay tại khung cửa nhà thờ, ông Trung úy cảnh sát, ông chánh trương cùng chết trong một ngày, tự nhiên người ông nổi gai ốc. Nhìn qua hàng rào tôn, cha xứ ớn lạnh, tưởng tượng cảnh xe ủi đất húc sập cửa nhà thờ sáng Chúa Nhật ngày hôm đó! Ông thở dài, ông biết ông sẽ phải đối đầu nhiều chướng ngại, ở một vùng đất nặng nề quá khứ vẫn chưa tới hồi kết.

Ông từ cất tiếng nói,
— Thưa cha, cha cho con mấy phút để xưng tội được không?

Cha xứ nhìn đồng hồ, hơn 6 giờ chiều rồi, ông cảm thấy đói bụng, ông nghĩ tới một tô mì Hảo Hảo nóng, ông một thoáng lưỡng lự. Nhưng nhìn nhà thờ mái tranh đơn sơ và khuôn mặt thành khẩn của ông từ, cha xứ cuối cùng gật đầu. Ông từ liền quỳ xuống ngay trên nền đất, tay làm dấu,
— Thưa cha, một năm rồi con không xưng tội.

Người thanh niên tuổi 30 ngừng lại, giọng bỗng nghẹn ngào,

— Thưa cha, con là con của ông chánh trương! Bố con hồi đó đánh bạc nợ bạc triệu. Sòng bài xiết nợ, đòi mua miếng đất nhà thờ bởi vị trí thuận tiện. Túng quẫn quá, bố con làm liều.
Những giọt nước mắt bỗng dưng rớt xuống nền đất cát nở tung những cánh hoa,
— Con quyết định rồi, con sẽ làm giấy tờ ký tặng miếng đất cho Tòa Tổng. Con nhờ cha trình lên Đức Tổng Giám Mục chuyện này khi gặp ngài.
Người thanh niên tuổi 30 ngước mắt lên nhìn ông cha xứ, khuôn mặt vẫn còn đang lăn dài những hạt nước mắt,
— Hôm nay, đúng một năm ngày bố con mất. Con xin cha làm lễ giỗ cầu nguyện cho linh hồn bố con.

Nắng chiều xích đạo vẫn chói chang đốt nâu nâu thịt da. Nắng chiếu nghiêng nghiêng xuyên qua mái tranh ngôi thánh đường, dừng lại trên mái tóc đen xoăn ốc bản xứ. Nắng tô sáng những đóa hoa nước mắt nở tung trên nền đất nhà thờ mái tranh. Nắng tô đậm mầu tím hòa giải dây stô-loa linh mục ngồi tòa. Nắng cung kính trên một khoảng đất thánh thiêng nghi thức hòa giải giữa trời và người. Nắng kim cương những hạt nước mắt lăn dài trên hai gò má thanh niên. Thoang thoảng đan xen tia nắng trời giọng trầm nho nhỏ của vị ngồi tòa, "Bố con làm lỗi chứ không phải con." Nắng yên lặng nhìn linh mục đại diện Trời cao lắng nghe lời kinh hòa giải của người con ông chánh trương.
Nhìn cha xứ cẩn thận lấy ra áo lễ, chén thánh, sách lễ, người thanh niên ngạc nhiên,
— Ủa cha, cha làm gì vậy?
— Anh vừa xin tôi làm lễ cầu nguyện cho linh hồn bố anh. Bây giờ không làm thì bao giờ mới làm đây?
Người thanh niên rạng rỡ nụ cười trên khuôn mặt một thời khô khốc,
— Cha, nhưng cha chưa cho con việc đền tội.
— À, đúng rồi! Việc đền tội đó hả? Thứ nhất, anh lần hạt 10 kinh Mân Côi. Việc đền tội thứ hai, ông từ gọi giáo dân sáng mai tới đây dọn dẹp nhà thờ, dựng hang đá cho giáo xứ. Sáng mai, 25, nhà thờ mình sẽ tổ chức lễ Giáng Sinh.
Ông từ gật đầu, nhưng thật nhanh, hỏi ngay,
— Dạ, vâng! À, thưa cha, sau thánh lễ mình có mở tiệc hay không?
Cha xứ người Việt ngần ngại,

— Giáo dân mình có đủ sức chung vốn mở tiệc *mumu pig*[1] hay không?
Ông từ Papua New Guinea nói ngay,
— Ồ, được mà cha. Ở đây ai cũng có đất trồng café hết, tới mấy mẫu lận. Họ dư sức mà. Chưa kể, con xin phép góp ý, cha mục vụ ở PNG hai năm rồi, cha biết mà, tiệc Giáng Sinh mà không có *mumu pig* thì đâu phải là tiệc. Riêng con, con xin góp vào tiệc 5 con heo.
Cha xứ mới cười,
— Tới 5 con heo lận?
— Vâng, 5 con!
Ông từ ngần ngừ,
— Cha, cha cho con thưa với cha một chuyện.
— Chuyện gì vậy?
— Có người giáo dân làm việc cho sòng bài trên phố nói cho con biết, sòng bài cho tiền mấy bà đi lễ sáng sớm ngày hôm đó. Riêng bố con, ông ấy bịnh tim lâu rồi.
 Chỉ mấy phút sau, thánh lễ giỗ một năm cho ông chánh trương bắt đầu. Ông từ, giáo dân duy nhất tham dự thánh lễ vừa hát, vừa giúp lễ, vừa đọc sách Thánh, vừa rung chuông.
Buổi chiều 24 tháng 12 thánh thiêng của ngôi nhà thờ nền đất mái tranh đang chầm chậm trôi qua.

Nguyễn Trung Tây
Noel 2024, Papua New Guinea

---

[1] Người Papau New Guinea rất quý heo. Tiệc mừng nào cũng phải có đặc sản thịt heo *mumu pig*, được gói trong lá chuối nướng trên đá thật nóng, để ở trong hố nguyên một đêm.

NGUYỄN KIẾN THIẾT
Xem Bói Đầu Năm

Từ xưa, và cho tới ngày nay, nghề bói toán thịnh hành nhờ có người còn tin mù quáng vào miệng lưỡi (*miệng hùm nọc rắn*) và cách tráo trở vào "nghề bói toán". Rất nhiều "thầy" (đếm không hết) đã ăn nên làm ra, có cuộc sống giàu sang phú quý nhờ cái nghề lừa bịp này. Thầy tướng số nổi danh nhứt là "Maître Khánh Sơn" với hàng tít quảng cáo giựt gân: "*Nhà tướng số Việt Nam độc nhất được vinh dự hãng Vô tuyến truyền hình Hoa Kỳ tới quay phim và phỏng vấn về thời cuộc và báo Paris Match nói tới danh tiếng*". Chưa hết, "nhà tiên tri" này còn đánh bóng tên tuổi qua việc đã bốc quẻ đoán về số mạng của viên toàn quyền Đông Dương (Pierre Pasquier), Cựu hoàng Bảo Đại, Quốc vương Cao Miên và các tướng tá trong quân đội Việt Nam Cộng Hòa nữa. Ông thầy này vốn hào hoa phong nhã, hái được nhiều tiền của. Dầu có vợ con đề huề nhưng vẫn quen thói trăng hoa, bay bướm khiến nhiều quý bà quý cô chết mê chết mệt. Về sau, ông sống trong buồn khổ bởi cảnh vợ nọ con kia, *gia đạo bất hòa*.

Thầy tướng số, phong thủy nổi tiếng thứ hai là chiêm tinh gia Huỳnh Liên (1914–1982), được nhiều người đương thời xưng tụng là "Quỷ Cốc tiên sinh", tác giả một số sách bói toán, ký Huỳnh Liên Tử, Ông đạt được đỉnh cao danh vọng lúc làm "quân sư" cho Tổng Thống Nguyễn Văn Thiệu. Tiền vô như nước nhờ có cả hàng chục ngàn thân chủ, kể cả một số chánh khách. Làm ra nhiều tiền, ông mua hai ngôi nhà lớn: một ở đường Phan Thanh Giản (nay là Điện Biên Phủ, Quận I), một ở Lái Thiêu, Bình Dương. Sau năm 1975, ông đã hứa trước chánh quyền và công luận rằng "*Từ nay thôi không làm cái **nghề lừa bịp** bà con nữa*". Tháng 10 năm 1982, ông cùng *vợ bé* chuyển về ngôi nhà ở Lái Thiêu vui hưởng thú điền viên. Cuối năm ấy, ông bị sát hại bởi hai người giả làm thợ điện khi đến nhà sửa đường dây điện thoại, thọ 68 tuổi. Quả đúng là *Thầy lo xem bói cho* *người; Tướng thầy thì để cho ruồi nó bu"*. Chiêm tinh gia Huỳnh Liên mặc dầu đoán trước và hóa giải số mạng cho hàng chục ngàn người nhưng không thể đoán được *cái chết thảm khốc* của mình (bị siết cổ chết trong đau đớn)!

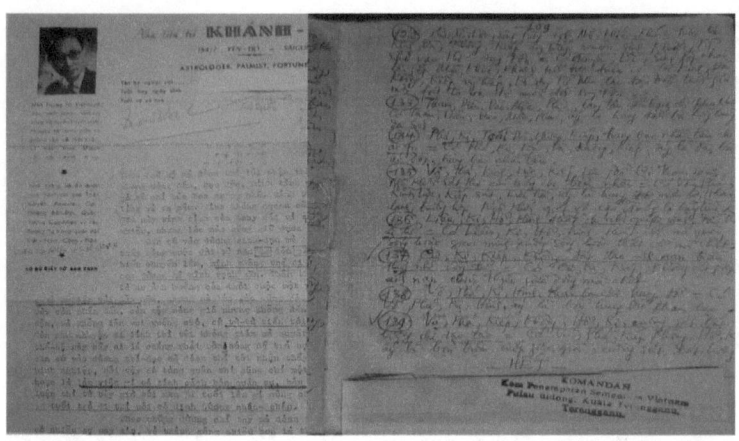

* Ảnh trái: Luận đoán của nhà tiên tri Khánh Sơn cho một "thân chủ" năm 1968.
* Ảnh phải: một trang "**139 Câu Thiệu Phú**" do tác giả cung cấp (chép tay năm 1980 tại Cần Thơ, mang tới Pulau Bidong, tháng 12 năm 1987)

**

Nhân ngày Tết Ất Tỵ 2025, mời các bạn đọc và suy ngẫm câu chuyện "Xem Bói Đầu Năm" dưới đây.

Mấy tháng nay trên đảo Pulau Bidong xuất hiện một thầy bói toán mà bà con thuyền nhân gọi là "Thầy Ba". Người ta đồn rằng Thầy biết xem chỉ tay và chấm Tử vi để đoán về tương lai, vận mạng một đời người. Thầy không "hành nghề", cũng không phổ biến việc làm của mình. Chỉ những người quen biết và "có duyên" mới được Thầy tiếp nhận và khuyên bảo đôi điều. Mặc dầu vẫn biết "Thiên cơ bất khả lộ" (Máy trời không thể tiết lộ ra), nhưng với ý hướng phục vụ đồng bào tị nạn cũng như nhằm cảm hóa một số thuyền nhân thất chí, Thầy đánh liều làm cái việc có tánh cách tâm linh, về khoa học huyền bí. Thầy không nhận bất cứ khoản thù lao nào, bởi lẽ Thầy muốn vun trồng cây phước đức. Tiếng lành đồn xa. Ngày nguyên đán Tết Mậu Thìn (1988), một số thuyền nhân đến xông đất "nhà" Thầy với ước mong được Thầy "ban" cho vài lời vàng ngọc hầu giải tỏa phần nào nỗi ưu tư khắc khoải với kiếp đời tị nạn.

- Kính chào thầy Ba. Con là Hùng Anh thuộc tàu MB..., xin chúc mừng năm mới. Thầy làm ơn bói giùm con một quẻ. Vừa bước vào "nhà" tại Long House khu F, Hùng Anh vội cất tiếng chào thầy Ba, giọng thành khẩn. Thầy Ba đáp lại: - Chào cậu Hùng Anh. Chúc mọi điều tốt lành trong năm mới. Mời cậu ngồi. Sao? Cậu muốn coi việc gì?

-Dạ thưa Thầy, con muốn đoán *việc định cư* và *tương lai* ra sao.

-Thầy sẽ xem chỉ tay để đoán vận mạng. Cậu đưa hai bàn tay cho Thầy xem.

Sau khi rờ, nắn và quan sát kỹ hai bàn tay của Hùng Anh, theo quy luật "nam tả nữ hữu", Thầy tập trung vào bàn tay trái để luận đoán. Bởi lẽ bàn tay phải thuộc về quá khứ, là *thiên định*; còn bàn tay trái là hiện tại, là tương lai do con người tác động, là *nhân định*. Thầy phán:

- *Đường sinh đạo* (ligne de vie) của cậu khá dài, lại bị cắt ngang nhiều chỗ nên mặc dầu sống khá lâu nhưng lại gặp nhiều tai ương họa hại. Còn *Đường may mắn* (ligne de chance) chưa vượt qua *Đường tình cảm* (Ligne de sentiments) nên chưa được suôn sẻ.

Hùng Anh đổ mồ hôi hột, còn bán tín bán nghi nên hỏi:

- Vậy làm sao hóa giải, thưa Thầy?

- Có nhiều cách để hóa giải. Bàn tay trái do nhân định. Mà *nhân định thắng thiên*. Vậy phải tích cực làm điều thiện, tránh điều bất thiện. Nghĩa là phải *tu nhơn tích đức, làm lành lánh dữ*. Đó là cách vun trồng *cây phước đức*. Chừng nào cây phước đức nở hoa là hóa giải được. Người xưa có câu "Đức năng thắng số" là vậy.

Hùng Anh gãi đầu, hỏi tiếp:

- Thầy nói những điều cao xa, con không hiểu kịp. Thầy làm ơn cắt nghĩa rõ hơn. Nhứt là *việc định cư* và *tương lai* của con. Bởi vì con đã bị Mỹ "xù" mấy lần.

Thầy Ba trầm ngâm một hồi lâu rồi ôn tồn bảo:

- Như Thầy đã phân tích, dựa vào Đường chỉ tay mà đoán, cậu *sẽ được định cư* ở đệ tam quốc gia. Sớm hay muộn là do *âm đức* và *phước đức* của cậu. Khi nào Đường may mắn vượt khỏi *Đường tình cảm* mà *thắng* và *rõ* thì mọi việc sẽ được tốt đẹp. Còn *tương lai* nằm ở trong tay cậu, do cậu quyết định. Nên nhớ Đường chỉ tay có thể thay đổi, trung bình mỗi năm một lần.

Hùng Anh như được *gãi đúng chỗ ngứa*, nhưng chưa thông hiểu một vài lẽ nhiệm mầu, cao xa nên năn nỉ Thầy cắt nghĩa tiếp:

- Thầy làm ơn giải thích vì sao gọi là *âm đức*, vì sao là *phước đức*?

- *Âm đức* nói chung là "tài sản" do tổ tiên để lại cho con cháu. Nói nôm na là "Đời trước trồng cây gì, đời sau hái quả của cây đó". Đời trước hành thiện / tích đức càng nhiều, đời sau hưởng phước báo càng lớn. Còn *phước đức* thể hiện trong một hành động cụ thể, trong đời này, kiếp này hoặc trong đời trước, kiếp trước. Hành động đó tạo ra "nghiệp" (karma). Nghiệp có *nghiệp lành* và *nghiệp dữ*. Thí dụ như bố thí là *nghiệp lành*, là *nhân*, thường sẽ được hưởng *phước đức*, là *quả*. Và ngược lại.

Thấy Hùng Anh há hốc miệng như bị thôi miên, Thầy hớp một ngụm trà rồi *bồi* tiếp:

- Mấy tháng đến đảo Pulau Bidong này, Thầy đã nghe thấy những chuyện *chướng tai gai mắt* về những hình ảnh không mấy đẹp đẽ và hành động thiếu suy nghĩ của đàn em các băng đảng "Sa Tăng", "Thiết Giáp" - đặc biệt tay anh chị có cái tên "Định Mệnh". Các tay *giang hồ thứ thiệt* này chiếm cứ địa bàn hoạt động ở các khu Long House để trục lợi. Từ giành đất trồng rau đem bán, chiếm giếng nước để sử dụng riêng (có khóa hẳn hoi) đến cắt xén hàng tiếp liệu (supply) do Cao Ủy phân phối (cá, gà, rau cải) rồi ngang nhiên đem bán lại với giá cắt cổ! Thỉnh thoảng những thành phần du đãng này mang giáo mác, dao búa từ các khu C, D, G tới khu F "hỗn chiến" làm náo động cả trại. Nguyên do không ngoài việc tranh giành quyền lợi (buôn lậu), thế lực, kể cả tình yêu. Có cả chục thanh niên đáng thương bị lính Mã Lai bắt cạo trọc đầu, bị đánh đập và nhốt vào chuồng khỉ (monkey house) - gọi là "bồ tạt" (?) vẫn không tởn. Đó là do họ tạo *nghiệp dữ* nên lãnh quả xấu, như "mục đảo" (ở trại tị nạn 5-7 năm), "mồ côi", "con bà phước" (không có người bảo lãnh), phỏng vấn bị "xù", vướng vòng tù tội, tương lai mờ mịt, v.v...

Hùng Anh được khai sáng, rối rít cám ơn rồi chào Thầy ra về. Người kế tiếp là một thiếu nữ tên Hồng, tuổi xấp xỉ trên hai mươi. Tuần trước, cô đã cung cấp đầy đủ *giờ, ngày, tháng, năm sanh* để nhờ Thầy chấm Tử vi. Công việc này đòi hỏi nhiều thời gian vì Thầy mới vừa học được khoa Luận đoán Tử vi trước khi vượt biển. Cái khó khăn lớn nhứt là thời bấy giờ Internet chưa phổ biến (cũng không có phương tiện và không được phép để truy cập). Cũng may nhờ mớ tài liệu mang theo trót lọt, Thầy dựa vào đó mà mò mẫm thực hiện việc chấm Tử vi. Từ việc thiết lập *12 cung*, rồi *An sao* (108 vì sao), để ý *Mạng / Cục, Ngũ hành sanh / khắc*, đến tính *Tiểu vận, Đại vận*, xem *Tuần / Triệt* ở cung nào, Mạng có *vô chánh diệu* hay không, đặc biệt dựa vào những *Cách quý* (34 cách quý) và ứng dụng các câu *Phú Thiệu* (139 câu) để luận đoán tốt xấu, kiết hung, họa phước.

Vừa gặp thầy Ba, Hồng lễ phép cúi chào và chúc Tết:

- Dạ, con kính chúc Thầy và bửu quyến năm mới vạn sự bình an. Thưa Thầy, con nóng lòng muốn biết Lá số Tử vi của con ra sao, xin Thầy làm ơn "giải" giùm.

Thầy Ba vui vẻ đáp:

- Lá số của cô tốt lắm vì có nhiều *Cách quý*. Đó là *Long cư long vị*, tức sao Thanh Long nằm ở cung Mạng thuộc vị trí Thìn (Rồng ở ngôi rồng). *Tử Phủ triều viên*, tức cung Mạng có sao Tử Vi và Thiên Phủ chỉ hạng người giàu sang quý hiển. *Nhựt Nguyệt chiếu bích,* có mặt trời và mặt trăng cùng chiếu về ắt công danh hiển đạt, tài lộc dồi dào.

Lòng vui mừng khấp khởi, Hồng hỏi dồn:

- Như vậy năm nay con có được định cư không Thầy.
- Chắc chắn là được, Thầy Ba quả quyết.
- Nhưng Thầy ơi, không hiểu sao đường tình duyên của con quá lận đận? Chừng nào con mới tìm được người chồng tâm đầu ý hợp?

Liếc xem *Đường hôn nhân* (Ligne de mariage) nơi bàn tay phải của Hồng và kết hợp với cách *Phá Quân cư Phu* của lá số, Thầy Ba nhìn thẳng vào mắt cô rồi cất giọng ôn tồn bảo:

- Cô có hai đường hôn nhân, một đường ngắn tương ứng lúc 22 tuổi; một đường dài lúc 33 tuổi. Như vậy cuộc hôn nhân của cô lúc 22 tuổi bị trắc trở. Nếu lấy chồng sớm ắt nửa đường gãy gánh. Phải đợi đến năm 33 tuổi mới cưới được người chồng ưng ý. Còn cách *Phá Quân cư Phu* (sao Phá Quân đóng ở cung Phu) ắt trâm gãy gương tan trong vận hạn 10 năm, trước 33 tuổi.

Hồng chào Thầy ra về với tâm trạng ngổn ngang trăm mối: vui buồn lẫn lộn, nói chung là *tâm phục khẩu phục*. **Vui** vì được *biết* tương lai của mình sẽ được sáng sủa, sống lâu giàu bền (tuần tới phái đoàn Hoa Kỳ "mở hồ sơ" phỏng vấn và chắc sẽ nhận cho định cư vì cô thuộc diện con em sĩ quan chế độ cũ); **Buồn** vì tình duyên lận đận, phải đợi hơn 10 năm nữa mới có cuộc sống lứa đôi hạnh phúc. Hồi tưởng lại cuộc hôn nhân-địa ngục vừa qua khiến cô luôn bị dằn vặt, bị ám ảnh bởi mẹ chồng cay nghiệt, chồng thì ăn chơi đàng điếm, quen thói võ phu...

Buổi sáng đầu năm hôm ấy, Thầy Ba "làm ăn" khấm khá bởi năm, bảy lượt "thân chủ" tới viếng. Thầy vận dụng những điều đã học về *khoa học huyền bí* và một số kinh nghiệm lúc làm thầy-bói-bất-đắc-dĩ trong những dịp ma chay, cưới hỏi ở quê nhà để vạch ra điều hơn lẽ thiệt khuyên bảo người đời - cụ thể là đồng bào tị nạn mất phương hướng, thiếu niềm tin và nghị lực. Thầy không nhận một xu tiền quẻ vì muốn *tạo phước* cho chính bản thân và gia đình mình. Đối với Thầy, xem chỉ tay, chấm Tử vi cũng như bói bài, gieo quẻ, xem tướng mạo, xem chữ ký, v.v… thuộc phạm trù khoa học – *khoa học huyền bí* mà sách vở Đông cũng như Tây phương đều đề cập. Dĩ nhiên mỗi thầy bàn mỗi khác vì chưa nghiên cứu thấu đáo hoặc vì cái tâm địa bất chánh và muốn trục lợi, như trường hợp hai thầy Khánh Sơn và Huỳnh Liên đã dẫn. Người xưa có câu: "*Nhứt thế vi sư, tam thế hư*", nghĩa là một đời làm thầy (thầy bói, thầy thuốc, thầy địa lý mà tâm địa bất chánh, hám lợi) thì ba đời con cháu hư hỏng. Ca dao cũng phê phán các loại "thầy" này: "*Cọp mà vật mấy ông thầy địa; Yêu mà nhai mấy chú chọn ngày…*". Bạn có tin vào Tử vi, bói toán hay không là quyền của các bạn. Nhưng *phải tìm thầy thật giỏi và có lương tâm để thử thời vận kẻo tiền mất tật mang*. Riêng về trường hợp Thầy Ba Bidong, Thầy học cách xem chỉ tay và chấm Tử vi là để *xem cho chính mình* ngõ hầu biết đường họa phước; sau đó là để *khai sáng cho người "có duyên"* trong tinh thần thi ơn bất cầu báo. Nếu không tin vào chỉ tay và Tử vi (cụ thể của bốn đứa con trai), chắc chắn người nhát như thỏ… đế như Thầy không bao giờ dám vượt biển tìm Tự Do, tìm sự sống trong cái chết. Ngày xưa thời nhà Tống, cụ Trần Đoàn lập ra khoa Tử vi với mục đích hướng thiện, khuyên răn người đời bớt tham lam. Phật giáo không tin bói toán mà tin vào *Luật nhân quả*, còn gọi là *Luật Nghiệp*, tức Karma, một từ tiếng Phạn liên quan đến hành động (nguyên nhân) và kết quả. Tất cả hành động, lời nói, ý nghĩ của mỗi người (Nhân) đều tạo ra *nghiệp* (Quả). Nghiệp có *nghiệp lành, nghiệp dữ*, có *biệt nghiệp* (nghiệp riêng mỗi người) và *cộng nghiệp* (nghiệp chung của nhiều người). Trong Kinh A Hàm, Đức Phật có dạy: "*Dục tri tiền thế* **nhân**, *đương kim* **thọ** *giả thị.Yếu tri lai thế* **quả**, *kim sanh* **tác** *giả thị*". Tạm dịch: Muốn biết nhân đời trước, xem thọ nhận đời này. Muốn biết quả đời sau, xem tạo tác đời này. Cuộc sống của bạn có hạnh phúc hay đau khổ hôm nay (kiếp này) chỉ là do sự phản ảnh quá khứ (tiền kiếp) của bạn. **Bạn không thể thoát khỏi quá khứ, mà có thể thay đổi tương lai bằng cách tu tập, hành thiện, không ngừng tạo nghiệp lành và lánh xa nghiệp dữ.** Một khi nghiệp dữ được hóa giải tiêu trừ thì nghiệp lành sẽ đến. Quan niệm "Đức năng thắng số", vận mạng con người có thể thay đổi trong khoa bói toán phải chăng chịu ảnh hưởng triết lý về nghiệp của nhà Phật. Các bạn nghĩ sao?

Nguyễn Kiến Thiết
Montréal, Canada – Tết Ất Tỵ 2025

LETAMANH
Lại Giáng Sinh!

Giáng Sinh thứ 50 lại về với những người con của mẹ Việt Nam đang lưu lạc trên khắp thế giới. Với một thời gian dài bốn mươi chín năm, đủ để cho người ta nhìn lại một quá khứ đầy gian truân, đầy mơ ước, đầy nghiệt ngã... Và nhìn về tương lai đầy hứa hẹn cho bản thân, gia đình và cho dân tộc Việt Nam! Tại sao ta lại nói đến một quá khứ đầy những đau thương trắc trở và nghịch lý để rồi nhìn vào tương lai đang có hướng phấn khởi mà không đề cập đến hiện tại?

Hiện tại, người Việt Nam lưu lạc trên khắp địa cầu, sau bốn mươi chín năm, đã có một cuộc sống ổn định, con cháu thế hệ thứ hai, thứ ba đang dần dần vào giòng chính, nơi đang sinh sống. Có thể nói, Dân Tộc Việt Nam đi đến đâu đều thích hợp và hòa đồng với các quốc gia cưu mang, đã và đang trưởng thành từng bước về tất cả mọi lãnh vực, ngang bằng hay vượt trội người bản xứ! Nói như thế không có nghĩa là ta "mèo khen mèo dài đuôi", nhưng sự thật là như vậy.

Còn quá khứ, chúng ta thử thoáng nhìn lại, để có một ý niệm về thời gian, để tự nói với mình rằng: Không ngờ đã có thể vượt qua được một giai đoạn đầy gian truân ghê gớm, vì đã nhìn thấy bạn bè mình nằm xuống trong các trại tù tập trung như thế nào... Và không thể ngờ rằng mình vẫn còn hơi thở đến ngày nay trên một đất nước tự do, mà nơi đó lại không phải là quê hương chôn nhau cắt rốn của mình(?)

Tôi còn nhớ một kỷ niệm về Giáng Sinh và năm mới 1977, tại miền Bắc XHCN Việt Nam. Hồi ấy chúng tôi đang ở trong một thung lũng, bốn phía là núi cao. Chúng tôi đặt tên cho nơi này là: Tuyệt Tình Cốc! Nghe cái tên Tuyệt Tình Cốc, có lẽ quý vị độc giả có thể hình dung tâm trạng của những người đang ở trong đó. Đường vào Cốc là độc đạo, theo một con suối nhỏ chứ không có đường thật sự. chỉ đi theo dòng nước chảy, vượt qua các ghềnh đá mà đi. Khi vào Cốc thì bốn phía là vách núi làm trường thành bao bọc. Chim "Bắt cô trói cột" ngày đêm kêu những tiếng kêu mà người trong cuộc lúc ấy nghe như tim gan phèo phổi bị người ta đè ra tùng xẻo! Hôm đầu tiên đã có mấy tên uống thuốc tự tử...

Cái lạnh cắt da của Hoàng Liên Sơn buốt và không tài nào ngủ được với tiếng chim ngày đêm đòi "bắt và trói". Ở trại chúng tôi ở có ba con trâu tù. Gọi là trâu tù vì chúng sống với tù, làm việc dưới cây roi do tù chăn dắt "vắt, giật". Ở trong Nam người ta điều khiển trâu, cày khi qua phải qua trái bằng khẩu lệnh "thá, dí" khác với khẩu lệnh miền Bắc như trên. Không biết ba con trâu này ở đây từ hồi nào với tù hình sự, khi nó được bàn giao cho tù chính trị thì trông chúng đã quá thảm não, tiều tụy lắm rồi. Có lẽ chúng đói triền miên vì làm việc với tù mà không được tù dắt cho đi ăn. Làm việc theo kẻng gõ, tù nghe tiếng kẻng là bỏ trâu, mặc xác mày trong chuồng đầy phân dơ bẩn, tao cũng đói như mày!

Ba con trâu không biết ai đã đặt tên, khi chúng tôi được bàn giao thì tên của chúng là Nixon, Johnson, Kennedy! Khi ta gọi không đúng tên nó là nó không nghe lời, nhất định không kéo cày. Con Johnson gầy nhất và già nhất, có thể nói nó là một con vật nửa chết nửa sống đang cử động. Thân hình nó ốm tong teo. Tuy thế, nó vẫn phải làm việc hàng ngày là kéo cày!

Cuối tháng 12 năm ấy trời lạnh như cắt da, tù người mà còn muốn chết thì tù trâu vừa đói vừa không có áo quần, làm sao chịu nổi! Cho nên con Johnson chết khuya 23 tháng 12 năm 1977. Cái tin con Johnson chết làm nhiều anh em tù xúc động. Không phải xúc động vì thương nó mà là mừng rỡ quá! Có thể nói, với số tù xấp xỉ 500 mà được ăn thịt một con trâu già, Tổng Thống nước Mỹ thời đó sao không vui? Người ta đặt tên cho con trâu cày của tù bằng tên Tổng Thống nước Mỹ, mỗi khi bắt nó cày bừa, sai khiến nó4, người ta đều phải gọi tên nó, ra roi vào đít nó, cằn nhằn với nó, chửi rủa nó, nếu nó không nghe lời... Ôi! Nếu các ngài Tổng Thống Hoa Kỳ thời đó mà biết mình bị ví thành con vật để hành hạ, đay nghiến, mắng mỏ nhỉ!

Thế là chúng tôi được một bữa có chất protéin. Nhưng khốn nạn cho chúng tôi là thịt của con Johnson không nuốt vào cổ họng được. Nó dai nhách, cứ nhai hoài, hít hết chất nước ngọt và mặn rồi nhai tiếp như nhai kẹo cao su. Mấy anh nhà bếp làm biếng chặt to hơn bình thường tính từng người, mỗi người một cục thịt. Tôi ngồi ăn chung với anh L. (qua Mỹ năm 1993 định cư tại Nam Cali, chết năm 2002 bệnh viêm gan). Khi tôi nhai hoài cục thịt Johnson mà không nuốt được, bèn nhả ra bỏ. Anh L. thấy thế cầm lên, bỏ vô miệng nuốt... nghẹn gần trợn trắng con mắt. May mà sau đó cục thịt cũng trôi xuống dạ dày... Đó là một kỷ niệm không thể nào quên phải không?

Noel trong tù, những ngày cùng tận ấy! Chúng tôi vẫn gõ soong muỗng, đàn hát những bài hát về Giáng sinh. Mặc dù bị cấm đoán và hăm dọa, nhưng số đông cùng đồng ca và lì ra thì chẳng có thằng "bò vàng" nào làm gì trong đêm ấy. Có chăng là những ngày sau đó chúng "mời "từng người lên" làm việc".

Mới đó mà đã bao nhiêu Giáng Sinh về. Bài hát Giáng sinh được hát đi hát lại nhiều lần cho một chu kỳ 365 ngày... Thế mà tôi lại không quên được đêm Giáng sinh ở trại Hồng Ca, Yên Báy. Giọng hát tha thiết của Trần Ngọc Phong (đang ở San Jose) với bài hát anh sáng tác. Đại khái là Chúa đã bỏ loài người, Chúa sao không đến thăm, người tù bị hành hạ đói rách như thế này... Bài ca trách móc than vãn kêu gào cả Chúa, Phật, các đấng... đã quên người tù, đã quên loài người!

Giáng Sinh 2024 và năm mới 2025 đã cận kề. Quê hương bên kia trời còn bao trăn trở. Thế kỷ 21 đã chào chúng ta đến năm thứ 24 rồi đó. Hồi chưa qua năm 2000, người ta cứ tin rằng đến năm 2000 là tận thế. Y2k với nhiều tranh cãi cũng đã qua đi, con người vẫn hiện diện và vẫn đấm đá nhau trên "từng cây số" về đủ các lãnh vực!

Thôi thì, chúng ta hãy nhìn nhau cho thật gần xem nhau có còn như ngày nào của quá khứ! Hay đã trở cờ đón gió, hay đã "có đó quên đăng, có lê quên lựu có trăng quên đèn..." Như lời thơ Nguyễn Đình Chiểu! Một năm nữa trôi qua, một năm mới "tiếp đến".
Xin cho nhau những trân quý của tình quê hương, tình bạn bè và xin bỏ con dao găm đang cầm bên tay kia xuống đất!

letamanh

HOA THI
Đêm Noel An Bình

muốn làm chiên ngoan đạo
biết nhờ ai dẫn đường
một mình thả bước dạo
trong đêm thánh buồn buồn

bỡ ngỡ trước ngưỡng cửa
lặng ngước mắt nhìn vào
ánh sáng lung linh quá
tưởng lạc giữa trời sao

tầm nhìn chạm trước nhất
người quỳ chạm lưng người
những hàng ghế hun hút
óng ánh những tin vui

không nhìn rõ tượng Chúa
nhưng Ngài thật quá quen
hiền hòa trong khắc khổ
tinh anh xóa vết hằn

mắt Ngài luôn nhìn xuống
mong đàn chiên ngước lên
cứu rỗi từ ánh mắt
mở cửa từng trái tim

mơ hồ nghe lời Chúa
qua giọng Cha bổng trầm
từng khúc hát ca nguyện
bay vút vào thinh không

không biết làm dấu thánh
tôi lặng lẽ cúi đầu
tuyết gió không thấm lạnh
tôi bước vào đêm thâu ■

CAO NGUYÊN
Ở ĐÂY TẾT CHẲNG BAO GIỜ ĐỢI XUÂN

như treo dây khói trưa nay
duỗi ra sợi mỏng thơ ngây với trời
đêm rồi bao cánh trắng rơi
mởn mơn tuyết vuốt hình hài lớn thêm

thoáng như vạt áo mông mênh
bấp bênh nhớ cặp mắt mềm đã trao
nhớ thêm cành lộc đêm giao
vòng tay mấy đốt ngọt ngào hơn xuân

đã rồi tuyết phủ đầy chân
hai tay cũng trắng, tuyết không một đời
giá băng cũng bệnh của trời
ở đây tết chẳng bao giờ đợi xuân! ∎

HỒ CHÍ BỬU
Phố Nhỏ Mùa Xuân

1.
Rất lặng lẽ - một mùa đông sắp hết
Gió giao mùa làm cái lạnh se môi
Cũng lặng lẽ - một mùa xuân sắp đến
Đến hay đi vẫn nhịp chảy dòng đời

Ta xuống phố, nhìn tóc dài, tóc ngắn
Có gì đâu ? Khi nhìn chậm một người
Như giọt rơi đầu ngày – cà phê đắng
Bỗng thấy mình trở lại tuổi đôi mươi

Đốt điếu thuốc cho cay xè đôi mắt
Áo hoa vàng khi nắng rớt trên vai
Thời tuổi nhỏ ta lao vào đuổi bắt
Một cái gì không có ở tương lai

Cô hàng nhỏ - ly cà phê uống vội
Em thấy gì trong nắng mới mùa xuân
Ngơ ngác làm chi – cho ta thêm tội
Tóc thề chi? Ta lạc giữa muôn trùng

Khe khẽ nhé, mùa xuân về rất chậm
Bên góc đời ta ngồi nhặt hoa rơi
Cứ nhầm tưởng tim mình như tĩnh vật
Nào hay đâu vẫn rung động tuyệt vời!

2.
Tóc đang ngắn, nhưng sẽ dài trở lại
Mái tóc thề xưa, ta đã nâng niu
Em vẫn thế - với nét buồn hoang dại
Đã làm ta ngơ ngẩn biết bao chiều

Phố mùa xuân, đang ngập ngừng đếm bước
Khi em qua hoa lá cũng thẹn thùng
Ta cũng thế - ngập ngừng... ai biết được
Nói điều gì... nhưng tim đập run run

Phố mùa xuân - rất nhiều tà áo lạ
Nhưng chỉ áo em đẹp nhất trên đường
Nhiều má hồng – nhưng má em hồng quá
Má em hồng hay tại nắng vương vương

Ta làm thơ nên cả đời mơ mộng
Những mộng mơ đem chứa cả ga đời
Lòng khinh bạc – nhưng vẫn hoài hy vọng
Nắng bên trời – và nắng sẽ vàng thôi...■

DAN HOÀNG
Giao Thừa Nhớ Mẹ

Hôm nay ngày ba mươi Tết,
Ngoài trời ren rét mưa rơi.
Trên bàn ngập tràn bánh mứt,
Mà lòng không Tết, Mẹ ơi!

Bao năm đời con xa xứ,
Lạc loài một bóng đơn côi.
Mỗi năm Tết đến Đào nở,
Lòng lại thêm chút ngậm ngùi.

Chim trời còn có tổ ấm,
Con mãi long đong xứ người.
Quê hương bên trời thăm thẳm,
Đường về xa lắm ngàn khơi?

Mẹ ơi! Lại mùa xuân nữa,
Tuyết sương trắng bạc mái đầu.
Ngày đi lòng con thầm hứa,
Mà bao xuân đã về đâu.

Đì đùng ngoài kia pháo nổ,
Chuông nhà thờ đổ vang rền.
Bên thềm mùa Xuân gõ cửa,
Nhớ Mẹ lệ đẫm trong tim.

Đêm nay Giao thừa giá rét,
Nhớ nhà con thắp nén hương.
Mẹ ơi! Bao lần Tết đến,
Quê hương mòn mỏi nhớ thương.∎

Phố biển, Ất Tỵ 2025

ĐẶNG HIỀN
Mùa Xuân Đã Đi Qua

Tự nhiên buồn anh buồn
Anh vẫn nhớ đến em, kỳ thật
Em khắp các nơi
Em nhiều năm chẳng gặp
Mùa xuân đã đi qua

Ngày tháng thầm trôi như mấy đường nhăn ẩn hiện
Chỉ giỏi tưởng tượng
Tại sao mình không còn nhớ nhau
Tại sao bài thơ phải làm lại...

Cuối những phiêu lưu kiếm tìm hy vọng
Ánh sáng mờ, khúc nhạc và em
Vời vợi quê nhà
Mình chẳng nhận ra nhau
Thời gian đã đổi thay anh ạ
Em chào anh, em chào người lạ
Hạnh phúc không đủ no, hạnh phúc mơ hồ

**

Mùa xuân mát mắt nhìn
Mùa xuân đã đi qua
Mùa xuân cơ hồ quên lãng ■

TRẦN ĐÌNH SƠN CƯỚC
Hoa Xuân

1. IRIS
   (Tưởng nhớ ông Palh mỗi năm hoa nở trong vườn)

Iris Texas
Trồng ở Cali

Người trồng cây
Đi rồi
Chỉ còn hoa nở thôi…

2. TRÀ MI

Hỏi chậu trà mi
Vườn bà TUẦN CHI
Cây còn đơm hoa
Khi chủ vắng nhà

Chén trà mời khách
"HOA TRÁI QUANH TÔI"
Chủ khách đâu rồi
"AN HIÊN" vắng lặng

Trà mi nở trắng
Trên từng trang văn
Ong bầu say đắm
Ngủ quên thời gian…

3. "CÀNH LÊ…"

Hoa lê chùa TỪ HIẾU
Gặp từ thuở thiếu thời
Mái chùa xa vời vợi
Màu trắng cũ còn nhiêu… ■

PHẠM CAO HOÀNG
NHỚ MỘT CON ĐƯỜNG

rồi năm mươi năm trôi qua
chuyện xưa nhớ lại ngỡ là chiêm bao
đường Tăng Bạt Hổ hôm nào
tiểu thư qua ngõ tôi xao xuyến lòng

và em có biết hay không?
chiều hôm ấy tôi phải lòng cúc hoa
chiều hôm ấy em thật thà
đi cùng tôi giữa bao la đất trời

và tôi đã nhủ lòng tôi
sẽ đi suốt cả một đời cùng em
năm mươi năm, tôi chưa quên
phút ban đầu ấy nhẹ nhàng như mây

buổi chiều Đà Lạt mưa bay
và sương khói của một ngày bình yên
nhớ hoài ánh mắt đầu tiên
làm xao động cả cao nguyên Lâm Đồng

nhớ hoài đôi má ửng hồng
áo len xuống phố tình nồng lên men
và rồi trước lạ sau quen
gặp nhau hôm ấy là duyên nợ rồi

và năm mươi năm, em ơi!
tôi thương và nhớ một thời thanh xuân
thương và nhớ một con đường ∎

Virginia, 22.11.2024

NGUYỄN ĐỨC NAM
Hoa Xuân

Thuở ấy Hoa Tiên vừa hé nụ
Một chiều nhẹ bước xuống trần gian
Mây tóc buông lơi bờ liễu rủ
Ngây ngất hương thơm hoa ngọc lan

Nắng mới vừa lên đà hong tóc
Sợ rằng ánh nắng mờ mắt trong
(Từ ở trần gian mà biết khóc,
Hoen ướt mi cong lẫn môi hồng)

Năm nay mười bảy đang còn nhỏ
Đừng nói với Hoa chuyện tình yêu
Hoa Tim bốn nhánh còn để ngỏ
Chưa biết, chưa hay truyện Kim-Kiều

Chiều nay có bóng người thi sĩ
Bỡ ngỡ lạc vào ánh mắt đen
Thiếu nữ nhìn theo cười e lệ
Bỗng dưng bừng tỉnh giấc Hoa Tiên

Năm nay mười tám hoa thay áo
Suối tóc u hoài trong nếp khăn
Tha thướt dáng xuân về mê ảo
Tiên nữ đang mơ chuyện gối chăn... ∎

Cali-Lễ Tạ Ơn 2024

TRẦN VẤN LỆ
1975 - 2025 Năm Mươi Năm Hai Thế Kỷ

Bạn không nhắc thì không nhớ: "Sắp rồi, Tết tới, Tân Niên!". Nhớ ra, nhớ mình vô duyên... quên, quên, quên rồi ngày tháng!

Năm mươi năm đời tiêu tán, tàn đời sắc tóc đã thay... Nhiều khi mình tưởng trời mây, mình gối đầu lên... ngủ gục!

Không có vinh quang, không nhục mà sao nước mắt ứa hoài? Nguyễn Công Trứ có thời trai đã từng thoái thân làm tốt...

Nguyễn Công Trứ không ốt dột, đôi khi có trách Ông Xanh, đôi khi tự dưng buồn tênh, soi gương: nụ cười méo xệch!

Lẽ nào đó là Tiền Kiếp không thì cũng Cổ Tích vui? Tại sao thấy vui mà khóc? Tại sao thấy buồn, nói không?

Buồn ơi buồn ơi mênh mông, chiếc lá ngô đồng bạc mệnh... Một chiếc cuối cùng còn dính... nằm trong truyện O' Henry?

*

Mùa Đông đang về Cali. Người ta bỏ đi nhiều lắm... Người ta sống vì phải sống... Đi xa tìm cái mặn mòi!

Tôi không chờ ai ghé chơi. Tôi cũng không chờ gì nữa. Bạn nhắc Tết làm tôi nhớ bèn châm điếu thuốc làm thơ...

Bầy cò đang bay như mơ, chúng bay bao giờ hết nắng? Tôi bỗng nghe lòng mình nặng: Bạn tình, bạn nghĩa... xa xôi!

Đà Lạt của tôi, núi, đồi... Đà Lạt của tôi, lũng biếc. Ước chi được về đó, chết, Thiên Thu Tết Phấn Thông Vàng...

NGUYỄN AN BÌNH
Bài Thánh Ca Khắc Trên Cây Thập Giá

Quỳ dưới cây thập giá
Hát lời thánh ca buồn
Từ trái tim nhẫn nhục
Giấu kín tận lầu chuông.

Người có về rất vội
Chờ tôi đêm Giáng Sinh
Sao ngôi dù đã đổi
Lời nguyện trước bình minh.

Tôi chưa từng xưng tội
(Dẫu đi lễ nhà thờ)
Theo em ngày chủ nhật
Yêu từ thuở làm thơ.

Khổ đau và bất hạnh
Trên đôi cánh thiên thần
Em đâu là thánh nữ
Kết tình tôi chung thân.

Quỳ dưới chân thập giá
Oằn vai cuộc thiên di
Ai tự mình báo tử
Ứng nghiệm lời tiên tri

Dẫm chân trên lá mục
Chuông giáo đường đâu xa
Tình yêu nào chân thật
Khi cuộc đời điêu ngoa.

Trên đôi môi khô đắng
Chưa từng thuộc Thánh kinh
Biết làm sao cứu rỗi
Giây phút cuối đời mình.

Trong lời răn của Chúa
Chiếc bánh nào bẻ đôi
Chén rượu nào độc dược
Để người phải xa tôi?

Quỳ dưới chân thập giá
Tâm tình nguyện hiến dâng
Cuối con đường khổ nạn
Nào xóa hết bụi trần.

Rao giảng ngày tận thế
Tôi hoài nghi đức tin
Khi máu Người đã đổ
Trên thập giá khổ hình.

Xin được làm ngọn gió
Bay qua cõi trần gian
Em hóa thân ngọn cỏ
Xanh trong cõi vĩnh hằng.

Tình yêu tôi rời bỏ
Trong lời buồn thánh ca
Chờ ngàn năm dẫu muộn
Ngày thập giá nở hoa ■

28/10/2024

LÊ HÂN
Vui Hai Lễ Lớn

1. Bài nhớ hương dấu thánh

Cư xá sinh viên Đắc Lộ
Thời sáu mươi giữa Sài Gòn
May mắn tôi đã được ở
Ăn học trong thuở sắt son

Vẫn thường ngồi ngắm tượng Chúa
Nghe ấm áp tràn trong lòng
Nỗi bình an niềm hạnh phúc
Thơm rất khác hương hoa thơm

Không tốn thời gian phân chất
Hiểu ngay độ lượng tối cao
Run run nghe lòng ngây ngất
Đức tin ơn Chúa dạt dào

Giáng sinh, Phục sinh chưa tới
Vẫn làm dấu thánh mỗi ngày
Tay tôi như luôn còn vụng
Nhưng lòng kính cẩn thẳng ngay

2. Bài nhớ không khí tết dương

Những ngày Tết không ăn Tết
Như Nguyên Đán đến hằng năm
Những ngày Tết chỉ được nghỉ
Chúc mừng nhau uống sâm banh

Tôi trải qua nhiều dương lịch
Ở xứ lạnh nóng quê người
Ngày nghỉ như ngày Chủ Nhật
Nhưng rất khác biệt niềm vui

Năm nay bắt đầu Giáng Sinh
Kéo dài đến đầu năm mới
Ngoài vui cùng với gia đình
Còn thêm những bạn cầm bút

Không rườm rà kiểu ba hoa
Tòa soạn kính gởi lời chúc
Bạn đọc, bạn viết, chúng ta
Một năm mới luôn vui khỏe ■

VÕ PHÚ
Tiệc Cuối Năm

Sáng ngày Chủ Nhật, tôi xách gàu ra giếng múc nước để đánh răng, rửa mặt. Tôi thích cảm giác khi bàn tay mình chạm vào dòng nước mới múc lên từ giếng, vào buổi sớm. Hơi nước ấm, nhưng khi đưa tay chạm vào cảm giác rất mát, thật dễ chịu. Cũng là nước giếng múc lên, nhưng nước lấy từ giếng vào sáng sớm cho tôi cảm giác khoan khoái, khó diễn tả, so với nước múc lên từ cái hồ chứa nước trong nhà.

Giữa không gian yên tĩnh của buổi sáng, tiếng nước chảy róc rách vang lên như một bản nhạc dịu dàng, tạo cảm giác thư giãn và gần gũi với thiên nhiên. Tôi tận hưởng từng giọt nước mát lạnh văng lên mặt, khiến tôi cảm thấy như được rejuvenated sau một giấc ngủ dài.

Khi múc nước, tôi nhìn lên bầu trời, nơi những đám mây trắng nhẹ nhàng trôi lơ lửng. Ánh nắng bắt đầu len lỏi qua kẽ lá, tạo ra những tia sáng lấp lánh trên mặt nước. Những khoảnh khắc này, dù đơn giản nhưng lại mang lại cho tôi một niềm vui bất tận.
Dùng hai tay chụm lại, tôi múc những bụm nước, hất vào mặt. Cảm giác thật thoải mái. Sau khi đã rửa mặt xong, tôi đứng dậy, cảm nhận làn gió mát từ đồng cỏ thổi qua. Những kỷ niệm về những buổi sáng tương tự ùa về trong tâm trí: tiếng cười của bạn bè, những trò chơi ở cánh đồng gần đó, và cảm giác tự do, thanh thản khi hòa mình vào thiên nhiên.

Đứng bên giếng, tôi thầm cảm ơn cuộc sống đã cho tôi những khoảnh khắc bình dị nhưng đầy ý nghĩa như thế này. Bắt đầu một ngày mới, tôi cảm thấy tràn đầy năng lượng và sẵn sàng cho những cuộc phiêu lưu phía trước.

Đang say sưa tận hưởng dòng nước mát, Sơn tìm đến. Tiếng Sơn vọng lại từ xa:
- Hê... Nam...
Tôi ngẩng đầu lên nhìn về hướng có tiếng gọi. Sơn mặc áo thun vàng, quần tà lỏn đang đi tới nơi tôi ngồi. Thấy nó, tôi hỏi:
- Mày làm gì tìm tao sớm vậy?
Không trả lời câu hỏi của tôi. Nó hỏi ngược lại:
- Bộ mày không nhớ hôm nay là ngày gì sao? Lớp mình có tiệc ở nhà tao...
- Tao nhớ. Nhưng... giờ mới sáng sớm. Tiệc trưa một giờ lận mà.
- Ừa... Nhưng mày giúp tao chuẩn bị?
- Thiệt không đây? Sao hôm nay cu Sơn nhà ta siêng "đột chết" dzậy ta?
- Phải chuẩn bị trước chứ. Mày giúp tao ra sắp xếp mọi thứ?
- Cũng được, nhưng hôm trước, tao hứa sẽ chờ thằng Đức tới rồi đi luôn. Ờ... Mà thôi. Mày chờ tao chút.
Sơn theo tôi đi về nhà. Tới nhà, tôi nói với Sơn:
- Mày chờ tao chút để tao đi thay đồ chứ mặc gì sao gặp bạn bè...
- Ừa... Nhanh lên nha...
Tôi chạy vội vào nhà, lấy bộ đồ đồng phục đi học, mặc vào. Tôi chỉ có hai bộ đồ đồng phục học sinh là coi được, những bộ đồ còn lại quá cũ hoặc ngắn cũn cỡn. Thấy tôi thay áo quần đồng phục, anh Quốc thấy vậy hỏi:
- Hôm nay Chủ Nhật mà mày thay đồng phục chi?
- Dạ tụi em có tiệc liên hoan cuối năm ở ngoài nhà thằng Sơn. À... Chút nữa nếu bạn em có tìm tới, nhờ anh nói với nói giùm với nó là em đang ở nhà thằng Sơn, cháu bà Tư, xóm ngoài nha?
- Ừa...
- Dạ, em cám ơn anh. Em đi...
- Dạ, chào anh...
Đến trước cổng nhà Sơn, tiếng con chó mực sủa rân... Khi thấy chúng tôi, nó ngưng sủa và vẫy đuôi. Thằng Sơn, ôm con chó mực, nói như nựng con chó:
- Thôi đi chỗ khác chơi... Chút nữa tao có bạn tới, mày không được làm tụi nó sợ nha. Còn không tao cột lại.
Dường như con chó hiểu được tiếng của Sơn. Vừa thả ra, con chó bỏ chạy vào trong nhà. Tôi hỏi Sơn:
- Ông bà ngoại mày có ở nhà không?
- Ông ngoại tao ở trên rẫy. Còn bà ngoại thì phụ Út tao trên chợ sáng nay bị mùa này sắp Tết, nên chập rập lắm.

- Ờ... Ờ... Mà mày muốn tao giúp gì?
- Thì coi chỗ nào được được mình trải chiếu, trải bạt ra chút nữa ngồi chơi cho mát.
- Lớp mình tới hết không?
- Tao nghe nhỏ Hồng Hà Nhi nói đâu chừng 30 đứa gì đó.
- Ờ...

Sơn và tôi đi dạo quanh vườn để tìm chỗ thích hợp cho buổi họp mặt. Cạnh bờ sông, dưới tàn cây sapoche, đó là một nơi lý tưởng để chúng tôi có thể trò chuyện, ăn uống, hát hò. Nhà ngoại Sơn có rất nhiều tấm bạt ni-lông dùng để phơi khoai mì, chúng tôi đem ra hết trải dưới hàng cây sapoche. Để cho khỏi gió bay, chúng tôi còn tìm những viên đá đè lên. Chúng tôi đi vòng quanh, vuốt lại những nơi chưa được thẳng. Thình lình Sơn la lên:
- Quên mất...
- Thằng này làm hết hồn. Mà quên gì?
- Hồi sáng trước khi ghé mày, tao tính đi lấy ổ bánh bông lan, nhưng gặp mày rồi quên... Thôi giờ tao với mày đi lấy nha? Sẵn ghé lại quán bánh mì bà Đạo mua hai ổ ăn. Tao bao...
- Ừa.
- Chờ tao chút, để tao thay luôn bộ đồ khác cho lịch sự. Sẵn thử luôn cái quần sịp thằng Thịnh Ba Tê cho mấy hôm trước.

Chúng tôi đạp xe ra đường lớn. Đến quán bánh mì bà Đạo, mua hai ổ xíu mại, rồi đi lấy bánh bông lan. Khi ngang qua nhà Lan, thấy Lan đang phụ má bưng phở, Sơn thắng xe lại, gọi:
- Lan... Mấy giờ thì bà tới nhà tui hôm nay vậy?
- Chắc chút xíu nữa mới đi được. Hôm nay chị Tư giúp việc bận, nên tui phải phụ má tui. Chút nữa bớt khách, tui với con Ngọc sẽ qua sớm coi phụ hai người.
- Ừa... Nhớ tới sớm nha.
- Nhớ rồi... Chút gặp.

Chúng tôi đạp xe về nhà, cất xe đạp và ổ bánh trong nhà xong. Tôi trèo lên cây sapoche gặm bánh mì. Gió từ sông Cóc thổi lên mát rượi. Hai đứa chúng tôi ăn bánh mì xong, trèo xuống đi ra cái lu đất, múc một gáo nước lạnh uống. Nước mát, bụng căng tròn, mắt lim dim buồn ngủ. Chúng tôi nằm dưới chiếu, nhìn lên trời. Qua những kẽ lá, ánh nắng rọi chói chang... Đang lim dim mắt, tiếng con mực sủa. Chúng tôi ngồi dậy, đi ra cổng. Quang và Toàn đến. Toàn dắt xe đạp còn Quang vác cây đàn guitar trên vai. Quang hỏi:
- Có ai tới chưa?
- Chỉ có bốn đứa mình. Giờ mới 11 giờ, còn mấy tiếng nữa...

- Ờ...
Toàn lên tiếng:
- Chưa ai tới thì bốn thằng mình mở màn vậy. Tao "love W.C." mister Quang Nhẹ bài Nỗi Lòng Hoa Phượng...
Quang chỉnh bạn:
- Nỗi Buồn... Mày...
Toàn chống chế:
- Buồn hay lòng gì cũng được, tao thích lòng hơn... Ha...Ha...Ha...
Bốn đứa chúng tôi ngồi xuống chiếu, đàn ca hát. Quang vừa đàn vừa hát. Lâu lâu chúng tôi chêm vô vài câu gọi là góp vui. Ngồi chơi một lúc thì Nhi và Đức tới. Nhi gánh đủ thứ lỉnh kỉnh trên vai. Còn Đức vác hai thùng nước ngọt xá xị trên vai. Bốn đứa chúng tôi tạm dừng "chương trình ca nhạc" để phụ bạn sắp xếp bánh trái ra chiếu. Sơn hỏi:
- Bà Nhi mua nước ngọt sao không mua đá luôn?
- Có chứ. Chút nữa Thịnh với Thành chở tới. Nhi nhờ hai bạn ấy rồi.
- Ờ héng... Nhà Thịnh và Thành gần nhà máy nước đá cạnh cầu con Cóc... Nhờ chúng nó là đúng chóc.
Đức và Nhi tới không lâu thì tiếp đến là Đan, Hà, Lan, Ngọc... Thịnh và Thành nối gót theo sau. Thịnh và Thành, mỗi đứa chở một thùng xốp chứa nước đá bên trong. Trong lúc chờ đợi bạn bè đến đông đủ, chúng tôi cười nói rôm rả. Lan nhìn Quang, nói:
- Hôm nay phải yêu cầu Quang hát lại bài Nỗi Buồn Hoa Phượng mới được. Lan rất thích bài đó do Quang hát...
Sơn lên tiếng:
- Không chỉ riêng mình bà, hồi nãy thằng Toàn có "love W.C." bài đó rồi... Giờ hát bài khác đi.
Nhỏ Hà cười ngả nghiêng, hỏi lại:
- Cái gì mà "love W.C."?
Tôi chêm vào, trả lời nhỏ Hà:
- Nó nói tiếng bồi... bàn đó mà...
- Thằng Toàn ý có ba biết tiếng Anh rồi học lõm được vài ba tiếng Tây tiếng U đem ra phe đó.
Quang tiếp lời.
Thịnh chen vào, tỏ ra vẻ ta đây cũng hiểu biết tiếng Anh. Nó nhìn Hà, giải thích:
-"Love" là yêu. Còn "W.C." là "water closet" nhà cầu... Gộp lại là "yêu cầu" đó.
- Trời đúng là tiếng "bồi... bàn." Ủa mà tiếng Anh bàn là gì vậy 3T?
Hà hỏi lại Thịnh.

- Phải gọi là anh Thịnh nha cưng... Cái bàn, tiếng Anh là "table".

Tôi cắt ngang:

- Ờ... Nói chuyện tiếng Anh, mới nhớ. Tao nghe anh Quốc tao nói mai mốt lên cấp ba, trường Hoàng Văn Thụ mình phải học tiếng Anh đó...

- Tưởng gì chứ tiếng "Anh" mấy bạn nữ nói mỗi ngày mà...

Thịnh Ba Tê lại tiếp.

Cả đám con trai chúng tôi cùng cười:

- Ha... Ha... Ha...

Toàn quay sang tôi, hỏi:

- Ê... Nam... Tao nghe ba tao nói nhà mày sắp đi Mỹ, phải không?

- Tao cũng không biết nữa. Ba tao mới qua Mỹ có hai năm, không biết khi nào mới bảo lãnh nhà tao được. Tới đâu hay tới đó.

- Ừa... Mà mai mốt đi, nhớ đãi bạn bè một buổi liên hoan giống vậy nha. Không được đi trong im lặng như nhỏ Diệu, nhỏ Hạnh hồi năm lớp sáu nhé.

- Tụi nó đi vượt biển mà mày kêu đãi tiệc sao được...

Trò chuyện một hồi, bạn bè cũng từ từ kéo đến đông đủ. Khoảng một giờ trưa, Nhi tuyên bố lý do có buổi tiệc này. Nhi nói:

- Cảm ơn tất cả các bạn đã tham dự buổi họp lớp hôm nay. Tuy có một vài bạn không có mặt, Nhi thấy tiếc, nhưng cũng thông cảm cho các bạn ấy vì bận rộn ngày cuối năm... Cảm ơn Sơn đã giúp chúng ta có một chỗ họp mặt tuyệt vời... Nào, bây giờ chúng ta nâng ly chúc mừng năm mới.

Nhi vừa dứt lời, tiếng đàn và những tràng pháo tay giòn giã vang lên. Chúng tôi ăn uống, cắn hạt dưa và hát hò bên nhau. Khiêm, một người bạn trong lớp lên tiếng:

- Năm nay trường mình không có chương trình văn nghệ mừng năm mới, nhưng nơi đây, chúng ta có cây đàn và giọng hát số một của trường cơ sở Vĩnh Lương. Xin hân hạnh giới thiệu, ca nhạc sĩ Quang... Nhẹ...

Cả đám vỗ tay và cười rần rần với sự giới thiệu rất dí dỏm của Khiêm. Thấy mọi người nhìn mình chờ đợi, Quang tằng hắng rồi cất tiếng:

- Cảm ơn các bạn. Bây giờ Quang sẽ góp vui một bài hát mà do Quang sáng tác để tặng các bạn trong lớp của mình. Bài hát được mang tên "Tuổi Mộng Mơ"...

Cả đám im lặng, đợi chờ để lắng nghe. Giọng hát trầm ấm, nhưng vui nhộn của Quang cất lên: "Hồn nhiên tuổi mười sáu - Em áo trắng tới trường - Tung tăng chân sáo nhảy - Ta: Bỗng biết nhớ thương. Em mơ vướng tương tư. Anh - thơ vần rơi rụng - Ta: Chợt thích vàng thu

- Cùng mơ cùng cung tưởng - Thơ anh thơ con cóc - Em đọc cười vu vơ - Bảo rằng anh, chàng ngốc - Cứ thẫn thờ, ngu ngơ - Rồi một hôm lạ quá - Đất trời bỗng biến thiên - Anh ôm ngàn tâm sự - Theo biển hóa dã tràng - Xuân qua, Hạ lại đến - Em rời mái trường xưa - Lẻ loi, anh khàn tiếng - Ú ớ gọi người dưng - Đây những đóa phượng đỏ - Là nhân chứng cuộc tình - Nhưng em đâu còn đó - Để thấy đời trăm năm - Hồn nhiên tuổi trăng rằm..."

Khi Quang vừa dứt lời, cả đám vỗ tay rần rần. Nhỏ Lan len lén nhìn Quang, rồi cúi mặt xuống. Trang Thư Xanh, hỏi:

- Cho Thư hỏi nhỏ, nhưng hãy trả lời lớn là bạn Quang sáng tác bài hát vừa rồi để tặng ai 16 vậy kìa? Người đó có mặt hôm nay không?

Cả đám chúng tôi nhìn Quang chờ đợi. Quang trả lời:

- Quang viết bài hát này không tặng riêng ai hết mà là để tặng cho tất cả bạn bè lớp chín chúng ta. Tặng cho tuổi học trò rất dễ thương...

Nhi lên tiếng:

- Trang Thư hỏi, thì bây giờ Thư cũng hát một bài tặng lớp mình đi chứ? Bài gì nè cả lớp?

- Trang Thư Xanh.... Trang Thư Xanh...

Cả lớp chúng tôi nhốn nháo gọi tên bài hát tủ của Trang Thư. Cũng vì bài hát này mà chúng tôi đã thêm chữ xanh để "đặt tên" cho Trang Thư. Thằng Toàn lẩm nhẩm hát:

- Trang thư xanh... Em lén trao Thanh... Viết bằng bút máy... chẳng hay bay màu...

Cả đám cười ồ lên. Khiêm vỗ tay vài cái và hô lớn:

- Học sinh... Im...

- Lặng.... Lặng... Lặng...

Khi mọi người im lặng, Khiêm tằng hắng, cất tiếng:

- Nguyễn Văn Khiêm xin được hân hạnh giới thiệu cùng các bạn bài hát "Trang Thư Xanh" qua giọng hát của..."Trang Thư Xanh" và tiếng đàn của nhạc sĩ Điện Quang... Mời tất cả nín nghe.

Cả đám chúng tôi lại cười bò lăn xuống đất...

Chúng tôi đàn ca hát, đùa, giỡn, đến xế chiều, khi ngoại và dì của Sơn từ chợ về mới chuẩn bị vãn tuồng. Trước khi chia tay, chúng tôi hẹn nhau vào thứ Bảy tuần tới trước nhà Thu Trang để đi thăm cô giáo chủ nhiệm 9B, cô Bạch Yến, ở Cát Lợi.

Khi các bạn ra về gần hết, chỉ còn lại Sơn, Nhi, Đức và tôi. Tôi nói với Đức:

- Tao nói với anh Quốc tao rồi. Thứ Bảy tuần tới sẽ mượn xe của ảnh đi thăm cô Bạch Yến ở Cát Lợi. Anh tao đồng ý rồi. Mày đi với tao chứ?

- Ờ... Nhưng tao...
- Không sao, tao chở mày được mà. Nếu mệt thì mày đạp phụ tao. Tao cầm lái.
- Ờ... Quyết định vậy đi.
Nghe chúng tôi nói chuyện, Sơn chen vào:
- Mày đi chung với thằng Đức rồi tao sao?
- Thì mày đi chung với Nhi kìa.
- Trời... Tao sao chở nổi.
- Ai cần mấy người chở tui. Tui tự đạp xe đi.
- Mày đi với thằng Đức, vậy tao sẽ rủ con Khế đi chung.
- Ê...
- Ê... Cái gì mà ê... Nghe tới tên con Khế là phê, là mê, mới ghê...
Nó bỏ chạy ra xa, và nói tiếp:
- Hèn gì hôm nay tao thấy mày không được vui, chắc nhớ "quê hương có chùm khế ngọt." Ha... Ha.... Ha...
Thằng Sơn nó nói một tràng làm tôi không kịp phản ứng lại được một chữ nào. Tôi ấp úng một hồi mới thốt ra:
- Cái... Thằng... Bóng gió....
Mặt Sơn vênh váo, tôi muốn đánh vào mặt nó một cái ghê luôn. Chắc nó biết, nên tránh ra xa và tiếp:
- Ai biểu mày có bạn bự con bỏ bạn nhỏ con, nên tao phải tìm con Khế đi chung chứ...
Ba đứa nhìn nhau cười. Còn tôi đứng như trời trồng, đưa mắt trừng thằng Sơn. Phải chi có cái lỗ gần đó chắc dám tôi chui vào trốn mất.

Võ Phú

thời cầm con gà kéo
bằng đất sơn màu mè
miệng ngậm cũng gắng sức
thổi ra tiếng tò te
    gà kêu mà không gáy
    chỉ tại tôi vụng về
    nhưng những ngày tết nhất
    tôi vui trong chỉnh tề

bây giờ không gà đất
có gà nhựa, cao su
mượn cháu, tôi thổi thử
hiện ra con gà đủ
chính hiệu tôi thứ thiệt
loại gà nuốt dây thun
tết xuân cũng ngậm miệng
eo sèo thân con giun

NGUYỄN NHÃ TIÊN
Bến Xuân - cái đẹp của mọi thời

Không biết tự bao giờ cái *"Bến xuân"* trong âm nhạc của Văn Cao đã neo đậu vào trí nhớ của tôi như một cái bến quê nhà vừa lộng lẫy vừa thấm đẫm mùi hương thanh âm. Là một nghệ sĩ lớn của đất nước, hẳn sức vang hưởng âm nhạc của ông đã xây thành bao nhiêu bến bờ huyền thoại trong tâm hồn mọi người. Đấy có thể là quê nhà cho những nỗi bơ vơ trú ngụ, có thể là tình yêu cho mọi rung cảm xao xuyến gọi tên, là niềm thiêng liêng, là hồn nước réo gọi và thúc giục mọi bàn chân lên đường. Ông là bậc tài hoa lỗi lạc thuộc nhiều bộ môn nghệ thuật: Âm nhạc, hội họa và thi ca. Và, có lẽ vượt lên tất cả còn là: "Chữ tâm kia mới bằng ba chữ tài" (Nguyễn Du), chữ tâm theo cách hiểu là phẩm chất đạo hạnh (éthique) của một nghệ sĩ lớn, một nhân cách văn hóa lớn, chứ không phải chữ tâm trong ý niệm tìm kiếm một thiên đường hư vô nào đó.

Con người ta, có những rung cảm không tên không tuổi đầu đời, ấy vậy mà nó lại lắng sâu vào ký ức, hễ có dịp khơi dậy là lại hiện lên đẹp lung linh. Cái *"Bến xuân"* mà tôi nói đến là một bến bờ như thế. Không, có lẽ là chiếc nôi đời mẹ hát ru tôi thuở vỡ lòng thì đúng hơn. Từ đấy tôi tập tành hát những câu hát, cũng chẳng thuộc tròn bài tròn câu, cứ í ới hát theo mẹ câu nhớ câu quên - *"Nhà tôi bên chiếc cầu soi nước. Em đến tôi một lần. Bao lũ chim rừng hợp đàn trên khắp bến xuân..."*. Thú thật, tuổi tơ non vỡ lòng tôi cũng chẳng biết cái bài ca ấy là của ai. Chỉ là vui miệng tập tễnh hát theo người lớn, lâu dần thành quen, thành thuộc lòng. Đêm đêm nằm cạnh mẹ, tôi còn được nghe khá nhiều bài mẹ hát thời chiến tranh. Có những bài mẹ đã không cho tôi hát theo, mà lại còn nghe mẹ dặn dò rất kỹ càng: "Con không được hát những bài hát này, chớ dại người ta nghe được sẽ bắt đó". Về sau, khi đã lớn lên chút ít tôi mới hiểu ra đấy là những bài ca kháng chiến.

Có điều rất lạ là, mặc dù nghe theo lời mẹ dặn, tôi đã không dám hát những bài ca đó, vậy mà vẫn cứ nhớ một cách mơ hồ: *"Gió bấc tới đây xào xạc rung cây gió lá (lá) bay, một mùa đông bao người đan áo"*, hoặc là *"Mẹ già cuốc đất trồng khoai. Nuôi con đánh giặc đêm ngày..."*. Cứ thế, từ chiếc nôi đời *"Bến xuân"* ấy là cả một thế giới âm thanh của mẹ, nó cùng với những bài hát ru nuôi tôi lớn lên từng ngày. Nhớ nhất là bao lần tết, những đêm thức thâu đêm suốt sáng lăng xăng phụ giúp mẹ gói bánh, nấu bánh, những bài ca mẹ hát vào những đêm ấy dường như thấm đẫm mùi hương. Hình như mẹ tôi cũng chẳng rõ những bài ca ấy, bài nào của Văn Cao, bài nào của Phạm Duy và bài nào của Đỗ Nhuận... Mẹ hát cứ như từ vô thức vỡ ùa ra một tình yêu, một tiếng lòng, một nỗi nhớ nhung mơ hồ nào đó.

Khi đã lớn lên, mặc dù không theo học bộ môn âm nhạc, nhưng nhờ vào những hoạt động văn nghệ cùng với những người thầy và bè bạn, từ đó tôi mày mò tìm hiểu về lớp nhạc sĩ tiền bối, những cánh chim đầu đàn của nền âm nhạc Việt Nam, như Thẩm Oánh, Lưu Hữu Phước, Lê Thương, Đặng Thế Phong... Trong một tiểu luận "Thời tiền chiến trong tân nhạc" của Lê Thương (NXB Kẻ Sĩ – 1970), đoạn ông viết về Văn Cao như sau: "Đầu tiên phải kể đến Văn Cao, nhạc sĩ nổi bật từ năm 1945 với những tác phẩm: Thiên thai, Trương Chi, Buồn tàn thu... được ưa thích khắp nơi. Với tư cách chiến sĩ, Văn Cao sáng tác thật nhiều nhạc chiến đấu..., ta chỉ cần nhắc tên ít bài như: Tiến quân ca, Bắc Sơn, Chiến sĩ Việt Nam, Thăng Long hành khúc...". Lê Thương còn nói đến do hoàn cảnh lịch sử nên một số chi tiết ông ghi lại chưa hoàn toàn đích xác được. Dù vậy, đối với chúng tôi bấy nhiêu thông tin có được cũng đã quý lắm rồi, bởi thời chiến tranh ở các đô thị miền Nam không dễ tìm kiếm những tư liệu như thế. Sau ngày đất nước hòa bình, nhờ vào nguồn sách báo mới xuất bản của giới nghiên cứu âm nhạc, kể cả những bài viết của Văn Cao, chúng tôi mới có cơ hội tìm hiểu về tầm vóc cuộc đời của người Nhạc sĩ Quốc ca.

Trong một bài viết "Tại sao tôi viết Tiến quân ca" của Văn Cao đăng trên tạp chí Sông Hương số tháng 5 năm 1992, Văn Cao viết: "Sau triển lãm duy nhất 1944 (Salon Unique), tôi về một căn gác hẹp đầu phố Nguyễn Thượng Hiền. Ba bức tranh sơn dầu của tôi tuy được trưng bày vào chỗ tốt nhất của phòng tranh nhà Khai Trí

Tiến Đức - và được các báo khen ngợi nhưng cũng không bán nổi. Hy vọng về cuộc sống hội họa tại Hà Nội không thể thực hiện được...". Hội họa đã như thế, còn đối với âm nhạc và thơ văn, Văn Cao đã sống trong một hoàn cảnh nào có hơn gì." - Tôi chưa bao giờ nhận được tiền nhuận bút về các bản nhạc viết hồi đó, dù đã trình diễn nhiều lần ở các tỉnh từ Bắc tới Nam, tôi cũng không nhận được tiền nhuận bút về thơ và truyện ngắn... Năm ấy rét hơn mọi năm... Có đêm tôi phải đốt dần bản thảo và ký họa để sưởi. Đêm năm ấy cũng dài hơn mọi năm. Những ngày đói của tôi bắt đầu...". Gia đình ông vào thời đó, và cả bao người dân đều lâm vào cảnh đói khổ. Chính thời điểm đó, Vũ Quí - nhà hoạt động cách mạng, cũng là người thường khuyến khích Văn Cao sáng tác những bài hát yêu nước, hai người gặp nhau, từ đây đã quyết định cuộc đời mới của Văn Cao. Ông đứng vào hàng ngũ đội quân kháng chiến với nhiệm vụ đầu tiên được giao: "Soạn một bài hát cho quân đội cách mạng chúng ta". Và đêm ấy trên căn gác hẹp 45 Nguyễn Thượng Hiền, Văn Cao đã viết ra những nét nhạc đầu của bài "Tiến quân ca".

Sở dĩ trích lời khá dông dài là vì tôi muốn nói đến cái đạo hạnh, thứ phẩm chất làm nên một nghệ sĩ lớn, một nhân cách lớn. Tài năng và sự nghiệp của Văn Cao thì đã rõ ràng, các nhà nghiên cứu đã có thể lật từng khoảnh khắc thời gian để nói đến từng tác phẩm. Ví như: Buồn tàn thu (1939), Thiên thai (1941), Bến xuân, Cung đàn xưa (1942), Trương Chi, Suối mơ (1943)... cho đến những bài ca kháng chiến như: Tiến quân ca (1944), Bắc Sơn (1946)... Ngay trong thời khói lửa chiến tranh, ông và bà Nghiêm Thúy Băng cưới nhau, tình yêu và tinh thần ra trận cũng là thứ men cảm xúc để Văn Cao viết nên những ca khúc: Làng tôi, Ngày mùa, Trường ca sông Lô, Tiến về Hà Nội... Nói như Đặng Tiến: "Văn Cao luôn luôn vươn tới nếp sống, lối suy nghĩ, cách sáng tạo tân tiến..." (Diễn đàn. Số 44. Tháng 9/95). Nhưng tôi muốn nhìn Văn Cao như một hiệp sĩ của đức tin đã vượt thoát mọi cám dỗ và đạt tới sự nhẫn nại vô cùng. Đức tính nghệ sĩ của ông bộc lộ trong tác phẩm chỉ là một phần trong toàn thể cái phẩm chất cao đẹp mà ông đã đi suốt con đường định mệnh của mình.

Từ sau ngày đất nước hòa bình, núi sông liền một dải, con người và cây cỏ như muốn bay lên reo vang niềm hạnh phúc. Trong men say ngất ngây đón cái Tết hòa bình đầu tiên 1976. Sau một quãng thời gian dài im lặng, Văn Cao viết "Mùa xuân đầu tiên", góp vào bầu trời âm nhạc Việt Nam một phân khúc trong hợp xướng giao hưởng êm đềm hoan ca cùng hòa bình đất nước: *Rồi dặt dìu* mùa xuân theo én về. Mùa bình thường mùa vui nay đã về. Mùa xuân mơ ước ấy đang đến đầu tiên...". Giai điệu ca khúc hòa quyện với ca từ êm ái, gieo bao niềm xao xuyến dặt dìu như ban phát niềm bình yên mát rượi cho mọi tâm hồn. Nghe nhạc ấy, ai cũng có được cái cảm giác như đón lấy những thanh âm thanh khiết. Như rót vào trái tim mình và lan tỏa nhịp nhàng thành một cộng hưởng rung cảm, để từ đó lấp lánh bao sắc màu hiện lên trong mắt người một thế giới vĩnh cửu thanh bình tựa như cổ tích:

" *Với khói bay trên sông, gà đang gáy trưa bên sông, một trưa nắng vui cho bao tâm hồn*".

Có thể nói hình ảnh mà âm nhạc và ca từ "Mùa xuân đầu tiên" xây thành là thứ hình ảnh thanh bình đạt tới sự bình an như ca dao xưa mẹ hát ru con: *Thời thái bình cửa thường bỏ ngỏ*". Nghĩa là thế giới ấy, nơi không còn bóng tối, không còn tham vọng mưu toan, nơi mọi cửa nhà không cần then cài cửa đóng để gió hòa bình len vào, lắng sâu vào tất cả. Hay có thể nói khác hơn, đấy là một thứ sóng ngầm tạo ra những rung cảm nghệ thuật để "Mùa xuân đầu tiên" mãi mãi là đầu tiên, dư vang còn nóng hổi trên tay người *"nước mắt trên vai anh, giọt rơi ấm đôi vai anh, niềm vui phút giây như đang long lanh"*.

Tôi lại nhớ tới cái "Bến xuân" của Văn Cao trong cái thiên đường ký ức ngập tràn khói sương hoa niên của mình. Như đã nói, ở vào cái tuổi vụng dại ấy tôi nào hiểu gì về âm nhạc. Nhưng có điều chắc rằng, nếu thiếu đi những cái "Bến xuân" mà hằng đêm giọng mẹ thường ngân nga cùng với những "Ngày mùa; Làng tôi..." thì cái thiên đường lung linh ký ức ấy hẳn sẽ nghèo nàn, sẽ guộc gầy những giấc mơ đẹp.

"*Nhà tôi bên chiếc cầu soi nước. Em đến tôi một lần. Bao lũ chim rừng hợp đàn trên khắp bến xuân*".

Tôi là ai trên cái "Bến xuân" mơ hồ thăm thẳm ấy. Là cánh chim rừng hợp đàn, hay là thằng bé sớm biết lãng mạn để nhận ra nhánh sông con xa vắng chảy qua trước nhà mình vào những chiều ngóng mẹ về qua bến đò ngang. Dòng đời trôi cứ trôi, nỗi nhớ thì ở lại, còn niềm quên thì xuôi về biển cả. Có ai ngờ hạt giống từ những câu mẹ hát đã gieo vào tôi lắng sâu, để về sau mỗi khi cầm bút, có những lúc ngồi thừ người ra nhớ mẹ, thằng bé mồ côi - là tôi lại thường nghêu ngao *"Nhà tôi bên chiếc cầu soi nước"*.

Nối cái "Bến xuân" ngày xưa ấy vào cái "Mùa xuân đầu tiên" bây giờ. Ngẫu nhiên làm sao bữa ấy các cụ quây quần lại mái nhà xưa say sưa ca hát. Không có niềm xúc động nào hơn được nghe

thấy bà Nghiêm Thúy Băng vừa vỗ nhịp vừa hát... Chẳng ai bảo ai, từ một nơi cách xa cái điểm hẹn
" Bến Xuân" ấy cả ngàn cây số tôi và anh em bạn bè văn nghệ của mình cũng cất tiếng nghêu ngao. Hát như thấm đẫm men say, như nhớ mẹ mà hát. Gần tròn thế kỷ hoạt động âm nhạc, sức sống của âm nhạc Văn Cao minh chứng cho chúng ta về cái đẹp cao cả, cái đẹp của mọi thời đủ sức chiến thắng thời gian. Với tôi, chừng như nhạc của ông cất lên bất cứ nơi đâu là những quãng vắng hiện ra một xứ sở thanh bình tươi xanh êm ả, một nơi *"Từ đây người biết yêu người..."*. Thế giới ấy cũng là nơi giúp người ta an trú vào đấy nghỉ ngơi và tỉnh thức. Để ngày qua, tháng qua, mặt đất bớt đi những gập ghềnh, để mọi giấc mơ về cái đẹp sinh thành mùa xuân nối tiếp những mùa xuân!

Nguyễn Nhã Tiên

THÁI THỊ LÝ
Hương Xuân

Nói đến "Hương Xuân" thì kể như bao trùm vạn vật! Đó là tinh túy của đất trời hòa quyện cùng vạn vật cỏ cây hoa lá, với tình người, là biết bao hình ảnh, hương sắc của mùa Xuân. Tôi không có tham vọng, mà dẫu có cũng không thể thực hiện được cái điều quá lớn ấy, không khéo sẽ làm mọi người thất vọng, mà không chừng còn bị chê trách "dao to, búa lớn"! Ở đây, tôi chỉ muốn nói đến chút dư hương của những ngày này năm cũ còn đọng mãi đến giờ; để những khi khí trời trở lạnh, gió bất tràn về, mưa phùn rắc giọt, thời tiết chuyển mùa sẽ gợi nhớ, gợi thương...

.....Tết, tết, tết... đến rồi! Rất gần trước ngõ, con bé con chộn rộn bên bà nội để canh me thau mứt Tết! Tết ngày ấy thơm lừng hương gừng, hương cốm, thơm mùi mè, mùi đậu rang ửng vàng, béo ngậy nếu "lén thử một vài hạt" (😋); mùi mứt Tết xâm lấn ....Tiếng đóng cốm vang vang, tiếng giã gạo, cả tiếng pháo đì đùng khi xa lúc gần. Đầy trong không gian là âm thanh của Tết! Trên đường phố, nhan nhản các gánh hoa giấy đủ màu sặc sỡ, những giỏ nổ (nếp rang nở đều dùng làm cốm) đầy trước chợ; hàng đồ đồng với lư, chân đèn sáng choang, rộn rịp người mua kẻ bán! Những gánh hàng rong quảng cáo ầm ĩ... Chưa Tết mà vui lắm! Con nhỏ đó thích lượn lờ để ngắm nghía, đầy tò mò, thích thú... và cả những phiên chợ đêm thường đông vui vào những ngày áp Tết... Mua, nó thích mua, không chỉ mua vài món mà là mua tất cả! Chẳng biết để làm gì, nhưng nó thích lắm! Rồi buổi tối, nó theo chầu chực bên thau mứt của bà, khuya mấy cũng theo, bà đặt lò rim ở ngay trên nhà, sát cái giường ngủ, nó cứ chập chờn nửa thức, nửa ngủ, bà rim gừng, dừa thì không sao nhưng món khoai rim thì mới hồi hộp! Mới đặt lên bếp, không sao nhưng khi đường bắt đầu "dính đũa" là hồi hộp lắm! Vì sao à? Vì cái mùi thơm đã lên đến đỉnh, vì bà khéo quá! Hai đầu đũa như múa trên những miếng khoai vàng tươi, bóng lộng, trong lòng nó chỉ mong khoai "bể", chỉ bể một miếng thôi cũng đủ thoả dạ; ừ, chỉ bể một miếng thôi là tôi có phần, nhưng bà khéo quá! Trong lòng con bé cứ hồi hộp, ước ao và cả cầu xin Ông Địa cho bà bể một miếng đi! Ôi, mứt sắp ra lò, nóng hổi, ngát hương, nếm vào vị ngọt béo, mềm mại trên đầu lưỡi mới thật là đê mê! Nó đu theo bà chỉ cầu mong có thế! Rồi cuối cùng thì được ôm luôn cái thau, sau khi bà đã đưa tất cả mứt lên "nia" chờ sáng mai phơi, và hình như bà cũng rất tâm lý, khi nào cũng để lại cho cháu vài vụn khoai còn thêm cho một miếng ngon... Ôi, "mứt mới ra lò" ngon đáo để, hơn cả gừng, cả bí, cả dừa... những món này tôi chỉ chờ vét vụn, gói vào tờ giấy vở, sáng mai đến trường, cả nhóm bạn sẽ tíu tít reo vui chớ không kỳ công chờ đợi như món khoai... Nhớ quá, tuổi thơ chờ Tết...

Mãi sau này, tôi ra riêng, những ngày giáp Tết không còn vô tư nữa, mà là nỗi lo canh cánh, cũng bắt chước bà, lo vài món mứt, nhưng điểm khác là: vì đã biết vị ngon của "mứt mới ra lò", nỗi thèm thường khao khát được nếm vị ngon, nên xong món nào, tôi chọn ngay những miếng nguyên ngon, để riêng gọi là "để cúng Ông Bà", còn lại... giải tán tại chỗ cho các nhóc nhà mình, chứ thiệt tình món gì cũng chờ Tết, Tết đến nó "no con mắt" có ăn đâu! Nhà mình lại ở "xóm quê" nên nhớ nhất là tiếng thợ thiếc gõ đều, vang xa, càng khuya càng rõ mồn một... ngày ấy hơi bực mình, khó chịu vì thật khó ngủ nhưng sao giờ... nhớ quá, nhớ cả tiếng bước chân rậm rịch ngoài rào, nhớ luôn tiếng gọi í ới ngoài ngõ, bất kể sáng chiều khi người ta cần mua dừa, hái me của nhà tôi; một món thu nho nhỏ trang trải cho ngày Tết, có khi là áo quần mới cho con, có khi là đường, là nếp, đậu...

Mùa Xuân năm nay như ở đâu xa lắm! Tít tận trời cao hay sao ấy! Chỉ thấy mưa gió sụt sùi! Trời tối tăm mù mịt! Cả quyển lịch cũng vậy! Sao tôi chẳng đọc thấy "lịch tiết" trên ấy, để còn biết "đại hàn, tiểu hàn, nhất là ngày lập Xuân" để chờ mong những giọt mưa Xuân lất phất! Thiếu nhiều quá! Hương sắc mùa Xuân hình như quá nhạt nhòa, cảnh Xuân mất hẳn màu tươi, lòng Xuân không còn phơi phới... đôi tay lam lũ như không còn đủ sức dang rộng ôm lấy trời Xuân, khí trời thiếu sự ấm áp, cái nắng cũng không hanh vàng rực rỡ như xưa! Có phải chăng lòng mình đang già cỗi, hay là mãi ngóng đợi những thứ đã thật sự xa vời, đã rời khỏi tầm tay... Cũng không biết nữa!

Thôi thì, hãy tự an ủi, lòng tự dặn lòng: cố vui, cố giữ niềm hy vọng! Hãy thôi, "đừng bới tìm dĩ vãng" để tìm chút dư hương! Tất cả đã trở thành kỷ niệm! Tuổi đời chồng chất, vui với cháu con! Hương vị mùa Xuân sẽ ngát thơm, tỏa ngời từ tấm lòng con cháu vậy! Hãy đón nhận như đón "lộc Trời" ban phát bằng tất cả sự hân hoan! Hương Xuân giờ có khác!

oOo

Nói là nói vậy thôi chứ sao có thể dừng "nhớ", nỗi nhớ của cụ bà tuổi ngoại thất tuần mà còn "nhớ dai" có tiếng... Ký ức dẫn tôi về "ngày xưa", Mùa Xuân Năm ấy! Tháng Chạp Ấy.

Tạm gọi là THÁNG CHẠP XƯA!

Xưa! Là vì tôi đang muốn viết lại "Đoạn đời tự kể" cách nay cũng ngót 42 năm! Cũng đủ cho nửa đời người! Tháng Chạp năm Giáp Tý!

Từ năm 1982, vợ chồng tôi ra riêng. Nhà có mảnh vườn nhỏ, chú Huệ, người chủ cũ đã truyền cho vợ chồng tôi nghề "trồng hoa" bán Tết! Ôi! Chồng là dân café, ca nhạc, thơ thẩn... mơ và mộng. Vợ chánh hiệu dân "sách vở", biết gì ngoài việc học hành? Vậy mà giờ "chuyển cấp tốc" làm nông dân. Nhưng để sinh tồn, để lo cho cuộc sống, nhất là cho... con cái và cả cái tương lai trước mặt nên cả hai đã tự thích nghi, dẫu quả là vất vả tưởng chừng quá sức chịu đựng.

Mua xong nhà, chẳng còn đồng vốn trong tay. Để gầy được vườn hoa bán Tết, tôi đã bán đi cả những vật kỷ niệm của mình, của con... để mua hạt giống, mua phân, mua cát... công thì vợ chồng cùng ra tay. Để có hạt giống chồng đã phải lên tận Đà Lạt, nhờ anh Hiền là bạn chí thân dẫn đường, nghe kể lại rằng: Cả hai anh em phải băng qua đồi, lội vào tận sâu trong làng, giữa đêm sương lạnh giăng giăng, bốn bề tăm tối, chỉ có tiếng chó sủa xa, gần... đêm đen mù mịt, đi mà sợ và hoang mang lắm! Tôi ở nhà cũng phập phồng trông ngóng, bụng mang dạ chửa, thêm đứa con đầu lòng mới 3 tuổi... lo đủ phương! Lo người đi xa có an lành không? Lo ở nhà vườn rộng, chỉ mỗi 2 mẹ con, cháu lại đau ốm thường xuyên, đêm hôm tăm tối... Thật ngồn ngang trong dạ.

Người về... hạt giống theo về, nỗi vui mừng khôn xiết... nhưng, biết hạt giống sao đây?! Lỡ mà gieo không lên mầm thì sao? Phải tính khít khao ngày gieo hạt, đánh lãnh... che nắng, chắn mưa... Hạt nẩy mầm, cây lên khoẻ... mừng lần 1. Mang cây cấy vào các lãnh, mừng lần 2. Mỗi chiều, có khi cả sáng (nếu mưa) chồng đều đặn tưới cây bằng bình hoa sen, hai tay, hai thùng, phất đều trên từng lãnh đất, lúc đầu còn lóng cóng dần dần cũng trở nên chuyên nghiệp. Cứ trải dài như vậy... , hôm thì dặm phân, bắt sâu, xới gốc...

Tháng Chạp đến, vui lần 3, cây đã cao, nụ hoa lấm tấm... chiều nào cũng chồng tưới, vợ ngắm nghía, đếm thầm, ước tính số lượng cây hoa kịp bán Tết, rơi rớt, nở sớm thì sẽ bán Rằm tháng Chạp, đưa Ông Táo... các khoản lai rai này sẽ giải quyết việc mua sắm linh tinh. Năm ấy, vợ chồng vui lắm! Mừng khôn xiết. Niềm vui lần 4. Bởi vì theo ước tính trên vườn hoa, số hoa kịp Tết sẽ lên đến 3000 cây. Con số không nhỏ, với giá 5đ một cây thì trúng to rồi! Nhưng... làm sao bán? Chỉ có bán mão cho dân buôn thôi! Cầu được, ước thấy. Chị bạn dạy cùng trường có mẹ và em chuyên bán hoa chợ xa, xuống xem vườn, thật ưng ý, vì hoa năm nay đẹp lắm, cây chắc khoẻ, lại nhiều nụ, nở đúng vụ. Thú thật, tôi cũng không quen việc mua bán, nên khi có người muốn mua hết cả vườn thì mừng lắm! Họ ra giá 5đ một cây đúng như tôi dự tính nên không hề kèo nài thêm, gật đầu tại chỗ. Hẹn: Chiều 27 Tết, nhổ sẵn, bó gọn, tối họ sẽ đến nhận để bán chợ khuya. Vào nhà, chồng hỏi vợ:

- Sao em không yêu cầu đặt tiền cọc?

Tôi ngớ ra. Ừ đúng rồi! Sao mình lại dại dột vậy? Nhưng nghĩ lại và trả lời luôn:

- Chỗ chị em, bè bạn, nói tiền bạc ngại lắm! Con gái bác ấy dạy cùng trường mà, xa lạ chi đâu?

Vẻ mặt không vui, chồng thêm:

- Thì tùy em!

Liền sau đó, rồi sáng sớm ngày mai, có vài người đến kêu giá 6đ, rồi 6,5đ; nhưng đã hứa rồi nên thôi, dù rằng họ đòi nhổ liền tại chỗ. Hai vợ chồng cũng tiếc lắm! Bán ngay tại chỗ, "tiền trao tay", lại được giá cao, nhưng "chữ tín làm đầu", tôi không quen tráo trở, mất lòng bè bạn, vả lại tôi đã hứa với mẹ bạn, cũng như với người trên, có nhiều mấy cũng thôi, không tiếc nữa!

Rồi chiều 27 cũng đến, vợ chồng phân vân nghi hoặc, một linh tính nào đó, làm cho tôi cảm thấy bất an, "nhổ- không nhổ"... Trời tối rất nhanh, tôi cũng quyết định rất nhanh, thôi, không nhổ! Có gì chong đèn nhổ vậy. Ôi Trời! Họ thất hứa. Đất Trời sụp đổ. Sao đây? Làm sao đây? 3000 cây hoa. Tôi lại không quen mua bán, đang bụng bầu 6 tháng! Đêm ấy, vợ chồng ôm nhau mà "khóc". Ôi! Mưa tháng Chạp. Chồng khóc vì sao, tôi không biết! Nhưng tôi thì chắc chắn khóc vì đau, đau lắm! Đau buốt tâm can! Giờ đây, nhắc lại cái đau buốt ấy vẫn vẹn nguyên. Tôi đau vì cái trách nhiệm nặng nề, mua bán mà không cẩn trọng, thương sự lao nhọc của chồng từ khi mua hạt cho đến chăm bón từng ngày, tôi cũng khổ nhưng "bụng làm dạ chịu"! Thương con gái, khổ theo cha mẹ. Tháng Chạp, xứ tôi, gió buốt thấu xương, nhà không ai, chiều nào phải xới gốc, tưới phân thì tôi mặc cho cháu 2 lớp áo ấm, đội nón len, quàng khăn, rồi cho ra ngồi trên thềm cao của cái nhà xí, cho một cây đèn dầu thêm một que tre... kèm lời dặn:

- Có gió thì tay này con che đèn, để tay xa không sẽ bị nóng; tay kia cầm que tre, thỉnh thoảng con gõ xuống nền, tạo âm thanh chứ không mẹ sợ con rắn lắm!

Dặn dò con xong, còn hai vợ chồng thì kẻ soi đèn người xới gốc, tưới phân! Vật vã, gian nan, công sức của cả nhà; giờ đây chỉ vì cái dại của mình mà ra nông nỗi... Còn việc mua sắm Tết nữa, ơn nghĩa một năm, cúng kính ông bà... tất cả đều trông vào vụ hoa này... Ôi! Tất cả là do mình...

Nhưng rồi, tất cả cũng sẽ qua! Qua như thế nào thì cũng sẽ qua! Sáng sớm, tôi đến trường với đôi mắt đỏ hoe, sưng húp... mọi người biết chuyện! Bạn bè trấn an:

- Tụi tui bán cho, lo gì!

Trong đó có cả chị bạn con của bác mua hoa rồi... bỏ. Bạn thân mà cũng gần như chị kết nghĩa vào bán giúp. Giáo viên trường chồng cũng không quản ngại, gia nhập đội ngũ, vợ chồng tôi chỉ làm mỗi việc: Vận chuyển hoa lên chợ! Vậy là tôi có 6 "gian hàng" giữa ồn ào, náo nhiệt của chợ Tết. Oai chưa? Không biết năm đó tôi "xúi quẩy" hay không có tay mua bán mà sao cứ hàng nào đắt khách, tôi sang phụ thì hầu như khách bỏ đi hết... cứ vậy, đến nỗi chị em "đuổi" luôn:

- Thôi về nghỉ ngơi đi! Hết hoa Nghĩa về chở lên, để tụi tui bán cho!

Thu nhập khả quan, hoa bán cũng hết số 3000 cây, có điều "theo chợ" lúc đầu cao giá, sau thì... kiểu gì cũng bán. Nghĩ lại, tôi thật lòng nhớ ơn các bạn! Tấm lòng bè bạn thật quý hơn châu ngọc!

Chuyện xưa giờ kể lại, lòng luống ngậm ngùi. Tâm trạng chờ đón Xuân về giờ khác xưa rồi. Vợ chồng tôi không tất tả ngược xuôi, không chong đèn bắt sâu, xới đất nữa. Cứ an nhiên dạo chợ, xem hoa... Nhưng chuyện xưa vẫn canh cánh bên lòng. Và hình như Tết bây giờ con cái lo cho mình tươm tất, chảnh choẹ hơn ngày trước mình lo cho chúng nó. Cũng thoáng chút bâng khuâng! Thôi thì xem như bọn mình được hưởng "phước trời lộc con" vậy!

Thái Thị Lý

ĐẶNG KIM CÔN
Mùa Xuân, Nếu Có Thật

Tháng Hai năm ấy, sau những ngày nghỉ phép ăn Tết ở quê nhà, Châu trở lên đơn vị. Đoạn đường bộ Tuy Hòa-Phú Bổn phải đi vòng theo ngả Qui Nhơn, lên Pleiku, rồi mới xuống Phú Bổn. Ngay trạm vé Tuy Hòa, trong khi chờ lên xe, Châu làm quen với Kim, một cô gái khá đẹp và tình cờ họ có số ghế ngồi sát bên nhau.

Con đường đầy ổ gà, đầy những hầm hố do những quả mìn Việt Cộng gài đã nổ trước đó, nằm trợn trừng như hốc mắt của những con ác quỷ khổng lồ, đang từng phút đe dọa những chuyến xe chẳng đặng đừng phải nín thở bò qua. Xe xóc mạnh, hành khách trên xe lắc lư nghiêng ngả vào nhau, lúc đầu có người còn nói lời xin lỗi, đến mấy chục lần sau thì chẳng còn ai để ý. Kim cố gắng để khỏi chạm vào Châu nhưng cũng chỉ được một lúc, xe chạy được vài chục cây số thì cơn buồn ngủ ập đến và nàng say sưa ngủ. Say sưa đến nỗi nàng ngả đầu vào vai Châu không hay biết và có lẽ Châu cũng chỉ mong được vậy. Có lúc do xe xóc mạnh quá, đầu nàng bị vuột xuống khỏi vai chàng, rồi nàng cũng lại tự nhiên như mộng, đặt đầu trở lại vai chàng như cũ và chàng hiệp sĩ cơ hội ấy đã dũng cảm luồn cánh tay ra phía sau đỡ lấy đầu nàng.

Một tiếng nổ hãi hùng phía trước, cả xe nhốn nháo, bàng hoàng, Kim thức dậy, hoảng hốt chụp lấy Châu ôm cứng. Thảng thốt nhận ra mình đã ngủ trong cánh tay chàng, nàng lí nhí:
- Em xin lỗi.
Chàng hiệp sĩ khoan thai, điệu đà, từ tốn và vô cùng độ lượng vuốt nhẹ mái tóc nàng, cho đầu nàng cứ tự nhiên dựa vào sát vai chàng:
- Không sao đâu.

- Em buồn ngủ quá. Chuyện gì vậy anh?
- Chắc có chiếc xe nào phải mìn đằng trước.
- Em sợ quá, có sao không anh.
- Không biết. Trời kêu ai nấy dạ.
- Kinh quá.

Chiếc xe vẫn phải nhắm mắt lao nhanh về phía trước. Quả là có một chiếc xe Lam đã cán phải một quả mìn đang bốc cháy, nhiều tử thi văng ra khỏi xe xám xịt. Tài xế xe chàng vẫn không dám chậm lại, lách qua những xác cháy mà đi. May mà sau tiếng nổ không có những loạt đạn tàn sát lệnh đi kèm nên xe của họ đã thoát qua khỏi móng vuốt của con dã thú đang ngoác mõm máu me kia, đếm từng cây số bình yên trườn tới, và dĩ nhiên, không ai nghĩ là đã an toàn. Nhiều người trên xe lâm râm khấn vái, người thì lạy Đức Mẹ, người thì cầu Quan Thế Âm. Để đỡ sợ, nàng bắt chuyện:

-Tội nghiệp họ quá. Trên xe kia chắc có nhiều người còn sống, nhưng nếu lính mình không đến cứu kịp thì chắc chết hết.

-Biết sao bây giờ. Mình cũng đâu thể dừng lại cứu. Nếu nói may thì cũng ác, nhưng một chiếc xe Lam mười mấy người cũng đỡ hơn là một chiếc xe khách bốn năm chục người.

-Anh có thường đi đường này không?

- Không cô. Nhưng có nhiều người ngày nào cũng phải lội qua lội lại. Những cái chết rồi cũng quen thuộc với họ đến chai lì.

- Trời ơi, lạnh lùng đau đớn quá. Không thể kiểm soát được sao?

- Có chứ cô, nhưng lính đi qua thì họ lại gài, ai giữ nổi những rình rập cố tình?

- Nổ hoài vậy sao?

- Thì công tác của họ chỉ có thế mà. Ngày nào họ cũng gài, nhưng hầu hết lính mình gỡ hết, rút kinh nghiệm, họ chờ lính đi qua rồi bò ra gài tiếp, bị gỡ nữa thì họ lại gài.

- Ai chết cũng được sao?

- Đó là chiến công của họ mà. Trời kêu ai nấy dạ, phải chấp nhận thôi. Giống như thấy người ta chết có phải đau lòng thì cũng cứ phải né mà đi. Ngay cả một cái tay, một cái chân bị mất đi, khó khăn đau đớn một lúc rồi người ta cũng phải sống, phải sống nghĩa là phải cứ lội mìn bẫy, đội đạn bom đi kiếm miếng cơm, manh áo. Tôi và cô, hành khách trên xe không phải cũng đang băng qua cái đám thuốc nổ mà không biết cái ngòi nổ sẽ cài ở đâu, lúc nào sao? Cái tư tưởng trời kêu ai nấy dạ đã an ủi trấn an, mọi người. Thôi làm ơn ngủ đi. Ngủ một giấc là đến nơi, quên hết mọi thứ. Có còn buồn ngủ không?

- Dạ có. Nhưng mà tội nghiệp cái vai của anh.

- Có đâu. Cái vai nó thích mà. Nó cứ ngỡ nó đang mơ có một nàng tiên đang hôn nó. Có phải đi xe nào cũng ngủ thế không?
- Ghen bậy rồi. Chỉ mỗi cái vai này thôi đã bị đánh giá rồi. Tội lỗi là do hai ngày qua phải đi một quãng đường dài quá, đến Tuy Hòa nhỏ bạn lại dắt đi dạo phố đến khuya, về nhà lại nấu nướng ăn uống, nói chuyện thâu đêm. Sao không nói là cái vai anh kiếp trước khéo tu? Hì hì. Ờ mà cái vai anh nó đi tới đâu vậy?
- Nó đi theo cô.
- Nó biết cô nó đi đâu mà theo?
- Nói cho nó biết được không?

Và họ nói cho nhau nghe về họ, Kim thì ở Lâm Đồng, vừa mãn khóa Đại học Sư phạm mấy tháng, dạy Anh văn kiêm thêm một số giờ Việt văn ở một trường Trung Học thành phố Kontum, cũng về nghỉ Tết, trên đường trở lại trường ghé lại Tuy Hòa thăm cô bạn cùng khóa. Châu là một Trung úy Pháo Binh, đơn vị đồn trú tại Cheo Reo. Vậy là họ cùng chung một lộ trình gần 300 cây số gian nguy.

Đến Sông Cầu, cảnh sát và quân cảnh chặn tất cả xe cộ lại và thông báo có chiến sự giữa đoạn Sông Cầu - Xuân Lộc. Bến Xe Sông Cầu đông nghẹt người, nhà trọ hết chỗ, hàng quán tha hồ cắt cổ. Đi cầu, đi tiểu, rửa mặt đều phải tốn tiền cho nhà vệ sinh của bến xe, của quán xá, của nhà trọ. Người ta chưa hết hoang mang này đã tiếp theo bàng hoàng nọ. Buổi tối họ dồn lên xe ngủ trên chỗ ngồi của họ. Mệt mỏi, căng thẳng, làm đầu óc họ lịm đi. Ngủ. Chuyện gì phải đến thì cứ đến. Châu và Kim như đã gắn bó vào nhau, chỗ ngồi của họ là hàng ghế đôi riêng biệt với phía hàng ba ghế nên khi những giấc ngủ ngồi đã mỏi, họ có thể thay nhau nằm, đầu người này gối lên đùi người kia, êm đềm, quyến luyến. Qua đêm, phải đến gần trưa hôm sau, người ta mới cho xe rời bến.

Bến Qui Nhơn, cũng không còn bán vé Pleiku. Xe Pleiku chỉ xuất bến trước 10 giờ sáng để kịp về đến bến Pleiku trước khi trời tối. Những hành khách đi xa không còn chuyến, phải lang thang tìm chỗ ngủ. Châu và Kim có được một phòng trọ nhỏ - mà nếu họ muốn có hai phòng cũng không thể. Họ đi ăn, uống café đến khuya về nằm bên nhau, tự nhiên thân thuộc.
- Em có sợ trễ phép không?
- Chắc không sao. Có lý do mà.
- Có sợ không có anh bên cạnh nữa không?
- Làm như quan trọng lắm. Không có anh thì em cũng đến đây. Em cũng đã đi một mình hai mấy năm nay.
- Nhưng mà thiếu cái vai anh để ngủ.

- Thì dựa vai người khác.
- Thật?
- Dạ không thật.

Họ hôn nhau nụ hôn đầu tiên. Họ ôm nhau nằm, đằm thắm, dịu dàng. Café không làm cho họ mất ngủ. Và nếu ngày mai trời có sập thì họ cũng không tiếc là họ đã vẫn nâng niu, gìn giữ, trân trọng nhau. Đến sáng, dù vẫn thấy luyến tiếc chiếc giường, họ cũng phải ra bến kịp lấy cho được hai vé Pleiku.

Điều không ngờ trước được là đến Phú Phong, huyện Bình Khê, cách Qui Nhơn bốn, năm chục cây số, xe cộ lại phải dừng để chờ thông một đoạn đường phía trước bị Việt Cộng đắp mô, đào đường đặt mìn gì đó lung tung và mới cách đây chừng hơn nửa giờ Việt Cộng đã phục kích lực lượng an ninh mở đường. Mọi người xuống xe bàn tán râm ran. Tiếng súng nổ xa xa phía trước càng làm tăng thêm sự lo lắng. Những ai có nhiệm vụ thì bất cứ giá nào cũng phải đợi để tiếp tục hành trình, những người thấy không có gì cấp bách lắm thì họ quyết định quay trở lại, trong đó đa số là có nhà ở Bình Định, Qui Nhơn. Các bác tài sang xe cho nhau, hành khách trở về thì theo mấy tài xế Bình Định, hành khách phải đi thì qua theo mấy tài xế xe Pleiku. Người ta ngồi đứng nhốn nháo bên lề đường lo lắng, thỉnh thoảng lại thêm mấy xe đường dài về Pleiku tấp đến, họ đồn đại đủ điều, có vẻ như là phía sau lưng muốn lui về e cũng khó, nghe nói đoạn đường Quảng Ngãi-Qui Nhơn cũng đang kẹt, đoạn Tuy Hòa-Qui Nhơn cũng bị cắt. Tuy vậy, Phú Phong vẫn có vẻ yên tĩnh. Hàng quán vẫn nhộn nhịp. Vệ sinh thì tha hồ, chỉ cần đi xa xa vào mấy đám đất trống hai bên đường. Không có dấu hiệu gì chứng tỏ tình hình sẽ yên tĩnh sớm. Chuyện gì đến thì đến, có nóng ruột hay lo lắng cũng không làm được gì, Châu và Kim cứ quấn quít bên nhau, có được một niềm vui để quên vẫn đỡ hơn phải ngồi ôm gối nhìn trời. Họ ríu rít như đôi chim trong mùa làm tổ. Càng lúc mặt trời càng xuống cũng có nghĩa là ít nhất mọi người đều nằm lại đây đêm nay. Họ ăn uống qua loa rồi tản bộ loanh quanh như một cuộc dạo chơi cho đến tối, họ tản vào mấy gốc cây, mấy tường, thềm nhà dân hai bên đường nằm la liệt. Ít ai lên xe, như là trên xe khó xoay trở hơn nếu có gì xảy ra. Thời tiết đầu xuân ban ngày nắng dịu, ban đêm se lạnh, Kim và Châu trải khăn tắm dưới một gốc cây, ôm nhau nằm thách thức cái lạnh về khuya.

- Kim.
- Dạ.
- Có khó ngủ không?

- Anh cũng vậy mà.
- Anh khác. Lính tráng phong trần, được thế này là vua rồi, nhất là còn được ôm mỹ nhân trong tay.
- Cải lương.
- Thấy tội nghiệp em thôi.
- Em không cần tội nghiệp.
- Cần gì?
- Khác.
- Anh yêu em.

Nàng dụi đầu trong ngực chàng. Môi họ tìm nhau.

Đêm hôm đó và sáng hôm sau, nhiều đoàn quân xa chở quân đội đổ về phía đèo, coi bộ Việt Cộng muốn làm lớn chuyện. Kim và Châu mua hai cái xoong nhỏ, chén, đũa muỗng cho hai người, một cái xô đựng nước, một thùng mì tôm, một lít nước mắm và mấy ký gạo và thuốc lá, giấy vệ sinh, xà phòng chuẩn bị cho kháng chiến trường kỳ. Cũng may mới về Tết, hai người đều được gia đình cho lộ phí, nếu lên đến nơi có lương nữa thì họ cũng thoải mái được vài tháng, nhưng gặp tình hình này họ không dám xa xỉ. Một là quân nhân, một đã từng đi học xa, đã từng biết tự lo liệu, họ nhanh chóng thích nghi với hoàn cảnh mới, nhanh chóng thiết lập một mái ấm tuyệt vời nhất thế gian trong cái không gian, thời gian, hoàn cảnh này.

Thêm hai đêm nữa họ đã sống màn trời chiếu đất bên một gốc cây già, tắm rửa thì họ đưa tiền cho mấy nhà dân quanh đó xin tắm nhờ, nấu nướng thì bắc ba hòn đá lên là đã sẵn sàng.

Đến chiều ngày thứ ba thì tình hình được hoàn toàn yên tĩnh, nhưng phải đến sáng ngày thứ tư đoàn xe mới rục rịch chuyển bánh. Hành lý của Kim và Châu có thêm một cái xô, trong đó là tất cả những món hàng đột xuất mới mua được. Họ hy vọng là sẽ không dùng đến nhưng mấy lần nằm đường đã cho họ cái kinh nghiệm, thà mất công chuẩn bị một chút cho chắc ăn. Coi vậy mà thùng mì tôm cũng đã vơi đi hơn một nửa. Lên đến An Khê, xe cộ lại một lần nữa phải dừng lại hết, ở đây còn có cả những chiếc xe chạy trước xe của họ một ngày và một số xe ngược chiều phải dồn lại, cùng với nhiều người dân từ phía Đèo Măng Giang tản cư xuống. Quận lỵ nhỏ bé này chật ních người cùng với tiếng đạn đại bác, tiếng máy bay vần vũ ở phía tây làm tăng thêm căng thẳng vốn đã làm cho không khí ngột ngạt càng nghẹt thở hơn. Cũng như dưới Phú Phong, Kim và Châu lại xây một tổ ấm mới bên ngoài hàng rào của một căn nhà. Họ mua thêm mì tôm, gạo và thuốc lá, cái gì cũng đắt gần muốn gấp đôi.

Người đông quá, mà còn có vẻ mỗi lúc một đông hơn, nên mọi sinh hoạt đều khó khăn, không thoải mái.

Nhà xe cho biết sau 12 giờ trưa ai muốn đi đâu thì đi cho đến 7 giờ sáng hôm sau mọi người phải túc trực để sẵn sàng lên xe khi có tin đường được khai thông. Không ai muốn nghĩ là cứ chạy tới đâu hay tới đó, mà chỉ muốn chạy suốt một hơi đến Pleiku, dẫu sao An Khê vẫn yên ổn hơn đoạn đường còn lại rất vắng vẻ, có gì phải dừng bánh thì chả khác gì ngồi trên giàn hỏa chờ châm lửa. Mọi người bàn tán, hỏi thăm nhau, và cũng nhanh chóng quen nhau trong cái xóm tị nạn nhỏ bé này. Họ đều xem "anh chị Châu" là hai vợ chồng và hai anh chị cũng đã không ngần ngại thừa nhận. Ăn trưa xong thì mọi người coi như cứ tiếp tục bình tĩnh mà run, mà chờ đợi, Châu đưa Kim vào mấy con suối quanh đó tắm giặt. đi mỏi lại trở về gần xe kiếm một chỗ dựa lưng nghỉ ngơi. Chút hạnh phúc xôn xao ban đầu đã đượm nét mệt mỏi âu lo trên những hơi thở nặng nặng.

Rồi cũng qua những đêm lây lất đâu đó một chỗ nằm, ôm cứng lấy nhau giữa trời sương, lạnh và muỗi. Nhưng ở đó, những nụ hôn đã thấm thía hơn, ngọt ngào hơn, ngấu nghiến hơn như thể ngày mai sẽ dừng lại trên nụ hôn vĩnh biệt này, dù là những đêm, những ngày đó chẳng những không ngắn mà còn dài hơn họ tưởng. Đến ngày thứ mười một họ mới về đến bến xe Pleiku, thở phào như trút bỏ những âu lo, phiền muộn của nửa tháng bềnh bồng sương gió dọc đường. Pleiku vẫn nhộn nhịp, bình thản ngoại trừ xe đò của mấy tuyến Qui Nhơn, Kontum, Cheo Reo, Ban Mê Thuột nằm im không xuất bến. Châu và Kim kịp lấy được một phòng ngủ bình dân ở gần bến xe. Giá cả ở đây dễ thở hơn những ngày ở An Khê, nhưng những gì xảy ra đã làm cho họ sợ, họ dè sẻn, nhặt nhịn hơn. Tứ cố vô thân mà, đâu biết cậy vào ai. Và chính cái đêm Pleiku đầu tiên này, trong giàn giụa nước mắt yêu thương, nước mắt tái sinh mộng mị, của những mong đợi không lời, của một thứ hạnh phúc u uẩn, họ đã cho nhau, dứt khoát, nhiệt thành, ân cần, mê đắm. Không có đơn vị, không có trường lớp, không có ngày mai trong căn phòng nhỏ nhắn ấm áp này, như là giữa những trận chiến cùng lúc nổ ra khắp nơi, tình yêu của họ cũng đã bị siết chặt bởi những lớp sóng hạnh phúc, những chất ngất yêu thương trong cái địa đàng nhỏ bé, ấm áp không có trái táo tội lỗi, không có con rắn rình rập cám dỗ.

Sau hơn mười ngày ở cái tổ ấm bé nhỏ này, một vài tuyến đường đã được khai thông, họ bịn rịn chia tay trở về vị trí của mình. Ngày mai lơ lửng trên những nụ hôn thề hẹn, ngày mai rơi như những giọt nước mắt mằn mặn trên môi nhau, ngày mai không nằm trong vòng tay ôm thật chặt của họ, và ngày mai đã là những tiếng nấc làm rung lên đôi vai như mặt đất đạn bom chuyển động, khói bụi mịt mù suốt hơn 400 cây số Kontum – Pleiku - Cheo Reo - Tuy Hòa, của sau đó không đầy một tháng. Cuộc di tản như cơn lốc đầy máu và nước mắt đột ngột ập xuống con đường số 7- độc đạo không mấy ai biết tới trước đó – con đường trở nên nổi tiếng với cái mỹ danh Lộ Máu, để nhớ bức tranh dùng máu làm sơn lót nền, trên đó, một đám người rừng hằn học, hung hãn nã đạn vào hằng trăm chiếc xe đang dồn lại trên những đoạn đường, với từng đoàn người đói khát, kiệt lực, vẹt đạn, bằng mọi giá phải về đến duyên hải kịp thoát khỏi cái vùng sẽ giao cho Giải phóng. Họ phải chen nhau dẫm lên những lềnh bềnh, nhầy nhụa máu thịt mà chạy, mà tiếp tục ngã xuống dưới họng súng reo hò đắc thắng của những kẻ mà ngoài bọn họ ra thì chung quanh đều là kẻ thù.

Như cơn lũ cuốn theo cả mùa xuân của đất nước, với những lá mới, lộc non, những nụ hoa hy vọng hàm tiếu, bỏ lại mộng ước chơ vơ trên đầu nguồn vời vợi nát tan, cuộc di tản đã là cơn động đất làm vỡ vụn thiên đường trong lòng hàng triệu trái tim, vỡ vụn con đường nối liền từng hơi thở của những cuộc đời không mong gì hơn hai chữ bình an.

Và, con đường, thay vì hy vọng sẽ có lúc xuôi ngược thăm nhau, Châu và Kim chỉ còn lại những tả tơi mong đợi, quắt quay tìm nhau không gặp. Họ đã chạy như những rìu rác bềnh bồng giữa giòng sông mênh mông chảy xiết. Như giữa mộng du, nhắm mắt mà chạy, sống thì còn, chết thì như bao nhiêu những bọt bèo xấu số khác. Đến khi mở mắt thì mọi hy vọng chỉ còn thoi thóp như những hơi thở nhục nhằn của những quân cờ trên thân thể một bàn cờ nhỏ nhoi, giữa những móng vuốt của một bầy dã thú xâu xé.

oOo

Đến khi mở mắt thì nương dâu đã hóa ra bãi biển. Một tháng trước khi Saigon sụp đổ, Châu đã bị bắt làm tù binh cùng cả ngàn chiến hữu khác. Họ bị nhốt ở một vùng núi sâu cách biệt với dân cư. Một tháng của tha hồ đói khát và chết chóc với đêm sương ngày nắng, chiếu đất màn trời, với muỗi mòng và sơn lam chướng khí, với những cơn sốt ác tính chưa hề biết bao giờ, để bạn bè giờ trước giờ sau đã vĩnh viễn nằm im trong nấm đất vùi nông dưới chân đồi đá, để đến nỗi mọi người không còn ai phải lo lắng nếu lúc nào kia là sẽ đến lượt mình.

Kim thì lây lất dọc đường, nương theo đoàn người thất thần ngơ ngác chạy mãi. Cứ nơi nào còn đến được thì đến, đa số người ta dồn xuống các bến, cảng để mong có ghe thuyền về Saigon, đến những ngày đầu tháng 5, nàng như con chim lạc bầy tả tơi lông cánh ngơ ngác, chơi vơi giữa trời giông bão trên bãi Vũng Tàu, sau khi đã cố không nổi để leo lên những chiếc tàu bỏ xứ ra khơi. Nhớ quá, anh thương yêu, cả tháng hoảng loạn dọc đường không lúc nào em không nhớ tới anh. Có nhau cho dù phải đói khát, chết chóc em cũng đủ can đảm đối mặt với thần chết. Đủ rồi, một giờ hạnh phúc còn hơn một vạn ngày đau khổ. Anh đang ở đâu? Có được yên bình không? Chúng ta có còn gặp lại không anh?

Nhưng cơn ác mộng đã tàn nhẫn kéo dài, Kim về đến gia đình thì mới là thật sự như Từ Thức về trần, một trần gian bập bềnh, sặc sụa trong mênh mông hồng thủy. Cả gia đình năm người, lớn nhất là em trai kề Kim học chưa kịp hết lớp 12, đã phải dắt díu bốn đứa em dọn về gian nhà tranh lụp xụp gần rẫy trà nhà nàng, nhường ngôi nhà chính ở phố cho một cơ quan an ninh gì đó. Đơn giản là nhà vắng chủ trong mấy ngày phải tản cư vừa qua đã được giải phóng mượn tạm không giấy tờ và không hẹn ngày trả lại. Bây giờ thêm Kim về nữa là sáu. Sáu chị em gần mười năm mồ côi mẹ giờ lại nuốt nước mắt mỏi mòn mong đợi người cha đã bị giải phóng mời đi "cải tạo" trong một đêm tối và vĩnh viễn không về, với những tội danh xa lạ chưa nghe nhắc tới trong sách vở nào: tư sản mại bản và có nợ máu với nhân dân. Bà con xầm xì, tại cha nàng giàu và người ta cũng cần có lý do "thuyết phục" hơn để quản lý cái ngôi nhà mơ ước kia, như số phận của nhiều ngôi nhà to đẹp khác trong phố, để rồi, khi các em của Kim ra khỏi nhà, tiền của mà cha nàng có được cũng đã theo sự mất tích của ông mà bốc hơi.

Kim bắt đầu lao mình vào đời sống tất bật lạ lẫm của chợ búa, chui nhủi, tránh né với cái giỏ xách nhỏ trên tay, đủ thứ mặt hàng khi thuốc tây, khi thuốc lá, khi vải vóc, khi gạo mắm, rau củ, thịt cá lây lất ngày hai bữa cho năm đứa em ăn chưa no lo chưa tới của nàng. Sự khốn khó đã buộc chặt nàng vào cái bóng tối của trách nhiệm, của vất vả tảo tần, bươn chải từng phút, từng giờ.

Và giữa từng phút, từng giờ lo toan ấy, cái kết quả của những ngày dọc đường lửa đạn, sự trộn lẫn bởi say mê với xót xa, hạnh phúc với lo lắng ấy đã không quên quay quắt lớn dần lên trong bụng Kim. Em nâng niu, chờ đợi bên những thắt thỏm âu lo, nghĩ tới một hốc núi bìa rừng thâm u nào đó, mà, em không biết đến bao giờ mới tìm thăm anh được. Trước mắt là gia đình thuộc thành phần đối tượng, không được phép vắng nhà ban đêm, cộng thêm một bầy chim non không cha không mẹ ngó chừng vào em mỗi ngày, phần thì bạn hàng, mối manh không thể đứt liên lạc một ngày, hơn nữa, con chúng ta đã bắt đầu quậy quá rồi, em e nó không chịu nổi dọc đường nhất là phải nằm lây nằm lất, chuyển tới chuyển lui ba bốn ngày gì đó trước khi tìm được gia đình anh, chưa nói là không biết địa chỉ nhà anh có thay đổi gì như rất nhiều những gia đình khác không, mặc dù em không dám nghĩ tới những biến cố như gia đình em nhưng em cũng cảm nhận có gì đó không được ổn sau ba lần thư em gửi đi không thấy hồi âm.

Cho đến ba tháng sau khi Kim sinh ra một bé trai, nàng quyết định bế con thiên lý tìm chàng và nơi đến đầu tiên là thành phố Tuy Hòa với cái địa chỉ Châu đã cho trước kia. Lại thêm một địa chỉ đỏ mà ai cũng dễ dàng nhận ra từ xa với lá cờ và tấm bảng Phòng Quản Lý Thị gì đó.

Hàng xóm chỉ cho nàng đi về một miền quê, và nàng đã tìm đến được gia đình Châu ở một khu kinh tế mới. Nơi phòng khách bé nhỏ, ọp ẹp nơi đặt một chiếc giường ngủ nhỏ, Kim không còn cần phải đi tìm Châu ở một trại cải tạo xa xôi nào nữa. Anh đó, ánh mắt diệu vợi, mênh mông như đang mong tìm lại những ngày tháng đánh mất trong một cõi vô vọng nào, tìm lại một mùa xuân mới đó như vẫn đang ríu rít những lộc non hứa hẹn trên cành, mà giờ sao như đã xưa lắc xưa lơ. Anh đang giàn giụa trong từng giọt nước mắt ngỡ ngàng, quặn thắt không kìm nổi của Kim. Ai đó trong nhà như mới vừa thắp nối nén nhang giữ ấm bàn thờ, làm cho hình ảnh Châu nhòa thêm trong đôi mắt thất thần, đau đớn của nàng.

Chút hy vọng mong manh, chỉ là ai đó trong bộ quân phục giống Châu thôi, không phải là chàng cũng không cho phép Kim được kéo dài lâu. Mẹ Châu và mấy đứa em gái Châu xúm lại hỏi han và cũng mau chóng tiếp nhận chị Cả cùng đứa cháu trai như vớt vát, nhặt nhạnh lại một sợi tóc, một móng tay quý giá của một trong những số phận bi thương, đã vĩnh viễn phải vùi xác lại bên một sườn đồi đá, sau một cơn sốt ngắn, mà gia đình chỉ được thông báo miệng trong một lần thăm nuôi cách đây cũng đã gần một năm, nghĩa là khi em chưa biết anh đã để lại cho em mùa xuân bé bỏng này thì anh đã ra đi.

Quên cả nhọc mệt, đói khát, Kim ngồi phịch xuống chiếc giường tre nức nở. Em đây, anh thương yêu. Hãy nói gì với em đi. Hãy trách em đã không tìm đến anh sớm hơn đi. Hãy nói không phải anh ăn gian em đi. Anh ơi, đừng nhìn em và con trịnh trọng thế, được không?

Trong khi mọi người giành nhau bế cháu, Kim vẫn rũ rượi ngồi ôm mặt. Đầu óc nàng loanh quanh giữa những mịt mù khói bụi, gốc cây, con suối của họ xưa, hốc đá, bìa rừng, nơi Mẹ nói người ta gọi là thung lũng tử thần của anh và những ngôi mộ không ai được phép bén mảng ở đó. Anh có biết đường về những địa chỉ mới này không anh? Anh có tìm em không? Anh có thấy con chúng ta đang ngơ ngác khóc cười trong lòng tay của Nội không? Và đó có phải là tất cả mùa xuân của chúng ta còn lại được? Anh có hôn những giọt nước mắt mà ngày xưa chia tay anh đã gọi là hạnh phúc buồn?

Tình yêu, không phải chỉ là một chặng đường, một chuyến xe để chỉ để dừng bánh vẫy tay nhau là hết, cũng không phải chỉ là căn phòng ngập ngụa những háo hức mới mẻ, những mê đắm thịt da, nên đứa con không phải là bến để người ta bước xuống xe rồi mỗi người mỗi ngả, mà đứa con là sự còn lại thiêng liêng của tất cả những hồn xác mấy mươi năm đất nước chúng ta lớn lên, yêu thương và thù hận, của những con đường đầy ổ gà, hầm hố, đầy bom mìn, lửa đạn chiến tranh, của hồi hộp lo âu nghẹt thở, của hạnh phúc, kỷ niệm xuyến xao và của mùa xuân đầy sắc màu phía trước. Giữa giờ phút đổi đời, Thượng Đế đã trộn anh, em và 21 năm quê hương vào nhau, nhào nặn nên khối hạnh phúc bé bỏng như viên ngọc của Trương Chi, để cho Mị Nương rót từng giọt hạnh phúc buồn, rưng rưng đăm đắm nhìn vào đáy cốc vời vợi yêu thương, tìm kiếm bóng dáng một mùa xuân.

Đặng Kim Côn

ba gian nhà mặt tiền
của trước đều mở cả
bốn tam cấp hàng hiên
sạch sẽ chờ bước lạ
tôi qua lại xớ rớ
cửa kia rồi cửa này
nhìn hoa vạn thọ nở
như cực nắng nắm tay

ngày Tết bỗng dưng khác
dù chẳng biết khác gì
ngoài trong lòng rạo rực
luôn chờ đợi điều chi
lhoan

LÊ CHIỀU GIANG
"KÊN" VỚI TUỔI 60

Khi chợt nghĩ tới số 60, tôi nhắm mắt uống thêm 3 hớp café một lúc. Trôi xuống cổ tôi là cái nóng cháy và đắng ngắt của ly café vừa sôi, không đường, sữa.

Nếu café mà làm biến mất đi được cái số đáng sợ này, chiều nay tôi tình nguyện uống thêm vài ngàn ly nữa. Đánh đổi lại với tuổi trẻ mướt xanh, tôi thà bỏng môi, tôi thà rát cổ. Phản ứng với số 60 dễ ghét, tôi tiếp tục mặc jean bó sát, áo trễ xuống thêm chút nữa và luôn đi giày cao gót. Tiếng gót khua vang, vọng theo mỗi bước chân, khi rộn rã, lúc reo vui đã làm tôi thân ái, ấm áp hơn với số tuổi không còn trẻ nữa của đời.

Đó là dáng, là điệu bộ của 60, cố gắng hết sức để nhìn như 50 hay trẻ hơn thế... Nhưng làm sao tôi thay xiêm, đổi áo. Lại càng không thể mang gót cao, cho sự đổi thay đích thực của mỗi tế bào trong cơ thể. Những tế bào mà chúng cứ vùng vằng, cứ đả đảo, bắt tôi không thể xén đi, không được cắt bớt chút thời gian nào, mà phải trân trọng tuổi tác như một ân sủng đã được ban cho từ đất trời.

Khi biết chuyến bay bất ngờ trễ thêm 4 tiếng. Tôi dựa lưng mà như muốn dài thân trên ghế vì chán và tức United Airline, bởi mọi chương trình đón đưa sẽ bị thay đổi hết... Vừa ngồi lại cho tử tế, mắt tôi chạm phải ánh nhìn không rời của người ngồi đối diện. Hơi khó chịu, nhưng tôi chậm phản ứng, hắn hạch sách trước: "Chị "nghinh" em phải không?", tôi liền dùng đúng ngôn ngữ giang hồ: "Không nghinh, "kên" thôi." Cả hai cùng cười và hắn điềm nhiên ngồi xuống ghế bên cạnh.

Thôi, chẳng cần thắc mắc, cứ coi như chúng tôi vừa sáng tác ra một lối làm quen, một cách chào hỏi mới.

Tôi phàn nàn nếu phải ngồi đợi ở phi trường San Francisco lâu thế, thà ra phố. Ngay lập tức hắn text hẹn Uber...

Lombard, San Francisco. Đẹp thơ mộng với những con đường dốc chập chùng của mọi sắc hoa. Tôi cũng thường tới con phố nhỏ có hoa đủ 365 ngày này, thích thú với cảm giác khi để yên cho xe chạy dốc, qua những khúc quanh bất ngờ, mà không bị lật, không bị quăng ném xuống chân đồi.

Chúng tôi chọn một quán café nhỏ có balcony nhìn xuống ven đường thoai thoải dốc, được viền bằng những khóm hoa rực rỡ, đẹp, chan hòa ánh lên cùng chút nắng sắp tắt của một chiều mùa xuân.

Phân tích về cách cấu trúc khác lạ của phố Lombard, chúng tôi mải mê nói về những Art work và Architecture. Café đã bị bỏ quên, lạnh tanh nguội ngắt.

Cùng say mê nhiều bố cục kiến trúc tuyệt vời, những tác phẩm toàn hảo thời Renaissance và Baroque. Bên cạnh Alberti, Palladio... Chúng tôi chẳng thể quên, không nhắc tới những thiên tài đã vật vã, miệt mài suốt bao năm cho đến tận cuối đời, để sáng tạo ra rất nhiều công trình đẹp muôn đời, vĩnh cửu như Michelangelo, Bernini...

Lan man, chúng tôi vòng vo qua hết những tượng, cùng tranh, bàn thêm cả về những khối kiến trúc cách điệu tân kỳ, rất đặc biệt của Antoni Gaudi...

Và, tôi cứ ngỡ như mình đang trở lại Châu Âu, trở lại với những chuyến du lịch xa vời, đầy thú vị của những ngày xưa, tháng cũ.

Cảm nhận của Khoa về Art, đánh thức trong tôi niềm vui được bàn tới, được nói về bao điều mình đam mê thích thú, mà từ lâu lắm rồi như đã lãng quên.

Âm vang tiếng nói Khoa ấm áp nhưng sôi nổi, không đều đều buồn bã như kinh. Tôi ngước mắt ngắm ánh nắng cuối cùng đang chìm dần vào tối, thiếp theo cùng chút hạnh phúc hiếm hoi, rất tình cờ, chợt tìm đến...

Thiên hạ hay bàn về những điều bất biến, những bền bỉ trăm năm... Chẳng lạc quan như thế, tôi tính theo phút, theo giây. Một chút gì đó dễ thương, hay hay rồi biến mất, ngày mai sẽ chẳng còn lại gì, bởi chính tôi không hề thiết tha gìn giữ.

Những bóng những bọt của đời người, chúng ta sấn tới, quyết nắm bắt cho bằng được, để đến khi nhìn ra, nhận thấy... Và sau cùng, những văn, những thơ đã ào ạt, thoát ra với cả tỷ lời thở than, phiền muộn.

Hóa ra tôi không có gì "buồn" hết sao?:

Những vớ vẩn, thích bày đặt ra niềm u hoài không tên, của tuổi nhỏ. Những mơ màng, cũng vẫn không tên, thời thiếu nữ. Và từ khi hết ngày thơ để hiểu ra rằng, mọi tai ương luôn bỗng dưng từ trên trời rơi xuống. Chúng có tên gọi đàng hoàng, lại còn được gọi bởi rất nhiều thứ tên...

Nên tôi chẳng buồn đâu. Tôi... sợ hãi!

oOo

Máy bay của những ngày giáp Tết chật cứng, Khoa loay hoay nhưng chẳng ai muốn đổi chỗ, nên dù rất muốn, chúng tôi không thể ngồi chung cùng hàng ghế.

Như một trò chơi tuổi nhỏ, Khoa viết, tôi viết... Dân kiến trúc, chữ Khoa rất đẹp. Chúng tôi thư qua thư lại trên những mảnh giấy nhỏ trong suốt chuyến bay dài... Khoa múa chữ mông lung, tôi viết mơ hồ, lăng đăng. Chúng tôi tránh không hỏi gì về đời sống thật của nhau. Những điều không chút cần thiết, chẳng dính dáng gì đến hai cái phi trường: San Francisco và Tân Sơn Nhất. Nơi chúng tôi đã gặp và sẽ nói lời từ biệt.

Khoa muốn nán lại ở Tân Sơn Nhất. Tôi cũng kệ người nhà đang sốt ruột, trông ngóng bên ngoài chờ đưa, chờ đón... Chúng tôi ngồi bên cạnh những chậu hoa đào thắm hồng, rực rỡ của một tối giáp Tết, trong quầy café nhỏ.

Xuân quê hương, đã bao năm rồi tôi không trở lại?

Tôi nhớ thiết tha những con đường có lá bay, rơi rụng xoắn xít trên tóc, trên áo trắng đẹp mượt mà mỗi chiều tan học. Tôi mê những đêm mưa tầm tã, gió âm u thổi cùng sấm sét, nằm nghe mưa rơi mà không nỡ ngủ quên, vì thương chút âm ẩm, se sắt lạnh của Saigon. Và tôi nhớ như điên những thơm tho của mùa Tết nơi xóm nhỏ. Mùi sơn mới, khói pháo bay, cùng với hương lá xanh nồng nồng của bánh chưng. Tôi thích ngồi xếp soạn những dĩa mứt có màu sắc óng ả, đẹp như tranh, để Ba Mẹ mời khách dùng với tách trà thơm ngát. Tôi cũng biết, sẽ chẳng bao giờ ai có thể quên những đồng tiền mới, lao xao, rộn ràng trong túi áo reo vui của những ngày Tết năm xưa, khi còn bé dại...

Khoa trách tôi thật vô lý, nếu sau hôm nay chúng tôi sẽ không còn gặp lại, dù Khoa và tôi cùng sống trong một tiểu bang rất đẹp. California.

Khoa sẽ chẳng bao giờ hiểu rằng, tôi tránh trước những tai ương trên trời, những sóng dữ dưới chân... Và trong hãi sợ, tôi tránh luôn những cảm xúc, những chao động mơ màng sẽ không thể thiếu, của những ngày sắp tới.

Trước khi chia tay, Khoa viết số phone trong bao lì xì giấy đỏ, đặt lên tay tôi với mắt nhìn đằm thắm.

Chờ bóng Khoa đi khuất tôi mới đọc lời chúc tết, bên cạnh là hàng dài số phone và email. Một chút ngập ngừng, đầy tiếc nuối, tôi thả số điện thoại, email của Khoa vô ly café đang uống dở. Màu giấy đỏ tan trong café sữa, biến ra một chất nhờ nhờ trông thật khó chịu, dễ ghét.

Nét chữ đẹp không uốn nắn của Khoa thấm nhòe, loằng quằng như những sợi tóc ướt. Tôi nhắm mắt, uống cạn ly café đỏ như máu pha. Ly độc dược đắng ngắt, nhợt nhạt, tượng trưng cho một năm tàn, sắp hết.

oOo

Tính theo cách Việt Nam, những tính toán rất lạ lùng. Trừ đi hết mọi thứ, nhưng tuổi tác thì nhất định cứ phải cộng thêm...

Và sáng mai, mùng một Tết.

Khi tiếng chuông nhà thờ Đức Bà rộn rã, ngân nga như những lời chúc phúc đầu năm. Tôi sẽ uống rất nhiều những ly café, ung dung ngồi "nghinh" với tuổi sáu mốt.

Lê Chiều Giang

chiều ghé nhà em không thấy nhau
bồn chồn ngồi hớp ngụm trà tàu
hầu ba em ván cờ bứt rứt
sĩ, tướng vì em sớm mất đầu

hầu cờ - lhoan

NGUYỄN ĐÌNH PHƯỢNG UYỂN
ĐOAN

Mẹ bảo nhà có con gái như hũ mắm để đầu giường. Sao lại hũ mắm? Con gái thơm tho, sạch sẽ, điệu đàng hơn con trai. Nhà nhiều con gái, mượt mà, là lượt như vườn hoa xuân. Ngược lại, sanh ba bảy ông lộc ngộc, ra vào huỳnh huỵch, ăn tục nói phét, xoay trần quần đùi, thơm nỗi gì?

Đoan xinh xắn, ngoan như cái tên của mình, cha mẹ nói gì nghe nấy, không nghe sao được, bị đòn chết! Ương ngạnh như chị Hoan Vịt Bầu bỏ nhà theo trai, vác bụng về, cả gia đình xua đuổi, xóm làng dè bỉu, hay con Dung Nấu bé tí bày đặt yêu đương, tối ngày xà nẹo với thằng bồ, má nó ngăn cách mấy cũng không được, chả bao lâu thằng bồ đá đít, con nhỏ thành dở người dở ngợm, có mà "đội quần thiên hạ", mẹ bảo.

Ngay bố mẹ Đoan cũng vậy, dấm da dấm dẳng, nói câu trước câu sau là cãi cọ, mặt lưng mày vực, thêm tội ông lăng nhăng lít nhít, hạnh phúc chỗ nào, Đoan càng thấy mẹ đúng, yêu đương, trai gái là điều hết sức bậy bạ, phiền toái.

Đoan vui với việc học, hãnh diện được thầy cô gọi tên lãnh thưởng trước con mắt ngưỡng mộ của bạn bè. Môn nào Đoan cũng dồn hết sức để đạt điểm cao nhất, kể cả môn thêu thùa, nhạc nhọt, thể dục...

Bọn con trai lé mắt chả dám mon men tò vè với Đoan. Mấy thằng trường khác nghe tiếng, thách nhau cưa đổ nữ tướng, nữ tướng chỉ nhìn chúng bằng nửa con mắt, nghiêm mặt đi thẳng. Thằng to gan dám đạp xe bên cạnh, nhanh tay nhét một tấm thiệp vào cặp nàng. Vài bữa sau thằng to gan tủm tỉm đến cạnh, nữ tướng trao lại tấm thiệp còn "gin" chưa bóc tem.

Cũng có lúc Đoan xao động bởi cái dáng cao cao, bụi bụi, bởi một giọng Bắc trầm ấm, cái cằm vuông cương nghị của vài nam sinh nhưng Đoan muốn chiến thắng chính mình, mục tiêu đã vạch ra - không bị đốn – thì Đoan phải đạt được giống như đạt hạng nhất các môn học.

Hơn nữa, nếu thực sự yêu thì chàng ta sẽ vượt qua mọi rào cản để đến với mình, Đoan nghĩ.

oOo

Vào đại học, chương trình nặng gấp mấy lần thời phổ thông, thì giờ nào hẹn hò, quen biết, chưa kể trong trường đã xuất hiện chiêu trò lấy người Saigon để nhập hộ khẩu, Đoan cảnh giác với mọi "dũng sĩ diệt ruồi" dù hắn có ba hoa chích chòe, có xinh trai, ga lăng ga lủng. Gương tày liếp đây, bạn chị Thiên lấy một ông Cần Thơ, có con. Khi ổng vững chân nơi đô thị, nhận chức trưởng phòng công ty dệt may, ổng lập "phòng nhì", thú nhận đây mới là tình yêu đích thực, xin chị buông tay.

Đoan như một tảng băng cứng, đụng vào là văng ra, dần dà mọi người nhìn Đoan như một kẻ dị hợm, kiêu căng quá đáng, rồi Đoan nhận ra chả ai để ý đến chuyện giỏi giắn của mình ngoài thầy cô và gia đình, nếu để xảy ra lỗi lầm gì đó (ai học mà chả mắc lỗi lầm?) Đoan bị gia đình chì chiết, thầy cô lắc đầu thất vọng, bạn bè mấy ai chịu nghe Đoan kể lể tâm sự nữa? Nghĩ đến việc kể lể thôi cũng đủ cảm thấy mình thất bại. Bạn lóng rày mọc đuôi hết rồi, có đứa đã nên bề gia thất, vui vầy chồng con, lo toan đời sống riêng, ai rảnh lỗ tai nghe Đoan đây?

Bất chợt nhìn quanh, cu cậu tặng Đoan tấm thiệp năm nào, nay cặp với một em tỉnh lẻ, tươi mơn mởn, con Đài, con Dương xưa toàn đứng hạng lẹt đẹt trong lớp cũng vớ được quý tử của ông nọ bà kia, đến người giúp việc nhà mình, nghèo mạt rệp vẫn có chồng chờ cơm chiều, hủ hỉ lúc rảnh rỗi.

Bất chợt Đoan cảm thấy trơ trọi, chông chênh. Bằng cấp, tiền bạc làm gì nếu không có người chung vui, chia sẻ? Chính mẹ nay lại hối thúc:

"Chả thấy con đem bạn trai về giới thiệu? Lo lấy chồng đi chứ."

Mấy bà bạn mẹ to nhỏ: "Bồ con tôi làm trong ngân hàng", "Chúng nó định tiến tới", "Ba mẹ thằng ấy đã sang tôi chơi" ... làm mẹ

Đoan càng sốt ruột. Lắm lúc Đoan muốn gào lên "Nếu ngày xưa mẹ đừng xách mé, xa gần, cứ để tự nhiên cho con quen biết thì đâu ra cớ sự. Đáng lẽ mẹ phải dạy con rằng yêu đương, gia đình, con cái là điều tất yếu cần có trong đời, như nhỏ cần đến trường, lớn phải đi làm, mua nhà..."

Tết nhất, từng đôi từng cặp nắm tay nhau dạo phố, trẩy hội, Đoan và hai cô bạn gái độc thân rủ nhau đi chợ hoa, sắm Tết. Niềm vui trong mắt cặp đôi khác với các cô độc thân vì một bên đã dự tính cho một tương lai xa, một bên chỉ mong chạm tay vào thứ cặp đôi hiện có. Tết của cặp đôi gồm đủ thứ lễ nghi, mua sắm biếu xén hai bên, thăm hỏi hai bên rồi mới tới lịch du xuân, ăn chơi cho riêng mình. Với kẻ solo, đó là điều thừa thãi, thừa tất! Cố làm cho ra vẻ Tết, cho hết Tết thôi. Đoan nhìn các bạn trẻ đổ mồ hôi dạo chơi trong nắng, ngáp vắn ngáp dài sau những cuộc vui thâu đêm, lúng liếng khoe nhau quần áo mới, bao nhiêu chàng dẫn vợ sắp cưới đi chào họ hàng, bao nhiêu nàng thẹn thùng với cái bụng lúp lúp, khoác tay chồng coi hội hoa Xuân, những thứ "Một tay không thể vỗ ra tiếng" ... lòng Đoan chùng xuống.

Người quen của một người quen giới thiệu cho Đoan một anh dang dở hôn nhân, đẹp trai, cao ráo, lớn tuổi. Anh tiếp cận Đoan bằng những bó Hồng to nhỏ, bằng hộp bánh đậu xanh Bảo Hiên, bằng giỏ nho táo thơm lựng, bằng những cú điện thoại nửa đêm nói hoài không dứt... Vị ngọt tình yêu giờ Đoan mới được nếm trải.

Tết ấy, trên chiếc xe bóng loáng, mới tinh, Đoan nép mình sau lưng người yêu, má ửng hồng vì ngượng, vì hạnh phúc, cả hai hòa vào đoàn xe ùn ùn kéo về phía Saigon mua sắm, xem chợ hoa.

Anh đường hoàng nắm tay Đoan đi giữa phố chợ. Đoan cười mủm mỉm suốt, mong có ai quen nhìn thấy cảnh này. Cầu được, ước thấy- phải chăng đó là điều kỳ diệu của tình yêu – vợ chồng ông cậu họ hàng xa cùng ra chợ hoa, đi ngược chiều, gọi Đoan í ới, nheo mắt nghiêng đầu về phía anh ấy, thắc mắc. Anh chủ động bắt tay cậu, chào mợ, tự giới thiệu là bạn trai Đoan, hết sức vui vẻ, tự nhiên. Đoan cúi đầu bên lên, giọng trở nên nhỏ nhẹ hơn, mắt long lanh, mấy móng tay bấm vào nhau bối rối, trống ngực đập rộn ràng. Bao nhiêu đổi thay khi ... có bồ.

Này nhé, không phải lái xe ngoái đầu, nghẹo cổ, không cần mở miệng nói nhiều vì anh đã đỡ lời, ra đường có người xách túi hộ, uống nước anh khuấy ly, ăn cơm anh so đũa ... những thứ nhỏ nhặt nhưng đã làm rộn giấc ngủ của Đoan quá chừng chừng.

Mùng một Tết, anh đưa Đoan về ăn trưa với gia đình. Chị em gái của anh ngồi bàn khác, Đoan và anh ngồi chung bàn với bác, các chú và cha anh. Run muốn chết, không ngờ mình được trân trọng đến vậy.

oOo

Thế là mẹ không còn đôn đốc chuyện chồng con. Thế là không còn thấy những ánh mắt dò hỏi, thương hại từ xóm giềng. Thế là bài hát trở thành của mình:

♪Con đường tình ta đi
Với bàn chân nhỏ bé♪

Thế là có quyền mơ ước và dự định cho tương lai:

♪Căn nhà xinh, ôi căn nhà xinh
Của tôi đây với khung cửa mát xanh
Và ta nghe tiếng, tiếng trẻ hát vui♪

Phút chốc thời gian mang một giá trị đặc biệt. Đoan chờ mau qua 5 pm, tan sở, anh đến đón về, chờ chủ nhật sẽ cùng anh đi nhà hàng ăn trưa, ghé quán cà phê hủ hỉ, gần gụi tới tối.

Bản nhạc bỗng mang ý nghĩa sâu xa, đúng bóc tâm trạng Đoan:

♪Yêu em khi tâm hồn
Còn như gương trăng tròn
Chưa vương áng mây buồn♪

♪Lòng dào dạt vui từ khi nhớ em
Hồn là bài thơ còn chưa biết tên♪

Dòng sông chảy qua khu Rạch Dừa hàng thế kỷ, nay mang tên riêng "Điểm hẹn cuối tuần" của hai đứa, ghế đá thành nhân chứng cho lời thề non hẹn biển …

Cạnh anh, ngày nào cũng thành Tết vì "Lòng mình đang Tết."

Tết hân hoan, Tết mộng tưởng, Tết của muôn vì sao lấp lánh trên trời, của triệu đóa hồng nở bung trong lòng Đoan, sẽ kéo dài bao lâu cho đến lúc Đoan nhận ra anh ấy là thằng … nát rượu?

Nguyễn Đình Phượng Uyển
14/11/24

NGUYỄN CHÂU
Ly Hương

Năm năm làm lính thú, trú đóng nơi heo hút đồi mây, núi đá. Sống chết dễ như trò chơi sấp ngửa. Những ngày phép thường niên ngắn ngủi chỉ dành cho người tình, bạn bè bù khú...

Mùa Noel năm 19..., tiếng chuông nhà thờ lạnh lẽo thánh thót bên kia sông. Tuổi hai lăm cộng năm năm tù đày, bây giờ gần được mẹ cha. Cha hom hem vì bệnh phổi kinh niên, mẹ còm cõi chưa quen nghề ruộng đồng, nuôi heo, thả vịt.

Dù gì quê hương mình vẫn là máu thịt, đui què mẻ sứt vẫn cố quay về.

Thành ngước nhìn ngôi nhà ngói cũ của cha mẹ bị đạn bom phá tan tành, chỉ còn ba mặt tường nham nhở. Những tấm tole được chằng buộc bởi những cây tre già, thân mốc meo buồn thảm.

Ngày vợ Thành sinh con thứ ba, cũng là ngày mẹ anh qua đời vì đột quỵ, mẹ vừa mới tuổi năm tư. Tấm thân bệnh hoạn của cha anh suy sụp hẳn. Nỗi đớn đau mất người thân yêu nhất xé nát tâm hồn anh. Đêm trời trở gió, anh lang thang trên cánh đồng chỉ còn trơ gốc rạ. Hình ảnh mẹ chập chờn ẩn hiện như làn khói mong manh, bóng dáng tiều tuỵ vì thiếu ăn. Mẹ lom khom trên ruộng lúa ngày nào bừng lên niềm hân hoan, vui mừng rơi nước mắt, ôm choàng thân thể gầy còm của anh khi anh được tha về.

Thành tập tành làm y tá thay mẹ chích thuốc cho cha, mũi tiêm đâm vào mông khô héo chỉ còn da, tay anh run run tựa hồ như ai bóp nghẹn tim mình. Cha quay nhìn anh, đôi mắt buồn hiu kèm theo tràng ho dữ dội.

Thành vẫn không yên với cảnh đời đã quá ư nghèo khó, sự đố kỵ và lằn ranh vô hình đen đỏ tách biệt gia đình anh với những người trong làng, kể cả người thân, khiến người cha cô đơn và cả bản thân anh trở thành cô độc.

Xa xa về hướng Tây Nam, dãy Ngọc Linh mờ mịt bóng đêm thỉnh thoảng bùng lên những tia sấm chớp sáng lòa. Thành nhớ những đêm hè năm xưa rừng cháy ngút ngàn, ánh lửa bập bùng xa tít trên lưng chừng núi, khói quyện vào mây. Không nghe tiếng đạn nổ bom rơi, vùng sáng hỏa châu như ánh trăng huyền ảo pha sắc máu trong đêm, khiến làng quê anh chao đảo, không còn yên bình.

Thành ôm con chó của cha, đôi mắt nó nhìn anh không chớp, đuôi ngoe nguẩy cầu thân, sự cùng quẩn khiến anh chợt có ý định man rợ. Đứa con gái lên ba, ghẻ lở đầy mình khóc ri rỉ như tiếng kêu của mèo hoang trong đêm khuya vắng. Không có gì bồi dưỡng cho các con kể từ ngày anh vác chiếc ba-lô con cóc rách nát về quê.

Con chó ngoan ngoãn theo anh. Mương thủy lợi lững lờ, dòng nước trong veo soi bóng anh mờ ảo, nhưng đôi mắt Thành rực lửa. Không một tiếng kêu, chỉ nghe ặc ặc đuối nước của con vật thân yêu, lịm dần mềm nhũn trong bàn tay anh.

Rừng phi lao xanh tươi, hồ nước phẳng lặng trong lành. Từ trên đỉnh đồi nhìn về hướng Nam, phong cảnh quê hương anh như dải lụa xanh trải dài trong nắng. Thành nghe đâu đó, một con mối chúa có hàm lượng dinh dưỡng bằng ký thịt bò, tăng cường sinh lý, bổ thận. Anh đào, anh phá tan hoang gò mối, đất tổ mối chai cứng khiến anh vã mồ hôi, chân tay bủn rủn vì đói. Những con mối lính đưa hai càng nâu đen găm vào da thịt anh căm phẫn, Thành xới đào từng hang hốc nhỏ bé truy lùng... Đòn gánh trên vai anh nặng trĩu, những củ khoai mì da mốc thếch cứu đói, nhân sâm của gia đình anh.

Thằng Cu đen cùng thời tiểu học – bây giờ là ông Y, cán bộ xã, gởi giấy mời, hắn còn lạ gì lý lịch ba đời nhà anh. Ông nội anh: Thầy dạy chữ nho cho ông nội hắn và cả cha hắn.

Hắn làm như không hề quen biết, sự đối kháng hằn trong ý nghĩ và mặc cảm thân phận, khiến mắt hắn đỏ rực những tia máu. Hắn đẩy tờ giấy, hất hàm:

- Ký vào, đi gỡ bom mìn! Tụi mày gieo thì tụi mày dọn

Tiếng nổ gần đâu đó, tiếng kêu rên của các bạn đồng cảnh ngộ khiến lòng anh đau đớn. Anh xé miếng vải áo buộc vội ngăn dòng máu oan nghiệt, di hại của thời chiến tranh tàn khốc vẫn còn chảy mãi trên phận người khốn khổ và quê hương nghèo khó của anh.

oOo

Mụ Bình – hội phụ nữ xã khuyến khích phá thai vì sinh đẻ phải có kế hoạch. Thời nay chuyện phá bỏ dễ ợt, nhau thai ngâm rượu bồi bổ sức khoẻ, chữa được bách bệnh. Anh Đồng quay mặt ghê tởm những lời phát ra từ miệng mụ, anh quát đuổi mụ ra khỏi nhà, mụ cầm nón đi te te còn ngoái lại phun miếng bã trầu đỏ lòm như máu. Những linh hồn thai nhi lượn lờ như những cánh hoa bay vật vờ trong gió, vô diện, vô danh.

Mụ Bình gọi những hũ rượu ngâm nhau thai (đông y gọi tử hà xa) là mỹ tửu, mụ chỉ dành biếu cho các quan chức trong làng, xã. Gò Găng phía sau nhà mụ đầy những chiếc hũ sành cỏn con nằm lăn lóc, xác những thai nhi bị đào bới bởi những con chuột rụng hết lông.

Vợ anh Đồng đã đặt vòng tránh thai nhưng lại có thai, thai ngoài tử cung, suýt chết. Từ đó vợ anh thay đổi tính tình, mất thiên chức làm vợ. Trước đây dịu dàng, nhu mì bao nhiêu nay càng mạnh mẽ, đàn ông tính bấy nhiêu.

Anh chia sẻ với Thành từng củ khoai, củ sắn. Đám con liu chiu lít chít, gầy tong teo và đen nhẻm như đám trẻ Somali. Ba đứa con của Thành chẳng khác gì hơn. Anh tốt nghiệp phó đốc sự, quốc gia hành chánh. Nghề giáo như Thành còn mất dần chữ nghĩa, huống gì anh. Anh mưu sinh bằng nghề đan giỏ. Đôi tay như có mắt, thoăn thoắt điệu nghệ, những chiếc lạt tre múa vặn mình thành những hình lục giác đều đặn, đẹp mắt. Anh Đồng là anh vợ Thành.

Anh bàn: "Quê mình không sống nổi đâu, em thu xếp đưa vợ con vào trong Nam. Miền đông Nam bộ dễ sống, nhân tâm rộng lượng, hơn nữa đa số bà con hoàn cảnh giống tụi mình đã vào trong đó, họ dễ cảm thông và sẵn sàng giúp đỡ..."

Thôi đành giã từ bản làng, quê quán. Hai gia đình xếp gọn hành trang, cất bước ly hương. Cha già đành gởi lại cho vợ chồng cô em, sớm hôm chăm sóc...

oOo

Những ngày giáp tết, mưa rả rích thật lạ, mùa cao su rụng lá cũng bắt đầu mùa khô ở miền Đông Nam bộ. Hàng cao su thẳng tắp, lá vàng nâu reo trong gió đẹp như rừng phong Bắc Âu.

Năm nay thời tiết đỏng đảnh, có lẽ đã gần hết mùa mưa. Hoa đào hoang màu hồng phớt phả vào lòng người tha hương nỗi niềm cô quạnh. Bàn thờ tổ tiên không thể ấm lên khi lòng người ly tán. Tiếng chuông nhà thờ ngân vang trong đêm Noel lạnh lẽo, càng nghe quạnh hiu xa vắng.

Thành nhìn sang nhà anh, căn nhà bên bìa rừng cao su reo khẽ tiếng lá buông xác xơ trên vách. Ánh đèn tù mù như đom đóm lập loè trong đêm điểm xuyết những chấm lửa lẻ loi của tàn hương.

Đã từng đón Noel và Năm mới trên đèo heo hút gió, trong rừng lau lách nghe tiếng đạn reo, nhưng Thành không có cảm giác cô đơn như đêm nay.

oOo

Anh Đồng không tin Thượng đế, Phật hay Chúa cũng không, vậy mà anh muốn đi tu hay anh muốn giải thoát cho chính anh và vợ con mình? Anh ngâm nga thơ phú tràn cung mây. Nghêu ngao cho quên đời hay ngâm nga để ngậm ngùi?

Thành gom hai gia đình làm một. Anh Đồng chắc lưỡi:

- Một ông, hai bà bảy đứa nhóc!

Chị Dung – vợ anh, tốt nghiệp trường Sư phạm Qui Nhơn. Niên khóa đầu tiên, chị được phân công về dạy ở trường tiểu học Phước Sơn, dưới chân núi Ngọc Linh. Ngày giã từ quê hương chị mang theo cả nỗi niềm và tình yêu của những đứa học trò bé bỏng ở miền quê nghèo Phước Sơn, Duy Xuyên, Đại Lộc.

Hằng ngày chị đi chặt lá buông về đan hàng thủ công mỹ nghệ, chiếc áo lính cũ dài quá khổ, bê bết mủ cây rừng xám đen, tạo thành bức tranh đời buồn thảm. Cọng buông như tàu dừa nhưng có hàng răng cưa nhọn bén, chị vót những đôi đũa trắng tinh, có đường vân rất đẹp. Lá buông dùng lợp nhà, dừng vách để che gió mưa. Lá buông non được chằm thành tấm hoặc rọc thành nan để đan túi ví, làm nón, bện thành dây...

Cũng từ bắp lá non tơ, đã xa lắm rồi, những cánh buồm đan bằng lá căng gió lướt sóng biển khơi giữ gìn biển đảo trở thành hình ảnh phiêu bạc và kiêu hùng của một thời.

Tiếng trẻ thơ cười nói, nghịch ngợm, nô đùa. Tiếng ê a ngọng nghịu của đám học trò nhỏ thành dư âm trong lòng chị, vang vọng mãi... Trong giấc ngủ mệt nhoài, chị nghe văng vẳng tiếng trống vào lớp, chị giật mình bật dậy...

Trời đã tối dần, đường về còn xa, tiếng vượn hú não nuột từ rừng sâu, cơn mưa bất chợt khuấy động bầy vắt bung ra bám đầy tay chân, mặt mũi của những người đi rừng như chị, vừa gánh vừa kéo lê bó lá dài quét đất. Mớ dây leo ngớ ngẩn buông lơi, vướng víu như trêu ghẹo những người tha phương cầu thực. Mồ hôi chị chảy dài pha trộn mưa rừng, không làm chị bớt cay mắt.

oOo

Không ai hiểu tâm trạng của anh Đồng, anh ngán ngẩm thế nhân, lên rừng. Đời gì thế? Nhìn đâu cũng thấy nghi ky, thủ thế.

Rừng miền Đông Nam bộ bạt ngàn, những giọt dầu tươm tinh túy, thân cây dầu thẳng đụt, càng thẳng càng dễ bị hạ. Những cánh "muồng hoa đào" nở rộ, anh và Thành phát rừng làm rẫy, chung quanh chỉ nghe tiếng chim kêu "bắt cô trói cột" vang lừng cùng đàn sóc, heo rừng... Anh Đồng sợ tiếng người, ghê rợn giọng cười giả lả, những ánh mắt như có sắc nhọn của mũi tên, của gươm... Anh tự nhận mình là con chim cun cút, anh sợ lưới.

Tiếng mưa rừng tí tách, lộp độp buồn hiu nhưng lòng anh thảnh thơi kỳ lạ. Đàn chim bay về trú ngụ bên anh, cánh ướt tả tơi đang rỉa lông cho nhau. Anh lại nghĩ về loài người, đang nhổ lông nhau. Ánh nắng hiếm hoi xuyên qua tàn lá, đàn heo rừng chạy ngang căn lều, tiếng khịt khịt và giọng hót lảnh lót của con chim lạ khiến tâm hồn anh bùi ngùi thương cảm vô cớ.

Nhìn con sóc chít chít trên xà nhà, anh ôm lá khô vun tròn thành tổ ấm. Bếp lửa khói um ngột ngạt, khiến bầy chim bay vụt ra ngoài. Anh hối hận, nơi nào có bàn tay con người, cũng gây tệ hại cho muôn loài. Bếp lửa bừng sáng, gió dìu dịu làm lá cọ khô trên vách, run lên khe khẽ. Tiếng còi tàu sắp đến ga Trảng Táo vang vọng ngân dài, gợi nhớ miền đô hội xa xôi. Đường tàu như mũi tên xuyên qua cánh rừng, rồi mất hút về hướng Gia Huynh, Suối Kiết.

Anh Đồng nói đúng. Quê nhà mình, đến gò mả cũng đào xới để trồng khoai mì, rau đậu. Bờ tre lụi tàn vì đào hết gốc, tấc đất tấc vàng... nhưng xác xơ vẫn hoàn xơ xác.

Nhưng nơi này, vùng đất ba-dan đỏ au màu mỡ. Rẫy ngô xanh ngát, hoa màu tốt tươi, trù phú bạt ngàn ven lô cao su. Đất cũng rộng lượng và bao dung như tấm lòng người dân Nam bộ. Anh Đồng giao hết cơ ngơi cho Thành. Thành trở thành anh giáo làng bất đắc dĩ, hai gia đình bảy đứa học trò đủ loại, nhưng chẳng đứa nào có khai sinh.

Hơn nửa tháng rồi, anh Đồng không về. Khi Thành đạp xe băng rừng đến nơi, anh đã chết. Xác anh nằm cong queo trên võng, khô đét. Rừng mùa khô, trảng tranh cháy nham nhở, chiếc lá to bản của cây dầu trước hiên khô cong bay vòng vèo đậu xuống ngực anh, như an ủi và tống tiễn một linh hồn ra đi trong cô quạnh.

Thành nghẹn ngào nhớ lời anh ngày nào: Một ông, hai bà bảy đứa nhóc!...

Nguyễn Châu

VƯƠNG HOÀI UYÊN
Hành Trình Về Viễn Xứ

Phút đầu quen nhau, Trâm vừa an vị trên máy bay thì Alex cũng vừa đến. Chị ngồi giữa, một người nữa ngồi trong cùng, Alex ngồi ngoài. Chuyến bay từ Đà Nẵng vào Sài Gòn. Ngồi bên cạnh một người đàn ông nước ngoài xa lạ, Trâm thấy không thoải mái. Lúc tiếp viên nhắc nhở mọi người thắt dây an toàn, chị quơ tay tìm sợi dây nịt. Alex cũng làm động tác tương tự. Tình cờ hai người cùng lộn dây. Alex cầm sợi dây nịt của chị, chị cầm sợi dây nịt của Alex, hai người cùng phát hiện sự nhầm lẫn và cả hai cùng cười. Một nụ cười hết sức tự nhiên, không gượng ép. Thế là quen nhau. Chị nhìn Alex: một sống mũi rất thẳng, một khuôn mặt cương nghị, có vẻ là người Mỹ.
Câu đầu tiên chị hỏi Alex:
- Xin lỗi, bạn là người Mỹ phải không?
Alex lắc đầu cười, nụ cười thân thiện:
- Không, Tôi là người Đức. Nhưng tôi hiện sống và làm việc ở Mỹ.

Và thật trùng hợp ngẫu nhiên, Alex làm việc cùng thành phố Trâm sống. Nếu tính bằng phương tiện xe hơi thì nhà Alex cách nhà Trâm khoảng bốn lăm phút lái xe.

Mặc dù Trâm cũng sống ở Mỹ nhiều năm, nhưng chị vẫn không thể phân biệt được người Mỹ và người Châu Âu. Cũng như người Mỹ và người Châu Âu thường không phân biệt được người Việt và người dân các nước Châu Á khác. Rất nhiều lần chị bị người Mỹ bản xứ nhầm với người Hoa. Với người châu Á, Trâm luôn có ý thức cộng đồng. Nhiều lần trên những chuyến bay nội địa trong nước Mỹ, Trâm nhìn quanh: Cả máy bay là người da trắng, và một số kha khá người da đen. Không có người châu Á nào ngoài chị. Tự nhiên Trâm thấy cô độc lạ lùng. Giống như mình bị lạc vào một hành tinh lạ. Bất ngờ chợt thấy sau mình mấy hàng ghế có một phụ nữ tóc đen, da hơi ngăm ngăm, chị ngỡ cô ta là người Việt và có ý định lúc xuống máy bay sẽ hỏi có đúng cô ấy là người Việt không. Nhưng trái với nhận định của Trâm, khi Trâm hỏi, cô ta lắc đầu mỉm cười: "Không. Tôi là người Philippines" và cô ta lịch sự hỏi lại: "Bạn là người Việt phải không?". Trâm gật đầu: "Vâng. Nhưng bạn trông giống người Việt."

  Trái với Trâm, Kha có nhiều định kiến không tốt với người Việt trên đất Mỹ. Anh định cư ở Mỹ hơn Trâm nhiều năm. Và cũng thấy nhiều tính xấu của người Việt. Anh nói người Việt không thật thà, và nhiều tính xấu khác nữa. Nào là ly hôn giả để được nhận tiền già nhiều hơn, nào là kết hôn giả, nào là soi mói người khác, thấy người ta hơn mình thì ganh ghét, thấy người ta thua mình thì khinh khi. Vùng nào có nhiều người Việt, người da đen và người Mễ (Mexico) thì có nhiều tệ nạn xã hội như trộm cắp, cướp giựt... Vì vậy khi mua nhà, anh cũng tìm đến vùng chỉ có người Mỹ da trắng sinh sống. Nghe Kha nói, Trâm im lặng không nói gì. Chị biết tính anh. Khi anh có định kiến gì thì cũng khó làm anh thay đổi. Nhưng chị cũng công nhận Kha nhận xét có phần đúng. Khách quan mà nói người Mỹ xử sự văn minh, lịch sự hơn người Việt. Những lần Trâm đi bộ một mình - vì nhu cầu thể dục - quanh khu vực chị sống, thường thấy người Mỹ lịch sự dừng xe chờ chị qua đường. Hoặc nếu họ cũng đi dạo thì gặp Trâm từ xa họ đã vẫy tay "hello" rất nồng nhiệt. Cũng có lần Trâm gặp một phụ nữ người Việt đi bộ ngược chiều, từ xa Trâm đã nhận ra đó là một người đồng hương và hy vọng sẽ có dịp nói tiếng Việt cho thỏa thích. Thế nhưng trái với suy nghĩ của chị, người này chạm mặt chị nhưng nét mặt lạnh lùng, không hề có chút thân thiện, làm chị cụt hứng không dám chào hỏi.

Còn nữa, một lần Trâm đi máy bay giá rẻ - một chuyến bay từ nơi chị sống sang California – vì là máy bay giá rẻ nên hành lý chỉ được phép xách theo một chiếc ba-lô. Trâm mang theo một chiếc va ly loại bé nhất, loại va ly dành cho trẻ con xách tay. Lúc đi thì không sao, lúc về gặp một nhân viên nữ người Việt. Ngay từ đầu cô ta đã khẳng định là va ly này không được chấp nhận, mà phải chịu phạt năm mươi đô. Trâm cãi tại sao cùng một hãng bay lúc đi lại được mà lúc về lại bị phạt. Thấy hai người to tiếng, một cô nhân viên người Mỹ đến, cô bảo Trâm đem valy đến bỏ vào thùng quy định kích cỡ, va ly lọt ngay. Cả năm nhân viên người Mỹ đứng đấy đều Ok, riêng cô nhân niên người Việt không chịu. Cô ta còn nói nếu không chịu nộp phạt bây giờ, lát nữa đến cổng lên máy bay sẽ có cô ta đứng đấy, và sẽ bị phạt tiền nhiều hơn. Trâm thấy bực tức không chịu được. Giá như cô ta là người Mỹ thì Trâm không bực, đằng này cô ta là người Việt hẳn hoi, cô ta nói chuyện với Trâm bằng tiếng Việt, mà lại đi o ép đồng hương của mình đến thế. Thật là vô lý. Có lẽ cô ta muốn thể hiện cái quyền của mình. Và lần này thì Trâm thấy Kha có lý.

Trâm biết Kha từ khi hai người còn học phổ thông. Giữa hai người cũng có nhiều kỷ niệm vì cùng ở trong đội ngũ văn nghệ của trường. Hồi đó Kha đẹp trai, tài hoa, là cây văn nghệ nổi tiếng của trường. Trâm biết có nhiều nữ sinh mê anh, trong đó có Trâm. Nhưng không thấy Kha yêu ai, anh chỉ lao vào học để mong đậu vào một trường đại học chuyên ngành như đại học kỹ thuật Phú Thọ hoặc đại học Quân Y để khỏi trực tiếp cầm súng. Và đúng với mơ ước của anh, anh đã đậu vào đại học Quân y. Thời đó chiến tranh thật khốc liệt. Con trai rớt đại học là đi vào quân trường. Sau 1975, Kha đi ở tù chỉ vài năm vì anh là trung úy bác sĩ quân y mới ra trường chưa bao lâu. Ra tù Kha vất vưởng một thời gian, làm đủ nghề. Về sau anh được một ông chú ruột đi tập kết về xin cho anh làm trong một bệnh viện của thành phố. Thời đó Trâm cũng là một giáo viên cấp ba, sống lay lắt với đồng lương mạt rệp. Hằng ngày nhìn những bữa cơm gia đình mà ngao ngán. Nhiều bữa chỉ có mì sợi luộc chan nước mắm thay cơm. Nhìn cả nhà sì sụp mà đau xót. Nhưng dù sao Trâm cũng chưa có gia đình riêng. Thấy bạn bè có con nhỏ mà không đủ dinh dưỡng cho con, đứa nào cũng èo uột, ốm đau liên miên. Bọn nhóc thèm bánh mì đến nỗi ra đường là nhìn chằm chằm vào những chiếc xe bánh mì di động mà không dám xin mẹ. Điều đó làm Trâm sợ, không dám nghĩ đến chuyện lấy chồng. Thỉnh thoảng Trâm gặp Kha trong những lần Trâm đi khám bệnh tại bệnh viện, cười chào nhau vội vàng, không đủ điều kiện để hẹn hò một buổi cà phê. Có lần Kha đến nhà chơi, chuyện vãn một chặp rồi anh nhìn quanh, nhỏ giọng hỏi:

- Mình có mối vượt biên, Trâm đi không?

Trâm hơi bất ngờ:

- Trâm không có điều kiện. Chắc ít nhất cũng ba cây?

Kha lắc đầu:

- Họ cho đi không. Chỗ quen biết.

Trâm hơi nghi ngại. Làm gì có chuyện đó. Kha nói:

- Trâm quyết định nhanh nhé. Ba ngày nữa cho mình biết.

Kha đi về rồi, Trâm suy nghĩ thật nhiều. Nửa muốn đi, nửa không. Nếu chẳng may bị bắt lại thì không biết sẽ ra sao. Vả lại đây là người quen của Kha, mình đi như thế mang tiếng lợi dụng người ta. Người ta cần Kha đi vì Kha là bác sĩ, chuyến đi nào cũng cần có một người rành về ngành y. Còn Trâm thì... Nhưng mà sống như bây giờ thì tương lai mịt mù quá. Hỏi ý kiến ba mẹ, ba thì đồng ý, mẹ thì lo sợ sẽ gặp những điều không may. Trâm tác động thêm:

- Đường biển ở miền Trung không qua vịnh Thái Lan nên không sợ gặp hải tặc đâu mẹ. Vả lại đi vào mùa hè đường biển ở đây cũng yên, không sợ gặp bão bất ngờ như ở vịnh Thái Lan. Nghe nói nếu bình yên thì chỉ bốn ngày đêm là đến Hồng Kông thôi mẹ.

Mẹ Trâm phân vân, rồi thở dài:
- Thôi thì tùy con.
Như có động lực thúc đẩy, Trâm báo cho Kha biết quyết định của mình. Kha hỏi:
- Trâm bơi cũng khá phải không? Chuẩn bị một bộ đồ màu đen gọn nhẹ. Ngoài ra tuyệt đối không mang theo giấy tờ cá nhân gì cả.

Mẹ Trâm cũng giúi cho Trâm hai chỉ vàng, mấy gói mì ăn liền và mấy chai nước suối đựng trong một bịch ny lông. Bà cẩn thận luồn hai chỉ vàng vào lai áo cho Trâm rồi khâu lại. Tối hôm ấy Kha đến đưa Trâm đi. Đêm không trăng tối như mực tàu. Hai người ra đến một bờ biển vắng vẻ của thành phố rồi ngồi ở đấy ra vẻ một cặp tình nhân hẹn hò nhau. Chờ ở đấy hơn một tiếng mà trống ngực Trâm đập như muốn lỗi nhịp. Từ lúc nào Kha nắm chặt tay Trâm như trấn an. Cuối cùng cũng có một chiếc ghe thúng ghé bờ ra dấu cho hai người lên. Họ được chở ra một gò đất đá lớn nổi trên biển, đổ bộ xuống đấy chờ tàu đến. Lúc ấy trên gò đất cũng có khoảng bảy tám người gì đó.

Chờ mãi đến gần khuya vẫn không thấy tàu lớn đến, Trâm bắt đầu sốt ruột và lo sợ. Sóng biển đập vào bờ rì rào cùng với bóng tối bí hiểm làm Trâm muốn run lên. Đám người bàn tán nhau, hỏi ra thì cả đám người đều là những người đi không tốn tiền. Và họ vỡ lẽ ra cả bọn chỉ là những con chim mồi, nếu có biến thì họ sẽ là những vật hy sinh trước. Chắc có lẽ là đã có biến nên tàu lớn đã không ra. Cũng có thể tàu đã ra khơi nhưng bị lộ nên cố sức chạy mất, không thể ghé rước nhóm người này. Bấy giờ thủy triều cũng đã lên. Kha quyết định bảo Trâm bơi vào bờ. Nếu không, đứng đây thủy triều lên sẽ chết. Những người biết bơi đã lần lượt nhảy xuống, không còn cách nào hơn, Trâm cũng đánh liều nhảy xuống. Những người không biết bơi không biết làm gì hơn bèn kêu cứu ầm ĩ. Kha động viên Trâm:

- Đừng sợ. Trâm biết bơi mà, cứ bơi gần mình. Ở lại không chết vì nước biển dâng lên cũng bị công an đưa tàu tuần tra ra bắt. Họ kêu cứu to thế chắc chắn tàu của công an sẽ nghe thấy.

Nước biển về khuya lạnh ngắt. Từ đây vào bờ chắc khoảng hơn cây số. Nhìn vào bờ thấy ánh đèn nhỏ li ti Trâm có cảm giác như đó là một tinh cầu nào xa xôi mà mình không thể nào đến được. Cái lạnh của biển đêm và độ xa của bờ nhanh chóng làm Tâm đuối sức. Có lúc Trâm đã nghĩ đến cái chết. Đến khi cô thấy rã rời muốn buông tay thì Kha xốc cô lên. Kha thật khỏe, vừa bơi vừa đưa Trâm vào bờ. Cho đến khi chân chạm vào cát thì Trâm và Kha đều nằm sóng soài như hai xác chết. Nhưng Kha nhanh chóng ngồi dậy bảo Trâm:
- Ráng lên Trâm. Ở đây sẽ bị bắt mất. Hai người ướt như chuột thế này giữa đêm hôm khuya khoắt không vượt biên thì là gì?

Kha vực Trâm dậy. Anh nói:
- Cứ bình tĩnh đi thong thả. Nếu gặp người họ sẽ nghĩ chúng mình là tình nhân hẹn hò nhau.

Và anh khoác tay Trâm dìu cô đi.

Trâm về đến nhà đã mười một giờ hơn. Ba mẹ cô không ngủ được nghe tiếng gõ cửa vội vàng mở cửa. Thấy Trâm người ướt như chuột lột mẹ Trâm vừa khóc vừa nói:
- Con vào tắm thay quần áo nhanh kẻo ốm.

Hôm sau Kha đến, anh xin lỗi Trâm và báo tin đêm hôm đó vì có kẻ bất mãn báo công an nên tàu đã không xuất phát. Chuyến đi lùi lại tìm cơ hội khác. Cả bọn người không biết bơi tập kết trên gò đất đêm hôm đó đã bị công an đưa tàu ra bắt hết. Anh hẹn lần sau. Nhưng Trâm đã như chim một lần bị tên, đâu còn can đảm đi tiếp. Trâm nghĩ mình còn sống sót trở về là may lắm rồi. Vậy mà mấy tháng sau nghe tin Kha đi, và lần này anh đã đến Mỹ.

Bằng đi một thời gian dài, Trâm nhận được thư Kha gửi về. Kha nói anh đã tạm ổn với cuộc sống mới, và đang vừa làm vừa đi học lại ngành Y. Những năm đầu sau 1975, Kha và những bác sĩ người Việt vượt biên như anh chỉ phải học lại y khoa khoảng năm năm, không phải như sau này phải học lại toàn bộ. Anh nói vất vả lắm, anh lại phải vừa học vừa làm nhưng anh sẽ cố hết sức để không bỏ học nửa chừng. Anh xin Trâm hãy đợi, khi nào có quốc tịch anh sẽ về cưới Trâm và bảo lãnh cho cô qua Mỹ. Dù sao thì đó cũng là một lời hẹn để Trâm có chút hy vọng sống qua thời bao cấp buồn nản. Rồi cũng đến lúc Kha học xong. Sau khi có chỗ làm ổn định và thi đậu quốc tịch, anh đã trở về Việt Nam cưới Trâm. Hồi đó gia đình Trâm rất mừng và bạn bè ai cũng nói Trâm may mắn.

Qua Mỹ, lạ nước lạ cái, lúc đầu Trâm cũng hụt hẫng. Chị thấy dù sao ở Việt Nam chị cũng có một chỗ đứng nhất định trong xã hội. Còn ở Mỹ, chị thấy mình bơ vơ, lạc lõng. Hàng rào ngôn ngữ là khó khăn chị phải đối mặt hàng ngày. Nhiều lúc chị thấy mình như người từ hành tinh nào khác lạc đến. Kha động viên Trâm đi học lại, anh bảo lương bác sĩ như anh không phải lo nghĩ về mặt kinh tế. Trâm cứ yên tâm học tập. Lúc nhỏ còn đi học Trâm được cái chăm và học giỏi. Vì vậy sau bốn năm chị cũng cày xong đại học, mặc dù khá vất vả.

Có việc làm rồi, hai người mới dám nghĩ đến chuyện có con. Bận rộn nào công việc ở công ty, việc chăm con, Trâm thấy vơi bớt nỗi nhớ nhà, nhớ quê hương. Nhưng điều mà chị thấy nhớ day dứt nhất là mỗi lần xuân về là không khí cái tết Việt. Sống trên đất Mỹ, mỗi dịp giáng sinh không khí có vui hơn một chút, nhưng tết Mỹ lại nhạt nhẽo. Sau tết Mỹ khoảng một tháng là tết Việt Nam. Tiểu bang Trâm sống khoảng vài chục nghìn người Việt, nhưng nhà Trâm lại ở khu người Mỹ, nên tết Việt không hề có chút không khí gì. Những ngày cận tết đi làm về Trâm cứ bâng khuâng tưởng tượng lúc này đường phố Đà Nẵng tràn ngập không khí rộn rã của mùa xuân. Nhớ những lần đi mua sắm cùng mẹ những cái tết trước 1975, thời gia đình chị còn sung túc. Chiều ba mươi pháo nổ đì đùng và mùi khói hương thơm lừng cả một khu phố. Rồi những cái tết sau 1975, gia đình đã sa sút nhiều, những vật dụng trong nhà đã lần lượt ra đi, cái tết buồn hơn nhưng vẫn còn chút hơi ấm gia đình. Thời đó nhà Trâm không còn nấu nổi một nồi bánh chưng, hương vị truyền thống của cái tết Việt.

Chiều ba mươi trên đất Mỹ, Trâm xin phép về sớm hơn một chút, một mình loay hoay nấu mâm cơm rước ông bà. Nhìn ra ngoài trời tuyết rơi trắng xóa khiến Trâm thấy lòng se thắt. Ba Kha đã qua đời nên anh mang di ảnh của ba từ Việt Nam về thờ. Mẹ Kha lâu lâu có qua Mỹ thăm con rồi về chứ không chịu để Kha bảo lãnh. Hai đứa con Trâm đã lên đại học và đều học ở tiểu bang khác. Kha hứa sẽ thu xếp công việc để về sớm cúng rước ông bà. Ngày mai mùng một là thứ bảy. Năm nay Tết Việt rơi vào cuối tuần nên có chút thong thả. Hai vợ chồng Alex hứa sáng mùng một sẽ xông đất nhà Trâm theo phong tục người Việt.

Sau lần tình cờ quen nhau trên chuyến bay từ Đà Nẵng vào Sài Gòn, Trâm và Alex vẫn giữ liên lạc và sau này vợ chồng Alex trở thành bạn thân của vợ chồng Trâm. Ngẫu nhiên mà Alex lại sống cùng một thành phố với vợ chồng Trâm. Alex là kỹ sư máy tính, vợ Alex – Sandy - là dược sĩ, nhưng hai đứa con lại theo học hai ngành chẳng liên quan gì đến nghề của bố mẹ. Đứa con trai đầu học ngành hội họa, đứa con gái học ngành thiết kế thời trang. Trâm hỏi vì sao không hướng cho con theo ngành của bố mẹ, Alex lắc đầu và đã kể cho vợ chồng Trâm nghe một câu chuyện buồn của gia đình.

Alex sinh ra trong một gia đình có bố là bác sĩ, mẹ là dược sĩ. Anh là con đầu, sau anh là một em trai. Em trai Alex là Henry, từ nhỏ rất thông minh và học hành xuất sắc hơn anh. Ba mẹ Alex lúc nào cũng tự hào về đứa con trai út và luôn hướng cho con theo học ngành Y như bố mẹ. Henry từ nhỏ có năng khiếu hội hoạ và đam mê ngành kiến trúc. Mặc dù ba mẹ lúc nào cũng hướng cho anh học ngành Y, anh tuy không cãi lại nhưng đã nghe một cách thờ ơ, không chút hào hứng. Henry tâm sự với Alex rằng em chỉ thích ngành kiến trúc. Nếu không được học ngành đó thì em không còn đam mê gì nữa. Vậy mà năm cuối cấp, vì áp lực của ba mẹ, Henry đã thi vào ngành Y. Với một học sinh xuất sắc như Henry, việc đó quá dễ dàng.

Sống trên đất Mỹ nhiều năm, Trâm biết trẻ con ở đây đã được nhà trường nhào nặn từ bé về tinh thần tự do, tự chủ về bản thân. Đôi khi điều đó lại là tự do quá trớn. Vì vậy trẻ con không dễ bị cha mẹ uốn nắn từ nhỏ như ở Việt Nam. Ngay cả khi ba mẹ thấy con bị béo phì, đề nghị con ăn kiêng, cũng bị đứa trẻ phản kháng: " It's my body" (Cơ thể là của con). Nghĩa là ba mẹ không có quyền có ý kiến. Cũng đừng ngạc nhiên khi thấy nhà có khách nhưng các con không chào hỏi gì, cứ thản nhiên đi thẳng về phòng, trong khi ba mẹ nhắc: "Chào bác đi con". Mọi nề nếp gia phong của một gia đình Châu Á đều bị phá vỡ.

Vì vậy chuyện Henry – em trai Alex – chịu nghe lời ba mẹ học ngành Y, mặc dù đam mê ngành Kiến trúc, là một điều lạ. Nhưng ai biết điều đau đớn mà gia đình Alex phải gánh chịu sau đó. Sau khi tốt nghiệp ngành Y, Henry đem mảnh bằng Y khoa về vứt giữa bàn và nói:
- Đó, ba mẹ hãy ôm mảnh bằng này mà vui đi.

Và sau đó thì Henry đã nhảy sông tự tử.

Mặc dù Alex không nói hết được nỗi đau xót của gia đình về cái chết u uất của Henry, nhưng Trâm cũng thấu hiểu sự mất mát này là không gì bì được. Sau đó mẹ Alex đã bị trầm cảm nặng, ba Alex phải theo sát bà, không thì bà sẽ tự vẫn theo con. Alex thì đã quá thấm thía chuyện cưỡng bức các con học theo ý mình, vì vậy con anh muốn học ngành gì anh không cũng động viên, mặc dù đó không phải là ngành anh thích. Anh nói:

- Con cái nó chịu học là tốt rồi. Không ít đứa bỗng nhiên bỏ học nửa chừng, mặc dù học rất giỏi. Xã hội Mỹ này là vậy đó.

Sáng mùng một, sau khi vợ chồng Alex ra về, Trâm và Kha ngồi cắn hạt dưa, bâng khuâng nhớ những ngày tết quê nhà. Trâm cũng cố gắng bày biện phòng khách một cành mai Mỹ, loại hoa hơi giống hoa mai Việt cho có không khí. Cũng có bánh chưng xanh, dưa món, thịt kho tàu… Nhưng vẫn thấy trống vắng quá. Sáng nay hai đứa con đi học xa có gọi về chúc tết ba mẹ. Bọn chúng học ở một tiểu bang nhiều người Việt, nên có biết bây giờ ở Việt Nam đang là ngày tết truyền thống. Rồi học xong chúng cũng sẽ tìm việc ở một tiểu bang khác, sống xa cách ba mẹ là cách lựa chọn của giới trẻ ở Mỹ. Rốt cuộc gia đình nào cũng chỉ còn lại hai người già, có khi là một người già, sống lẻ loi cho đến cuối đời.

Vương Hoài Uyên

HOÀNG HOA THƯƠNG
Hỏi Nắng Ngày Xuân

Xuân có gì vui mà ta đợi
Nửa hồn chết đuối nửa hồn khô
Tay gom hết lá mùa không gió
Vuốt mắt mà đau miệng bật cười

Khi đứng bên trời nhìn mây nổi
Để lòng trắng xóa với bạch mai
Và nghe trong nắng lời trăng trối
Ta để niềm đau ray rứt chơi!

Xuân nay hoa bướm khoe sắc thắm
Lòng đầy hoàng hôn trong nắng vui
Sao nghe sương giá còn rơi mãi
Ướt cả chiều xuân lạnh chốn này

Ta biết đời mình như hạt bụi
Tiếc gì hiu hắt một khoảnh trời
Đã nghe băng giá tình lưu khách
Hồn cũng tan theo mộng khuynh thành

Giã biệt người, khơi chi nắng xuân
Ta không chờ nữa ngọn mây Tần
Nhủ thầm duyên kiếp là cơn gió
Rồi sẽ tan như nắng cuối ngày

Hãy rót cho đầy ly rượu cay
Cười vang muôn dặm với tình này
Đêm nay ta uống Càn Khôn cạn
Sao đáy ly… nỗi buồn chưa tan !!! ∎

Viết từ Phố Bolsa

PHƯƠNG TẤN
Lúa Reo Hay Tiếng Xuân Theo Đất Về

**1.
O XUÂN**

O cười hay tiếng chim kêu
Lúa reo hay tiếng xuân theo đất về

Trời cầm tà nắng vân vê
O che vành nón sum suê là tình.

**2.
BÓNG DUYÊN**

Em cười yểu điệu mà mê
Chừng nghe xuân động bốn bề ra hoa

Ghét ghê o bướm điệu đà
Phất phơ cánh lụa la đà bóng duyên.

**3.
BÔNG HỒNG**

Em cười chúm chím trong hoa
Lòng chen trong lá tình sa trong cành

Em, bông hồng của riêng anh
Của xuân lãng đãng trên nhành thơ ngây.

**4
NÀNG TIÊN**

Anh quỳ lót lụa dưới chân
Lụa thơm đầy gió cho thân là là

Là là cánh én bay ra
Én tha đầy mộng ngậm tà áo xuân ■

HÀ NGỌC HOÀNG
Một Nửa Mùa Xuân

Mùa xuân mình thức cùng trăng
Hoa đào nở cạnh phiến đá
Sắp giao thừa nước bạn
Ta như đứa trẻ chờ đón pháo hoa

Họ bắn khói tràn qua sông
Một mùi thi vị của khói hòa quyện
Đã ngấm vào tôi từ thủa thiếu thời
Về nhà nồi bánh chưng đã luộc xong

Vớt lên cúng gia tiên
Khí xuân tràn khắp nơi
Giao thừa đã tới
Thắp nén hương thơm cầu cho năm mới

Năm nay ta không còn trẻ
Chỉ còn thiếu làn hương con gái
Và nụ cười ngày mới đón xuân sang
Mình chưa tìm được mảnh ghép cuộc đời.■

THÁI TÚ HẠP
Mấy Cõi Xuân Chờ

sông núi vào Xuân anh có hay
rừng mai hoa nở ngát phương này
hồn em cũng vừa xanh ý biếc
mộng cũng vừa thơm trong mắt say

thương nhớ mê hồn thơ dị sử
mùa Xuân thơ mộng tóc mây vương
từng bước thanh âm nồng mật ngữ
trong cửa Xuân bừng dậy sắc hương

anh đón sương ngàn xa gió bay
Xuân về nắng động biếc ngàn cây
sao anh mê mải đời chinh chiến
em lẻ loi buồn gió heo may ∎

NGÀN THƯƠNG
Nói Với Mùa Xuân

xuôi theo dòng Ngôn Ngữ
mùa xuân cũng đã về
lòng người nghe rạng rỡ
dầu cuộc sống nhiêu khê

thung thăng đàn én lượn
giăng đôi cánh nhung huyền
hoàng mai bừng khoe sắc
mùi tinh khiết trinh nguyên

tuổi đời trôi nhanh quá!
mới đây vội xế chiều
tôi ngồi trên phiến đá
nhìn đời chợt rong rêu

nhưng có quyền mơ mộng
quyền được sống và yêu
đừng nghĩ già là hết
phủi tay với sớm, chiều

ta vẫn còn may mắn
như hạt gạo trên sàn
trải qua bao dâu biển
chẳng bàn chuyện thế gian

mùa xuân ơi, đừng phụ
kẻ trót đi lạc đường
thôi làm tên du thử
múa gậy giữa vườn hoang. ∎

BEN OH
Xuân Chỉ Mình Tôi

Xuân về anh đến tôi chơi
Không hoa chẳng phải... xin mời rượu thôi
Người thân tôi đã đi rồi
Bỏ tôi ở lại cuộc đời đắng cay

Xuân về buồn lắm ai hay
Cùng tôi nâng chén rượu này mến nhau
Mong người vơi bớt nỗi sầu
Cùng người chén rượu chia nhau những gì

Người buồn tôi uống làm chi
Bên ni nhà trống khác gì anh đâu
Giờ mình một bước sang cầu
Những ngày năm tháng gặp nhau cuối đời. ∎

LÂM BĂNG PHƯƠNG
Tháng Giêng
Ngậm Ngọc Nhả Thơ

Tháng Giêng tiễn mùa đông cuối
Xanh xanh mầm lá đâm chồi
Thoảng nghe hương đồng cỏ nội
Em cười má đỏ hồng môi.

Tháng Giêng ai chờ ai đợi
Bến trăng sông cũ đầy vơi
Gió đêm quên choàng khăn ấm
Lạnh lùng thả giọt sương rơi.

Tháng Giêng ngậm ngọc nhả thơ
Ngân nga bao lời nhung nhớ
Gió xoáy cuốn vào hư vô
Nên tình xa mãi mịt mờ.

Tháng Giêng trời đất giao mùa
Có người thay chăn màn mới
Bao cuộc tình đẹp nên đôi
Tay trong tay vui ngày cưới.

Tháng Giêng suy ngẫm việc đời
Bể dâu bao điều mất được
Lặn hụp biển đời trôi nổi
Bon chen... Tiếc nuối... Ngậm ngùi.

Tháng Giêng chưa mời đã tới
Tuổi già chồng chất mãi thôi
Tháng Giêng cho mùa xuân mới
Tháng Giêng... Năm cũ vừa trôi... ■

DỊ NGỌC
Ngủ Giấc Noel

hồn chìm trong âm thanh chuông
gió du dương hát như buông lời chào
chẳng tan vào cõi xa nào
là là trong khoảng hư vô rất gần

êm đềm nhẹ nhõm lâng lâng
không gặp cả đám du vân thường ngày
thân có động nhưng không bay
chỉ hơi nhúc nhích dáng gầy nghiêng nghiêng

hoàn toàn tịch mịch bình yên
một mình rộng chốn du miên lừng khừng ∎

29-10-2024

NGUYỄN VĂN GIA
Uống Rượu Chiều Cuối Năm Ở Thanh Khê, Đà Nẵng

Chiều cuối năm ở Thanh Khê
Trời se se lạnh - non sông đẹp quá buổi giao mùa
Mấy con én lạc tìm nhau
Uống một ly
tiễn đưa năm cũ đầy những chuyện không vui
và bỏ lại sau lưng những tai ương xui rủi
Uống một ly
quên đi giấc mộng đêm hè
và bao thế sự trớ trêu
Uống một ly
mừng may mắn còn được ngồi bên nhau
Niên tàn nguyệt tận...
Nhớ bạn thơ bạn rượu năm xưa
giờ vắng những ai
Phạm Ngọc Lư - Hoàng Tư Thiện - Lê Văn Thí
Chẳng biết có giận hờn chi cuộc đời này không
mấy cha nội rất tài hoa vội rủ nhau về miền mây trắng
Trần Huyền Thoại -
một người làm thơ buồn nhất trần gian -
nghe nói phương trời tây y đang ốm nặng
Chẳng biết ai để hỏi thăm cho biết bệnh tình
Thôi thì Trời kêu ai nấy dạ -
chuyện sinh tử mình cứ giả-bộ-coi-thường
Năm cùng tháng tận lại ngồi bên nhau

Sẵn rượu tây thơm ngát
Cạn với nhau một ly vui
Cạn với nhau một ly sầu
Mốt mai xa đời
Biết có ai rưới lên mồ cho một ly rượu nhạt (*)
Rượu cuối năm mơ màng
Chừng nghe như trong hơi gió
Có đám Lương Sơn Bạc
Có Lục Vân Tiên hảo hớn theo hơi rượu trở về...
Mới lên lên xuống xuống vài ly
Cái giọng Quảng vừa thiệt thiệt vừa quê quê
lại hăng say bàn những chuyện đội đá vá trời
Chuyện nước non nào có như chuyện lấy kẹo trong túi áo
(Mấy anh có chút chữ lận lưng hay nói vung vít để an lòng
chứ chẳng làm được cái khỉ khô gì)
Khi tỉnh rượu mới hay mấy chàng ngồi đây
chẳng khác chi những tay ngư phu thất thế
Rượu vào lời ra
nói líp-ba-ga những gì thường hay giữ kẽ
(Chẳng sợ thằng tây đen nào vì đã có ông thần rượu bảo kê)
Lúc đã sương sương tranh nhau nói chẳng cần ai nghe
Ôi bữa rượu tàn niên dễ thương quá thể
Khẩu hiệu đời thường hô hoài cũng ớn
Hứng chí buổi tàn niên
Kính cẩn nâng ly ngang mày -
Giọng vang như sấm:
- Hennessy muôn năm!
- Remy Martin muôn năm!
- Chivas muôn năm!
- Ông Già Chống Gậy muôn năm!
- Rượu Thuốc Thầy Lê muôn năm!
Xin cảm tạ chút men say
đã cho tôi được một vài phút giây
sống thực kiếp con người...■

(*) "Sinh tiền bất tận tôn trung tửu
Tử hậu thùy kiêu mộ thượng bôi"
Nguyễn Du

THANH TRÁC NGUYỄN VĂN
Xuân Hà Nội

Xuân đã về chưa Hà Nội ơi?
Ta về lồng lộng gió lưng trời
Sông Hồng bỗng đỏ như ngày ấy
Nửa dường nhung nhớ, nửa xa xôi.

Bóng chiều bàng bạc bóng Hồ Tây
Mây pha màu khói, khói pha mây
Mùa xuân thấp thoáng như cô gái
Nắng hồng bẽn lẽn, má hây hây.

Ta theo tìm em giữa phố xa
Bao nàng áo đỏ đẹp như hoa
Bao màu ngói đỏ tươi son mới
Lấp lánh hoàng hôn những mái nhà.

Là đã bên nhau rồi đó em
Mùa xuân Hà Nội buốt hơi kem
Hoa đào nghiêng nụ lung linh gió
Lất phất mưa bay ướt lạnh thềm. ∎

HUỲNH LIÊU NGẠN
Lạc Mất Mùa Xuân

đưa em qua ngõ phù vân
kịp mùa xuân chớm lại gần nở hoa
anh đi mang nặng tình nhà
gởi theo màu áo phồn hoa giữa trời

mùa xuân lên tiếng gọi mời
cho em gặp lại mộng đời đã xa
có con bướm trắng chan hòa
đậu trên vai hỏi vườn cà nơi đâu

vườn cà ở tận nương dâu
nên anh lỗi hẹn trời sâu chưa về
mùa xuân vừa mới cặp kề
sao em nỡ bỏ trăng thề rơi mau

gió chiều thổi nhẹ hàng cau
bầy chim én đã rất lâu quên về
hay là để lạc đường quê
bởi vì ruộng lúa bờ đê không còn

lòng anh chợt thấy héo hon
cứ theo con nước mỏi mòn trôi đi
áo em màu nắng xuân thì
nên mùa xuân cũng phân ly một đời .■

6.11.2024

CHU TRẦM NGUYÊN MINH
Đã Cuối Xuân Rồi Paris Ơi

Đã cuối Xuân rồi Paris ơi
Sao trời vẫn thấp, sương vẫn rơi
Lung linh mây khói mờ hư ảo
Lạnh lắm lòng ta ở nơi này

Giữa chốn phồn hoa ta lẻ loi
Dòng nước sông Seine vẫn vô tình trôi
Mang theo bao nỗi niềm nhung nhớ
Về tận bên em ở cuối trời

Giữa dòng người xuôi ngược Champs-Élysées
Loanh quanh tìm mãi lối đi về
Ngẩn ngơ nhìn hoa vườn Tuileries màu tím
Áo ai khoác kín giấu câu thề

Đã cuối Xuân rồi Paris ơi
Sao gió cùng mây kín khung trời
Lạnh bước chân đơn người lữ thứ
Gởi nỗi lòng riêng đến xa khơi

Trời cuối Xuân rồi Paris ơi
Không thương, không mến người xa xứ
Nên gió đìu hiu nặng nỗi lòng
Mai rời xa bến sông Seine lạnh

Hỏi có buồn không, có nhớ không
Paris ơi... vang mãi ở trong lòng.∎

NGUYỄN VĂN ĐIỀU
Thơ Tình Tháng Chạp

Tôi ngắt tặng em nụ hồng tháng chạp
Trời vào đông nên sắc chẳng được tươi
Em cầm lấy hai tay nâng trước ngực
Tạ lòng nhau đời sống bỗng dưng vui

Em bỗng thấy một chút gì đổi khác
Hai tay run không níu kịp dòng đời
Tôi tặng em nụ hồng ngày tháng chạp
Xin một lần hò hẹn cuộc rong chơi

Tóc em đó có sợi dài sợi ngắn
Như tay em có ngón ngắn ngón dài
Tôi gặp em giữa hai vầng nhật nguyệt
Biết có còn chung lối một ngày mai

Nên quen em giữa đường trần gặp gỡ
Chút lòng xưa chợt sống lại không ngờ
Tôi còn đó những trang đời lỡ dở
Đã quen rồi ngày dâu bể phất phơ

Tôi viết cho em lời tình tháng chạp
Khi ngoài kia ngày đã cuối hiên rồi
Xin giữ lửa cho đời vang tiếng hát
Ta còn nhau dù ngày tháng vẫn trôi ■

THỤC UYÊN
Xuân Ca

Mây trôi qua đồi vắng
Thì thào lời cỏ cây
Chim vút qua khe núi
Thiên thu rợp cánh bay

Mùa đã vừa về tới
Đào hoa nở chập chùng
Em rạng ngời nhan sắc
Xuân về đến mông lung

Nắng vàng lên sân cỏ
Lũ chim hót huyên thuyên
Ngày xuân bừng cơn mộng
Gió đã về thảo nguyên

Chút tình xuân cho gió
Chút tơ trời cho mây
Phơ phất trong nắng cũ
Nguyệt bạch áo em bay

Trầm hương rơi man mác
Đăm đắm mộng từ bi
Trần gian sao còn lụy
Yêu một vết xuân thì ■

TRƯƠNG XUÂN MẪN
Ăn Tết Xứ Người

Mẹ ơi, con ăn tết, xứ người, trong hãng
Hạt mứt con ăn cay nỗi buồn vô hạn
Bánh pháo là tiếng nổ cồn cào nỗi nhớ
Giấc ngủ giao thừa cắt vụn khúc tỉnh, mơ ■

THƠ VĂN
NGÔN NGỮ
SỐ 35

SONG THAO
Tiếng Tây Tại Canada

Thành phố Montreal nơi tôi đang ngụ cư là một thành phố của hockey. Mùa hockey năm nay vừa bắt đầu, người người đều dõi mắt vào những đôi chân và những chiếc gậy trên sân băng. Báo chí ngày nào cũng có chuyện nói về hockey, chuyện trong sân cũng như chuyện bên lề sân. Tôi cũng như bao người dân khác ở đây, tim óc ngày ngày nhộn nhịp với hockey. Trước đây, như bao dân Việt khác, tôi mê đá banh. Nhưng từ ngày lậm vào hockey, tôi lơ là với trái banh tròn. Sân cỏ chậm chạp hơn sân băng. Chỉ khi nào có *World Cup* tôi mới theo chân trái banh với những pha dàn xếp ngoạn mục của những cặp chân vàng lừng danh thế giới. Nhớ ngày mới qua định cư, mỗi lần có các giải bóng đá lớn, chúng tôi tụ họp, bia bọt và cả lô mồi nhậu nhẹt bày ra, mặc sức la hét theo đường đi của trái banh. Ngày nay, chỉ còn các ông Luân Hoán, Hoàng Xuân Sơn và Hồ Đình Nghiêm, mỗi ông co quắp trong căn phòng cô đơn theo dõi trái banh.

Đội hockey của Montreal chúng tôi là đội Canadiens de Montreal, từng có một thời huy hoàng nay xìu xìu ển ển, mỗi trận thắng như một món quà từ trời rơi xuống. Dù sao, dân Montreal vẫn hào hứng mua vé chen kín các hàng ghế của khán đài mỗi lần có trận đấu. Tôi cũng vẫn bỏ mọi công chuyện theo dõi trên màn hình mỗi lần đội hockey nhà lâm trận.

Bài này không phải viết về hockey mà viết về tiếng tây. Hai thứ này có liên hệ chi mà thành chuyện? Thưa có. Báo chí đang ì xèo chuyện anh chàng thủ quân *(captain)* của đội là anh Nick Suzuki không biết nói tiếng Pháp. Trong bài viết trên báo The Gazette of

Montreal, tờ báo tiếng Anh duy nhất của thành phố, của tác giả Brendan Kelly, *"Why doesn't Nick Suzuki have to speak French?"*, tại sao Nick Suzuki không phải nói tiếng Pháp, ông nêu ra một chuyện vui vui. Ký giả Mylene của báo Le Journal de Montreal, một tờ báo tiếng Pháp, đã hỏi ông: "Tôi không thể hiểu tại sao Nick Suzuki, thủ quân của đội Canadiens, không học tiếng Pháp mặc dù anh đã chơi cho đội tới 5 năm rồi?". Ngay ngày hôm sau bài báo này xuất hiện, trên trang nhất của báo Le Journal de Montreal đã in cái tít to tổ chảng của bài báo: "Hãy Nói Tiếng Pháp, Thủ Quân Suzuki!". Hai người có thẩm quyền là Jean-François Roberge, Bộ Trưởng đặc trách về Pháp Ngữ, và bà Isabelle Charest, Bộ Trưởng Bộ Thể Thao, của tỉnh bang Quebec, trong đó có thành phố Montreal, phải lên tiếng. Họ cho biết thủ quân của đội hockey không nhất thiết phải nói tiếng Pháp. Sao lại có chuyện mấy ông bà thượng thư có nhiệm vụ tuýt còi mỗi khi tiếng Pháp của mấy ông bà bị lơ là lại dễ dãi với anh chàng Nick Suzuki như vậy?

  Chuyện như thế này. Chính phủ tỉnh bang Quebec ra đạo luật Bill 96 có hiệu lực từ ngày 1/6/2022 nhằm "bảo vệ" tiếng Pháp bằng cách hạn chế việc dùng tiếng Anh. Ngay từ khi đạo luật được quốc hội thông qua, đã có nhiều cuộc biểu tình chống đối và nhiều vụ kiện ra tòa của cộng đồng tiếng Anh. Có tới 1 triệu 250 ngàn người gốc Anh tại Montreal. Trong luật mới có điều quy định di dân phải học tiếng Pháp trong vòng 6 tháng. Sau đó chính quyền sẽ chỉ giao thiệp với họ bằng tiếng Pháp. Các công dân muốn vào làm việc cho chính phủ phải đậu cuộc thi tiếng Pháp. Suy ra, thủ quân Nick Suzuki phải biết tiếng Pháp như mọi người.

  Ngôn ngữ đã nhảy vào thể thao. Nick Suzuki được ưu ái miễn trừ vì hockey Montreal cần anh. Phần lớn các cầu thủ hockey của đội Canadiens de Montreal đều không phải là dân nói tiếng Pháp nhưng muốn làm *coach* (huấn luyện viên trưởng) cho đội thì phải biết tiếng Pháp. Tiếng Pháp không phải là thứ tiếng thông dụng trên thế giới nên các ông *coach* của đội từ trước tới nay hầu như đều là dân Quebec. Sự giới hạn này không biết có phải là nguyên nhân mà đội Canadiens lóng sau này chơi bết bát hơn xưa. Đội đã đoạt tới 24 cúp vô địch Stanley Cup, nhiều nhất trong toàn thể các đội của Liên Đoàn *National Hockey League*, viết tắt là NHL. Đó là chuyện của thời xa xưa. Từ năm 1915 tới 1985. Tôi định cư tại Montreal vào tháng 6 năm 1985 nên không thấy chiếc cúp năm này. Nhưng vào năm 1993 tôi được chứng kiến dân chúng ăn mừng chiếc cúp thứ 24. Từ đó đến nay chiếc cúp vô địch ngày càng xa tầm với của đội. Không biết chuyện chỉ chọn *coach* biết tiếng Pháp có ảnh hưởng tới chuyện nửa đường đi xuống của đội hay không. Chẳng phải nửa đường mà tới cuối đường luôn. Vài năm gần đây đội Canadians đã lội sâu xuống các hạng chót. Mùa bóng 2021-2022 nằm dưới chót bẹt luôn.

Canada chúng tôi có hai ngôn ngữ chính thức là tiếng Anh và tiếng Pháp. Các cơ quan chính phủ liên bang đều phục vụ dân chúng bằng hai thứ tiếng. Không có vấn đề chi cả. Thực ra tiếng Pháp chỉ được dùng nhiều nhất tại Quebec. Các tỉnh bang khác của Canada phần lớn đều chỉ dùng tiếng Anh. Tiếng Pháp bị lép vế nên các ông tây ở Quebec làm mọi cách để bắt buộc dân chúng phải xài tiếng Pháp. Thành phố Montreal chúng tôi là thành phố lớn nhất của tỉnh bang, phần lớn dân chúng đều nói được cả hai thứ tiếng. Các cô các cậu bán hàng thường chào hỏi khách mua hàng bằng câu: *"Hi! Bonjour!"*. Anh Pháp đề huề. Các ông tây Quebec không chịu, ra luật chỉ được chào *"Bonjour"* thôi. Xe taxi tại Montreal ngày nay cũng chỉ viết chữ *"Bonjour"* bên hông xe. Trên các bảng hiệu của các cửa hàng, tiếng Pháp phải lớn gấp đôi tiếng Anh. Tên tiệm phải bằng tiếng Pháp. Tên *Staples* tại Quebec được đổi thành *Bureau en Gros*. Tên tiệm cà phê *Second Cup* thêm cái đầu tiếng tây thành *Les Cafés Second Cup*. Tức cười nhất là bảng chỉ dẫn đường sá đều bằng tiếng tây khiến du khách không biết đằng nào mà lái xe. Không có bảng *"Stop"* mà chỉ có *"Arret"*. Quận nào trong thành phố thêm chữ *"Stop"* dưới chữ *"Arret"* phần lớn đều bị dân chúng dùng sơn đen xóa ngang chữ *"Stop"*. Du khách gặp cái bảng ghi *"Demi-Tour Autorisé"* chỉ có nước khóc, không biết đó là được *U-turn*. Được cái nhiều góc đường vẽ dấu hiệu quốc tế nên cũng đỡ khổ.

Tiếng Pháp của tỉnh bang Quebec chúng tôi không giống như tiếng Pháp của Pháp. Đó là thứ tiếng cổ mà những di dân từ Pháp qua sau khi người Pháp đầu tiên đặt chân tới vùng Montreal là ông Jacques Cartier từ năm 1535. Có những từ cổ, cách phát âm cổ còn được giữ tới ngày nay. Dân Việt ta học tiếng Pháp *Parisien* nên qua đây thấy thứ tiếng Pháp của dân Quebec khó nghe khó nói nên gọi xách mé là tiếng "Còi", nhái theo chữ *"Québécois"* có nghĩa là người dân Quebec. Dân ta có một giai thoại mà tôi không xác minh được là đúng hay không. Một ông Việt Nam, chủ tịch một hội người Việt bên Pháp, qua Montreal chơi. Khi thuê taxi ông đã không dùng được tiếng Pháp với anh tài xế cũng nói tiếng Pháp. Khi tôi sang Paris vào năm 1995, cô em họ tôi mời đi ăn. Bữa đó có các con cháu của cô tham dự. Khi cô giới thiệu tôi từ Montreal qua, mấy đứa nhỏ cười và trẹo mồm trẹo miệng uốn éo nói theo giọng Québécois. Ngược lại, mấy ông bạn Québécois của tôi khi thấy dân Pháp chính cống qua cũng chế nhạo, uốn lưỡi nói kiểu điệu đàng của dân Pháp.

Tiếng Pháp là của người Pháp, vậy mà chính quyền tỉnh bang Quebec bảo vệ tiếng Pháp hung hăng hơn chính quyền Pháp tại Pháp. Dân Pháp tại Pháp dễ chấp nhận những từ tiếng Anh thông dụng vào tiếng Pháp giao tiếp hàng ngày hơn dân Québécois. Nói theo các cụ, dân Quebec bảo hoàng hơn vua!

Tỉnh bang Quebec có tới 8 triệu rưỡi dân nên nói tới tiếng Pháp tại Canada chúng ta nghĩ chỉ có tiếng "còi". Bé cái lầm. Tại Canada còn có nhiều thứ tiếng Pháp khác với tiếng "còi". Tại miền tây Canada và Manitoba có tiếng Pháp Métis. Đây là thứ tiếng Pháp của hậu duệ của những cặp "vợ chồng" mà vợ là thổ dân, chồng là di dân tới trong thời kỳ "buôn bán lông thú". Phải nói chuyện lông lá này một chút. Ông người Pháp Jacques Cartier là người đầu tiên đặt chân tới vùng nay là Montreal vào ngày 2/10/ 1535. Khoảng 70 năm sau, ông người Pháp Samuel de Champlain mới tới thành lập một trung tâm buôn bán lông thú tại đây. Đó là nghề sinh sống rất phát đạt của những người Pháp hồi đó. Từ những trung tâm này họ đã thành lập được những thành phố lớn. Như vậy thời kỳ "buôn bán lông thú" là vào khoảng năm 1465.

Nhiều người Metis, ngoài tiếng Pháp, còn sử dụng tiếng Cree. Họ còn pha chế hai thứ tiếng này thành một thứ ngôn ngữ hỗn hợp gọi là tiếng Michif. Michif là thứ tiếng kết hợp danh từ, số đếm, mạo từ và tính từ của tiếng Pháp trộn vào động từ, giới từ, các từ dùng để hỏi và đại từ của tiếng Cree. Tới nay hai thứ tiếng Metis và Cree đang dần bị mai một.

Tiếng Pháp Newfoundland được một số dân trên bán đảo Port au Port của tỉnh bang Newfoundland và Labrador dùng. Cũng như các loại tiếng Pháp ít thông dụng Metis hay Cree, tiếng Pháp Newfoundland cũng đang bị hai thứ tiếng Pháp phổ thông hơn là tiếng Pháp Quebec và tiếng Pháp Acadia lấn lướt. Phần đông dân chúng trên đảo quay ra dùng hai thứ tiếng "phổ thông" hơn này. Chuyện… phụ bạc bỏ tiếng mẹ đẻ theo thứ tiếng được phổ biến rộng rãi hơn là chuyện không có chi lạ. Con người luôn tìm cái lợi thực tiễn hơn trong cuộc sống.

Nhưng tại Canada chúng tôi còn có thứ tiếng Pháp phân biệt giai cấp. Đó là tiếng Joual chỉ được tầng lớp lao động tại Quebec dùng. Tôi có lần tiếp xúc với một ông Quebec đặc. Nghe ông nói phải căng tai ra chú ý mới có thể hiểu đại khái ông muốn nói cái chi. Có lần nói về xe cộ, ông dùng từ *"char"* để chỉ cái xe của ông. Không biết có phải ông này nói tiếng Joual không?

Tiếng Pháp Brayon là thứ tiếng phát sinh từ sự cạnh tranh giữa tiếng Pháp Quebec và tiếng Pháp Acadia, được dùng tại Beauce thuộc Quebec và tại Edmundston thuộc tỉnh bang New Brunswick. Thứ tiếng lai căng này là kết quả của sự giao thoa hơi mạnh mẽ giữa hai thế lực ngôn ngữ Pháp tại Canada.

Chừ mới nói tới thứ tiếng Pháp cạnh tranh nhưng dưới cơ tiếng Quebeccois một bậc. Đó là tiếng Pháp Acadia được khoảng 350 ngàn người dùng tại tỉnh bang New Brunswick. Phương ngữ Acadia khác biệt rõ rệt với tiếng Pháp tại Quebec. Họ dùng các từ cổ hơn nhưng hình thái và cú pháp mới hơn tiếng Pháp tại Quebec. Dân Acadia có cờ riêng. Cờ của họ là cờ ba màu xanh trắng đỏ của Pháp nhưng có một ngôi sao vàng trên phần nền xanh. Tiếng Acadia được khoảng 96 ngàn người dùng chiếm 33% dân số của New Brunswick, một phần bán đảo Gaspé và quần đảo Magdalen của Quebec, tỉnh bang Nova Scotia và Prince Edward. Dân nói tiếng Pháp Acadia coi bộ không ưa dân nói tiếng "còi" Quebec.

Năm 2017, tôi qua New Brunswick chơi. Buổi tối, tôi vào một tiệm bán thức ăn sắp đóng cửa. Bà chủ là người Acadia chỉ nói tiếng Pháp với khách hàng. Bà hãnh diện khi tự xưng là dân Acadia. Họ là hậu duệ của những người Pháp ở vùng Acadia bên Pháp, di dân vào thế kỷ 17 và 18. Một phần nhỏ hơn của số di dân này, khoảng 30 ngàn người, sống tại tiểu bang Maine bên Mỹ. Khoảng năm 1755 tới 1764, có cuộc chiến giữa quân thực dân Pháp và dân da đỏ địa phương, nhân đó người Anh đã trục xuất hơn 11 ngàn dân Acadia về Anh, vùng Caribbean và Pháp. Khoảng trên 30% đã mạng vong trên đường trục xuất. Một số được người Tây Ban Nha cho di cư tới vùng ngày nay là Lousiana, lập nên một cộng đồng nói tiếng Pháp Cajun. Vậy nên ngày nay, nếu có dịp qua Lousiana dự lễ hội Mardi Gras, coi các em vạch ngực giữa phố phường, chúng ta có thể nghe thứ tiếng Pháp cổ Cajun, loại khác với tiếng Acadia!

Tiếng Pháp Cajun ở tuốt tận bên Mỹ nên chúng ta đã vượt biên. Đang nói chuyện tiếng tây tại Canada bị trôi tuột qua Mỹ, lạc lối mất tiêu. Vậy thôi không nói nữa!

Song Thao
10/2024

NGUYỄN VY KHANH
NHÀ VĂN DOÃN-DÂN, TRUYỆN CÁI VÒNG VÀ TÔI

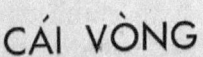

Nhà văn Doãn-Dân họ Trần, sinh ngày 11-7-1938 tại Nam Định, di cư vào Nam năm đất nước qua phân 1954, gia nhập quân đội và viết văn. Ông có truyện ngắn đăng trên các tạp-chí *Chỉ Đạo*, *Văn*, *Bách Khoa* và các giai phẩm *Văn Hóa Ngày Nay*, *Tân Phong*. Tác-phẩm đầu tay là truyện ngắn Cái Vòng đăng trên *Chỉ Đạo* số 30 ra ngày 1-8-1959 và hai tác-phẩm đã xuất-bản: *Chỗ Của Huệ* (Sài-Gòn: Nhân Văn Xã, 1968), *Tiếng Gọi Thầm* (Tân Văn, 5-1972) – cuốn sau chưa phát hành thì ông đã tử trận tại chiến trường Quảng Trị ngày 29-4-1972.

Doãn-Dân đã đến với chúng tôi khoảng năm 1962, năm tôi vừa lên trung học. Năm đó người cậu cả của chúng tôi đứng đầu ngành Chiến-tranh tâm-lý của quân đội Việt Nam Cộng-Hòa suốt bảy năm, vì bất đồng chính kiến với lãnh đạo chế độ Đệ nhất cộng hòa, đã bị gởi đi làm ngoại giao. Ông ra đi và chuyến đi bị thời cuộc đất nước biến thành lưu-vong, nhưng đã để lại tủ sách ở nhà chúng tôi - và đó đã là những sách báo đầu tiên đi vào cuộc đời văn-hóa của chúng tôi. Tủ sách ngoài những tài liệu, biên khảo là những bộ tạp-chí *Chỉ Đạo, Mai, Bách Khoa, Quê Hương, Văn Hóa Á Châu, Văn Hóa Nguyệt San*, v.v... và những tác-phẩm thơ văn của thời 1954-1962 của Hoàng Ngọc Liên, Triều Đẩu, Triều Lượng Chế, Lan Đình, Đỗ Thúc Vịnh, Nhất Tuấn, Diên Nghị, Đỗ Tấn, Huy Lực, v.v...

Chính trên *Chỉ Đạo*, tạp-chí văn-học nghị luận chính-trị vào thời đầu của nền văn-học tự do 1954-1975, tôi đã được đọc và say mê những truyện ngắn của Doãn-Dân và Duyên Anh. *Chỉ Đạo* là cơ quan ngôn luận của Ủy ban Chỉ đạo Chiến dịch Tố Cộng của Bộ Quốc phòng, từ số 3 với Thiếu úy đồng hóa Nguyễn Mạnh Côn làm thư-ký tòa soạn, với sự góp mặt thơ văn của Đỗ Tốn, Nguyễn Triệu Nam, Lan Đình, Tường Linh, Bình-Nguyên Lộc, cùng biên khảo, nghị luận của các Giáo-sư Nguyễn Đăng Thục, Nguyễn Thiệu Lâu, BS Hoàng Văn Đức, Toan Ánh, v.v... và từ 1959 thêm các nhà văn Trần Phong Giao, Phan Kim Thịnh, Dương Kiền, Duyên Anh, Hà Huyền Chi, Doãn-Dân, v.v... Ngoài những bài nghị luận chính-trị mở đầu nhắm cổ võ cho tinh thần và phong trào chống Cộng, cùng bài phong, phản đế, là những biên khảo văn-hóa, văn-học và nhất là phần thơ văn thì phong phú, đa dạng. Nếu so với tạp-chí *Sáng Tạo* cổ võ tinh thần tự do và văn-chương mới từ Âu Mỹ qua biên khảo, nghị luận và sáng tác thì *Chỉ Đạo* cổ võ văn-nghệ và văn-hóa dân chủ, tự do mà sáng-tác thì đủ thể loại và Nam Trung Bắc đủ mặt! Cả hai, *Sáng Tạo* và *Chỉ Đạo*, đều ra mắt cùng tháng 10 năm 1956.

Văn-học miền Nam tự do 1954-1975 mặt nổi đã bắt đầu với bộ phận nhà văn, nhà báo thiên cư từ Bắc di cư vào. Trước đó đã có những nhà văn Bắc vào Nam sinh hoạt văn-chương và báo chí nhưng chìm vào đa số của miền Nam; nay đất nước qua phân, hàng loạt người di cư đã đem theo ngôn từ và không gian văn-hóa Hà-Nội của thời tiền chiến và kháng chiến được làm sống lại và sống động một cách chân thành và đa số với đam mê. Nhóm nhà văn thơ này phần lớn đã sinh hoạt văn-nghệ trước khi di cư như Triều Lượng Chế, Đỗ Tốn, Triều Đẩu, Đỗ Thúc Vịnh, Đỗ Đức Thu và những cây viết mới xuất hiện đã mạnh như Nguyễn Mạnh Côn, Toàn Phong, hoặc trẻ hơn mới nhập làng văn như Duyên Anh và Doãn-Dân.

Những năm đầu Trung học, *Đoạn Tuyệt, Đôi Bạn* của Nhất Linh ở nhà trường, đã làm chúng tôi say mê, dõi theo bước đường làm cách mạng của Dũng, thì tủ sách ở nhà tiếp nối đưa tôi đến với không khí kháng chiến, lãng mạn có, mà hào hùng dĩ nhiên phải có của các nhân vật của Hoàng Ngọc Liên (*Hình Ảnh Những Mùa Trăng*), Triều Lượng Chế (*Lý Tưởng*), Đỗ Tốn, v.v... Các truyện ngắn của Đỗ Tốn, Duyên Anh, Doãn Dân cũng đã mê hoặc tôi một phần vì cái lãng mạn nhẹ nhàng, cái thi vị của nếp sống ở một miền đất lạ lẫm – với tôi, chỉ mới sống qua ở Huế, Quảng Nam và Sài Gòn.

Ở Doãn Dân nói chung là ngôn từ của một không gian - ở miền Bắc, đã vừa mất, và một thời gian chỉ vừa qua đi nhưng khó trở lại - thời tự do. Quá-khứ gần nhưng không lối thoát, khó quy hồi, của ấu thời hay thời thanh niên mới lớn. Mới đó nên hãy còn sống động trong tâm trí và đánh động ngòi bút văn-chương. Đó cũng là không gian với những giàn hoa thiên lý ở Duyên Anh, những cánh hoa vông vang ở Đỗ Tốn, những mùa trăng cũ ở Hoàng Ngọc Liên, những vỉa hè Hà-Nội ở Triều Đẩu, những con đường và khuôn mặt Hà-Nội, Bắc Ninh ở Thanh Tâm Tuyền, v.v... Đó cũng là những nỗi ám ảnh trong tâm thức của những nhà văn phải sống lưu xứ này: người đi nhưng vẫn còn người ở lại và những kỷ vật, biến cố không thể đều là hành lý mang theo được. Doãn-Dân cũng như nhiều nhà văn khác đã mở đầu sự nghiệp với những tác phẩm mang tính tự thuật, lấy đời sống và kinh nghiệm bản thân làm chất liệu, rồi với thời gian tính chất này sẽ loãng dần, kín đáo hơn hoặc biến mất.

Khi viết bài cho chủ đề "Tưởng nhớ nhà văn Doãn Dân" của *Thư Quán Bản Thảo* số 46, tháng 4-2011, và sau đó, khi soạn bộ *Văn Học Miền Nam 1954-1975*, tôi không còn tủ sách gia đình và văn bản truyện Cái Vòng, nhưng may thay – vì "già trước tuổi", tôi còn giữ được cuốn sổ ghi chép mỗi khi đọc sách trước 1975. Một vài nhận xét được tôi ghi lại và với cảm tưởng tôi còn trong trí nhớ, cùng với những tác phẩm đến từ thư viện đại học Cornell NY, đã giúp tôi dùng để hoàn thành chương sách về nhà văn Doãn Dân. Năm 2022, gia đình nhà văn với sự giúp sức của nhóm tìm tài liệu và văn bản trong đó có các anh Trần Hoài Thư, KTS Nguyễn Đình Hiếu, đã hoàn thành và xuất bản *Tuyển Tập Doãn Dân*; nhưng phần dành cho truyện Cái

Vòng vẫn để trống. Một ngày tháng 7-2024 mới đây, anh Hiếu báo tin vui đã tìm lại được truyện Cái Vòng (và Lạnh Đêm Thâu) và gửi cho tôi bản đánh máy Word. Rất cảm động, tôi liền đọc lại và một số cảm xúc như sống lại.

Cái Vòng kể một chuyện tình từ thuở ấu thời của Hà với Trâm (chơi bầy cỗ, bắt cào cào, học chung lớp) ở Nam Định (cũng là quê tác giả). Chàng ta đã để ý đến Trâm *"Hà ngồi nhìn Trâm cắn mía ăn. Trâm cũng nhìn Hà, rồi tự nhiên hai đứa cùng cười. Hà thấy răng Trâm đều và trắng quá, trắng như... cái gì nhỉ? Hà ngồi nghĩ xem răng trắng như cái gì. Nhưng mãi mà không tìm ra"* và tay búp măng: *"Trâm ăn xong, lại lấy dao ngồi tiện mía. Hà ngồi nhìn lưỡi dao lượn chung quanh đẵn mía trên tay Trâm, Hà thấy tay Trâm cũng trắng như đẵn mía. Thốt nhiên Hà nói: - Tay Trâm thế này là tay búp măng à?...*

Hà bảo Trâm xòe ngón tay ra rồi gài những ngón tay của mình vào kẽ hở của ngón tay Trâm. Lúc ấy Trâm mới biết, cười hỏi Hà:

- Tay ai búp măng?
- Không biết.

Trâm nhìn hai bàn tay đan vào nhau, nói:

- Tay Hà búp măng à?
- Không, tay Trâm.

Trâm rút tay ra nhìn Hà:

- Thế thì tay cả hai đứa cùng búp măng.

Hai đứa nhìn nhau cười. Hà thấy Trâm cười ròn quá, mắt Trâm dài và hơi nhỏ đi như cũng cười với Hà. Hà vẫn nắm lấy cổ tay Trâm. Hà thấy tay Trâm mềm mềm và mát mát. Hà cúi xuống nhìn tay Trâm, chợt thấy cái vòng xanh, Hà hỏi:

- Trâm mới mua vòng à?
- Ừ, mợ Trâm mới mua hôm qua đấy..."

Đang bạn tuổi nhỏ chơi vui thì Trâm theo cha mẹ lên Hà Nội, đến lớp học giã từ:

"- Mai Trâm lên Hà Nội với mợ. Cậu Trâm viết thơ về bảo thế.

Hà sửng sốt nhìn Trâm, qua một phút bàng hoàng, Hà yên lặng nhìn xuống bàn. Trâm thấy Hà không nói gì, cũng đứng yên lặng cúi xuống bàn, hai tay đan vào nhau.

Hà ngửng lên nhìn Trâm, thấy Trâm vân vê chiếc vòng ở cổ tay. Hình như Trâm cũng buồn hay sao ấy, Hà không thấy Trâm cười nói nên đoán thế. Hà đang nhìn Trâm thì thấy một bàn tay xoa lên đầu. Hà quay lại thấy mợ Trâm. Mợ Trâm cười nói với Hà:

- Cháu ở đây chịu khó học nhé, mai bác cho em Trâm lên Hà Nội với cậu em.

Rồi quay sang Trâm, mợ Trâm bảo:

- Trâm chào anh đi con.

Trâm nhìn Hà, ngập ngừng không biết nói gì. Hà cũng nhìn Trâm yên lặng, Hà thấy mắt Trâm hôm nay hình như khác mọi ngày, hình như đen hơn. (...)

"Đi được mấy bước, Trâm quay lại nhìn Hà mỉm cười, Hà không cười lại, chỉ nhìn theo Trâm. Bỗng Trâm rút tay ra khỏi tay mợ, chạy nhanh lại chỗ Hà. Hà chưa kịp hiểu gì thì thấy Trâm tháo vội chiếc vòng, đặt trước mặt Hà, rồi lại chạy nhanh theo mợ...".

Vài năm sau, Dũng, bạn thân của chàng, lập gia đình với Trâm. Khi nhận được thư Dũng báo tin "*Một nỗi buồn nhẹ nhàng êm ái và bao la ôm trọn lấy tâm trí Hà trong đêm hôm ấy, nhưng Hà biết rằng trong cái buồn đó chàng không hề có một ý nghĩ xấu xa nào. Chàng chỉ buồn như nghe tin một người đi xa, thế thôi!*".

Nhiều năm sau, các nhân vật di cư vào Nam và Dũng-Trâm đã một con, bé Ngọc. Từ nhiệm sở miền Trung, nhân nghỉ phép năm, Hà vào Sài Gòn và ghé thăm vợ chồng Dũng. Dũng không có nhà, Trâm hỏi anh Hà sao chưa lập gia đình và nhắc lời Dũng nói Hà "ghét" đàn bà. "Nghe Trâm nói câu ấy, vẻ mặt Hà dần dần biến đổi, chàng chỉ cúi đầu yên lặng. Tự nhiên chàng cảm thấy hình như có một cái gì vừa bừng lên trong lòng chàng theo câu nói của Trâm. Hà thấy sợ phải ngồi nói chuyện lâu với Trâm, vì chàng biết rằng chàng sẽ không thể giấu Trâm được điều đã in sâu trong lòng và chỉ muốn riêng mình ấp ủ. Nhưng cái cớ chính khiến Hà không dám để Trâm biết tại sao đến bây giờ chàng chưa có vợ, có lẽ vì Hà đã tìm thấy ở đôi mắt và nụ cười của Trâm hình ảnh ngày xưa... Hình ảnh nụ cười ngây thơ và đôi mắt trong sáng chưa hề nhìn thấy cuộc đời.

Hà thấy lòng mình nao nao và rung động nhẹ nhàng, nhưng hoàn toàn trong trắng trước sắc đẹp của Trâm, Hà biết rằng những lời Trâm vừa nói chỉ là vô tình. Nhưng chàng vẫn thấy một nỗi buồn êm đềm đi nhanh vào lòng mình...".

Cháu Ngọc đến với bác Hà. "Trong lúc Hà cầm cổ tay tròn trĩnh mát dịu của Ngọc, thốt nhiên một cảm giác xa xôi, quen quen đến rất nhanh với chàng. Hà mơ hồ nhớ nhanh đến ngày xưa, khi cầm cổ tay Trâm, Hà cũng có cái cảm giác ấy. Hà nhớ tay Trâm lúc ấy cũng mềm và mát mát như tay Ngọc bây giờ...". Hà cho cháu Ngọc quà: "Trong lúc Hà cầm cổ tay tròn trĩnh mát dịu của Ngọc, thốt nhiên một cảm giác xa xôi, quen quen đến rất nhanh với chàng. Hà mơ hồ nhớ nhanh đến ngày xưa, khi cầm cổ tay Trâm, Hà cũng có cái cảm giác ấy. Hà nhớ tay Trâm lúc ấy cũng mềm và mát mát như tay Ngọc bây giờ" (...)

"Hà ngắm Ngọc, trong lòng thấy vui vui, trông cử chỉ của Ngọc lúc ấy, Hà chợt nhớ đến cử chỉ của Trâm ngày xưa, Trâm của riêng chàng (Hà cho là thế), lúc Trâm đứng trong lớp học lần cuối cùng, sắp chia tay Hà. Bất giác Hà khe khẽ thở dài, có một cái gì dìu dịu vừa đi nhanh vào lòng chàng. (...) Hà ngồi nhìn Trâm rồi lại ngắm chiếc vòng, chàng thấy cái vòng hôm nay hình như đẹp và trong hơn mọi khi nhiều lắm, ánh sáng của chiếc vòng tỏa ra làm đầu ngón tay Trâm phơn phớt xanh. Tự nhiên Hà thấy nhớ tiếc một cái gì xa xôi và mơ hồ lắm, chàng có cảm tưởng như mình vừa đánh mất đi một cái gì thiêng liêng và êm đẹp đã sống với chàng từ lâu đời.

Hà vẫn lơ đãng ngồi nhìn Trâm cầm chiếc vòng trên tay, mặc cho lòng mình chìm vào cái cảm giác lâng lâng êm đềm của dĩ vãng. Qua mắt Hà lúc này, Trâm như bé hẳn lại, bé như Trâm của chàng ngày xưa. Hà thấy lòng mình vừa đón một niềm vui dịu nhẹ, rất nhẹ, khiến chàng xao xuyến. Hà ngắm đôi mắt Trâm mơ màng nhìn chiếc vòng, chàng thấy mắt Trâm qua mắt Hà lúc này hoàn toàn hồn nhiên và ngây thơ, thốt nhiên Hà thấy mình yêu Trâm quá, không hiểu tại sao, tự nhiên Hà lại có ý định kể lại câu chuyện cái vòng cho Trâm nghe, cái ý định ấy bồng bột nổi lên trong lòng Hà, ru chàng vào thế giới êm đềm đẹp đẽ của dĩ vãng, làm chàng quên đi trong lúc ấy, Trâm bây giờ là vợ bạn và Hà se sẽ gọi:

- Trâm...

Trâm giật mình quay lại:

- Dạ, anh bảo gì cơ?

Tiếng Trâm nói kéo Hà ra khỏi giấc mộng. Chàng bàng hoàng và chợt nhớ ra là Trâm bây giờ không phải là người bạn ngây thơ của mình ngày xưa nữa..."

Đang cơn mê, Hà liền "nghĩ đến Dũng chàng thấy hình như mình có lỗi với Dũng nhiều lắm, hình như cả với Trâm nữa. Tự nhiên Hà thấy ngượng với chính mình và chàng mong Dũng về ngay lúc này để đổi bầu không khí lặng lẽ đang day dứt lòng chàng". Hà liền đưa ra cái cớ có chút việc cần để rời đi: "Hà không quay đầu lại, chàng bước mau ra đường. Lúc ấy Hà thấy lòng mình hình như thoáng nhẹ đi, lâng lâng dễ chịu. Nhưng một nỗi buồn êm êm man mác gợn lên hòa vào trong cái nhẹ nhàng ấy làm chàng bâng khuâng. Hà bước đi trong cái bâng khuâng ấy.

Đến ngã tư, Hà ngừng lại và chàng thầm tự hỏi:

- Mình đi đâu bây giờ?...

Nắng vẫn dội lênh láng trên mặt đường nhựa, những cửa hiệu hai bên đường phố vẫn còn ngủ im lìm dưới bóng rợp của những mái hiên, chàng nghe rõ bước chân mình gieo xuống nền đá những tiếng ròn rã, đơn độc. Hà có cảm tưởng như mình đang đi xa dần dĩ vãng".

Một chuyện tình của thế kỷ trước, của một thời đại, nay đọc lại vẫn thấy những nét đẹp và tinh tế của tình cảm ngày ấy. Truyện đầu tay Cái Vòng của Doãn-Dân đưa người đọc cùng tác-giả trở lại nơi đất cũ, vườn nhà thời niên thiếu - những tàn tích của quá khứ, với những trò chơi ngày còn bé và một mối tình ngây thơ chớm nở! Những hoài niệm, cái còn lại của những gì đã đánh mất nhưng hiện như đang bám vào hiện thực vì sống động trong tâm tưởng và ký ức, cảm tính hay ý thức. Tình tiết câu chuyện ở đây nhường chỗ cho một ngôn từ của tâm cảm và tiềm thức, thứ ngôn từ dễ đánh động tâm thức độc-giả. Và rất văn-chương ở Doãn-Dân. Kỹ thuật hành văn nhẹ nhàng, gãy gọn dù với những câu văn dài chạy theo tình tiết của câu chuyện kể. Thật vậy, những truyện ngắn ở giai đoạn sáng-tác đầu, Doãn Dân đã cho biết khi trả lời phỏng vấn văn-nghệ của Nguiễn Ngu Í, rằng ông sáng tác giản dị "chỉ vì tôi muốn thi vị hóa cuộc-sống đã qua của tôi" (*Bách Khoa* 110, 1-8-1961, tr. 98-101). Như truyện ngắn Cái Vòng đăng trên *Chỉ Đạo* và trong vài truyện khác thời đầu, tác-giả *"chỉ có mỗi một ý muốn duy nhất là để được sống lại cái cuộc-sống đã qua mà tôi luôn luôn nhớ tiếc, sự nhớ tiếc tạo cho tôi cái bâng khuâng, rạo rực và day dứt khiến tôi phải để cho nó thoát ra ngoài bằng cách ghi lên giấy"* (...) Hình như tôi viết chỉ cốt để thỏa mãn sự khao khát của riêng mình...".

Cái Vòng và các truyện tiếp theo xuất hiện, Doãn-Dân đã được đón nhận như một nhà văn vững tay nghề. Tác-phẩm của nhà văn trẻ sau đó ngoài *Chỉ Đạo* còn xuất hiện trên các tạp-chí đại diện cho một truyền thống văn-chương - Tự-Lực văn-đoàn: *Văn Hóa Ngày Nay, Tân Phong*; từ đó ra đến *Bách Khoa* và *Văn*.

Giai đoạn tiếp theo mà Doãn Dân gọi là "giai đoạn hơi phiền phức hơn giai đoạn trước". Truyện ngắn đầu đánh dấu cho thay đổi này là Linh Hồn Tôi, tác-giả viết vì "thấy cần phải viết thì tôi viết" và cảm hứng có thể đến từ "những gì không thuộc về tôi", từ "những hoàn cảnh làm tôi rung động...", ở hoàn cảnh "mình sẽ nghĩ gì và sẽ hành động ra sao". Đó là hoàn cảnh ra đời của các truyện đăng trên giai phẩm *Tân Phong*: Hoa Nở Muộn, Khép Cửa, Giọt Nắng, ... Doãn Dân cho biết ông "chỉ viết và cũng chỉ mong viết những gì có 'thực' trong ý nghĩ tôi, dù những cái 'thực' ấy vô cùng phiền phức và vô cùng mâu thuẫn''.

Con người sống xa quê hương nguyên quán có thể không ngày về, sống di cư hay định cư nơi vùng đất mới, thường sống như sống nhờ sống tạm, sống với cái tâm lý phân thân và trống rỗng hụt hẫng thường trực. Trong hoàn cảnh đó, Doãn-Dân đã đi từ cái *Tôi tự sự* đến những nhân-vật hiện thực của đời thường, rời bỏ thiên đường của hạnh-phúc, của những hoài niệm để nhập cuộc cho một kiếm tìm hạnh-phúc khác, cho đến khi tử trận, lúc mà cuộc chiến huynh đệ tương tàn đang ở cao độ của kinh hoàng và không lối thoát.

Văn tài Doãn-Dân theo thiển ý ở những truyện ngắn đầu đời viết văn cũng như sau này. Ông tả cảnh và nhân-vật bằng tâm tưởng, bằng xúc động, bằng sự sống lại cái vừa xảy ra. Dùng *Tôi tự sự* hay viết về nhân-vật khác, dùng nơi chốn cũ hay không gian sống mới thì các nhân vật và cuộc đời tác-giả như được viết lại, nhìn lại! Có thể nói không khí văn-chương của Doãn-Dân cùng một quỹ đạo hồi tưởng và viết lại, với những Dương Nghiễm Mậu, Thanh Tâm Tuyền, v.v... Ở Doãn-Dân có thể ngắn hơi hơn, nhưng như tiếng kêu thương tha thiết, muốn sống và vượt thoát những bủa vây, rào cản, khác với cái lạnh lùng, vô cảm của một thế giới hiện sinh *đen* ở Dương Nghiễm Mậu, Thanh Tâm Tuyền. Ở Doãn-Dân hơn nữa, còn là một kiếm tìm một lý tưởng hoặc ý nghĩa cho cuộc-sống. Và một tin yêu vào cuộc đời.

Tác-phẩm của Doãn-Dân như vậy thiên về tâm lý với những phân tích nội tâm, những độc thoại, những thăng trầm, biến đổi của tâm trạng nhân-vật đa số là những con người đương thời với tác-giả hay có liên hệ ít nhiều với tác-giả. Qua *Chỗ Của Huệ* và các truyện ngắn của ông, với những phân tích, độc thoại, những bàn đi tính lại như thế, người đọc có cảm tưởng tác-giả có những tâm sự, những bế tắc nào đó của một sĩ quan quân đội thời chiến-tranh ngày càng tăng cường độ.

Đã bao nhiêu năm trôi đi từ khi các tác-phẩm của Doãn-Dân đến với người đọc và cũng đã hơn 50 năm, Doãn-Dân đã rời bỏ thế giới này, nhưng nếu có dịp trở lại với tác-phẩm của ông, người đọc sẽ vẫn trân quý khi thưởng thức lại một số những văn bản một thời đã được văn đàn đón nhận. Ở Doãn-Dân, văn-chương là cái gì còn lại, nơi lòng người, ở niềm tin tưởng vào một lý tưởng nhân sinh! Với một ngôn ngữ của sự sống trung thực và hết mình!

Nguyễn Vy Khanh

ĐẶNG MAI LAN
Cõi Viết

Vài tháng thì có là bao? Vậy mà sáng nay nhìn thấy nó tôi tưởng như tôi đã rời xa nó, rời xa khung cửa này từ lâu lắm.

Chỉ là một đốm sáng lung linh trong bốn khung kiếng đục. Những miếng thủy tinh mờ được ghép lại bằng những thanh sắt, kín bưng, không một khe hở, nên nhìn nó như bị cầm tù. Phần đáy thấp và mở rộng trên cao như một búp hoa. Nó đứng giữa trời, cũng chẳng khác gì một chiếc lồng chim được treo lơ lửng bởi những vòng sắt cong cong, uốn éo như những hoa văn họa tiết. Trong những ngày có mưa sương mù mịt, nhìn nó đơn độc, hiu hiu một nỗi buồn. Nhưng với tôi, trong bất cứ thời tiết nào, cái đốm sáng có vẻ gì nhẫn nhục, an phận ngoài hiên đêm luôn mang đến cho tôi sự ấm áp, vỗ về. Tôi nhìn nó như một đứa trẻ ngắm chiếc lồng đèn đêm trung thu và tưởng tượng bao điều thú vị.

Chỉ là một ngọn đèn, như những ngọn đèn tôi nhìn thấy khắp cùng. Những ngọn đèn in dấu qua bao nền kinh đô xưa cũ. Nó đã bắt đầu cháy lên và chìm tắt tự khi nào? Không bao giờ tôi biết rõ thời khắc đến và đi của nó. Tôi nhìn thấy nó mỗi tinh sương và nó đã âm thầm biến mất sau khi dẫn dắt tôi vào những suy tưởng miên man, một nơi chốn xa vời nào đó.

Ánh sáng nhỏ nhoi nhưng bao trùm cả một ký ức mênh mông. Nó đã thắp sáng biết bao kỷ niệm trong tôi. Và cũng là nơi đã cất hộ tôi những con chữ. Những con chữ như tiếng nói có thể vang lên với tôi bất cứ lúc nào trong ngày, nhưng chỉ được viết thành lời vào buổi tinh sương, khi tôi nhìn thấy cái đốm sáng vàng vọt ấy. Nó nhắc tôi nhớ những ánh đèn leo lét nơi những quán hàng ở một khu chợ sớm, một sân ga vắng, hay một cổng trường cửa đóng mà tôi đã đi qua những ngày thơ ấu. Ánh sáng giăng giăng qua ngọn đèn khuya đêm xóm nhỏ, hay vàng ấm dịu dàng trong những quán cà phê một thời thanh xuân tươi đẹp.

Nhưng có khi chính tôi là người kể chuyện với nó.

Đọc và viết, những nhịp thở trong trái tim, những dấy động âm thầm trong não bộ. Tất cả những chìm khuất mơ hồ ấy lại hình thành một đời sống khác. Tôi đã sống với những khoảnh khắc sinh động của thời gian. Tôi bay theo thời gian khi chậm khi nhanh, bay theo những cảm xúc. Nhưng trong cỗ máy thời gian, những nhịp đời đáng yêu ấy chỉ ưu đãi chiều chuộng phần hồn. Trong phần xác nó có những giới hạn hẳn hoi. Khắc nghiệt và lạnh lùng. Nó thay đổi cơ thể của một con người, ngay cả những phần nhỏ nhoi, mong manh, nằm sâu trong từng tế bào da thịt. Những thứ nhỏ nhoi có thể sai khiến, làm trì trệ hết ý chí nghị lực hoặc cắt đứt mọi thứ. Thứ thời gian thật đáng ghét! Nhưng quả tình tôi cũng may mắn, hình như nó có vẻ nương tay với tôi. Nó chỉ muốn tôi phải nghỉ ngơi, phải tạm quên những sinh hoạt thường nhật. Quên, không chỉ là những con chữ, câu văn trên máy điện toán cho những sớm mai thức dậy. Mà tôi cũng phải quên đi cả những dòng chữ trong những trang sách hàng đêm.

Trước khi bác sĩ tìm thấy những thay đổi từ lớp võng mạc đã làm suy yếu nhãn quan và đề nghị phẫu thuật. Những tiến bộ của y học sẽ giúp tôi phục hồi khả năng của thị giác. Đây là một trường hợp rất bình thường, thường xuất hiện ở một số tuổi nào đó. Việc giải phẫu cũng dễ dàng nhanh chóng. Nhưng tôi ngờ cái màng nhỏ bé mỏng manh trong vùng mắt có một sức mạnh vô biên. Có phải từ nguyên nhân này, mà khoảng thời gian trước đó tôi cảm thấy mệt mỏi, buồn chán, chẳng còn tha thiết chuyện viết lách, đăng đàn. Tôi muốn ngừng nghỉ một thời gian. Tôi chán những gì tôi viết. Tôi đã cất đi những cuốn sách đã xuất bản vào tủ sách thay vì để ở bàn đêm trong phòng ngủ, thỉnh thoảng cầm lên ngắm bìa, ngắm chữ. Tệ hơn nữa, tôi không còn tha thiết gửi email thăm hỏi bạn phương xa dù những vui vầy cùng bạn vẫn thỉnh thoảng trở về trong trí nhớ. Tôi trốn tôi, tôi chán tôi. Tôi chán những gì đã viết. Hay, sau khi hoàn tất một truyện dài mà tôi đã vắt cạn thanh xuân, truyền sức sống vào nhân vật, tôi đã kiệt quệ, khánh tận chữ nghĩa. Tôi không còn gì để viết?

Tôi nhìn suốt dãy phố, bên kia đường cũng có những ngọn đèn lặng lẽ trong bóng tối dưới những tàn cây cao, rậm lá. Có những con mắt nào đó chờ bình minh từ những khung cửa nhìn ra? Tôi bỗng thấy buồn, bùi ngùi. Ánh sáng ấy thì muôn đời, dẫu nó có hư hao tàn lụi cũng được thay bằng một bóng đèn khác. Còn tôi sẽ tiếp tục nhìn ngắm nó được bao lâu?

Tôi chợt nhớ tới một con chim bồ câu thỉnh thoảng vẫn bay đến đậu trên cái cần sắt. Cái bóng đen nhỏ bé, bất động. Nhìn nó có vẻ như đang ngủ. Lũ bồ câu thường kéo đàn về đậu trên những nóc nhà hay những vòm cây rộng. Cái cần dùng để treo ngọn đèn thẳng đuột như chiếc cần câu, bề dài vừa đủ cho hai ba con chim đến đậu. Vậy mà tôi chỉ thấy một, nên tôi tin con bồ câu tôi nhìn thấy ngày này, ngày nọ là nó. Một con chim lẻ bạn cũng biết tìm một nơi của riêng mình.

Ngọn đèn vàng! Lúc này tôi chẳng để nó dẫn dắt tôi về một miền quá khứ nào đó. Tôi phải kể với nó về những nghĩ tưởng chiều qua, khi tôi lang thang nơi cánh rừng sau nhà. Bao lâu rồi tôi không đến cánh rừng này, dù chỉ cách nhà năm bảy phút theo từng bước nhanh bước chậm.

Với một câu chuyện kể, hay bài tùy bút đang viết, khi bế tắc trong việc tìm một câu chữ, một hình ảnh nào đó dàn trải tâm tư, tôi thường tắt máy và đi dạo trong khu rừng nhỏ này. Tôi luôn mặc chiếc áo khoác túi rộng, có thể để vào đó một chiếc máy thu thanh nhỏ xíu, cùng với dây nghe. Chiếc máy nhỏ như hai ngón tay được thâu vào những bài hát tôi thích. Đa số là nhạc xưa. Đi với nhạc, đi quanh co cho đủ năm ngàn bước chân hoặc hơn thế nữa như vị bác sĩ đã khuyên nhủ tôi. Đi vì sức khỏe, đi tìm ánh nắng mặt trời. Đi cho đầu óc thoải mái, không phải đi tìm chữ. Tôi nghĩ như thế, bởi cái công viên rộng như rừng đầy những bức tượng vua-chúa-danh nhân từ bao thế kỷ chẳng liên quan gì đến những chuyện tôi muốn kể. Nắng gió, cây cỏ nơi này cũng xa lạ. Nhưng sau những cuộc đi dạo trở về, hình như âm thanh của những ô chữ trên bàn phiếm của tôi xao động hẳn lên. Có lẽ nó âm thầm đến trong trí não tôi bằng những lời nhạc, bằng thứ âm thanh, ngôn ngữ, chúng biết gõ cửa những tâm tình. Phải chăng nơi chốn này cũng là nơi cất giấu chữ nghĩa của tôi.

Chiếc áo tôi khoác lần cuối đến đây là áo của mùa hè. Áo đã được giặt giũ sạch sẽ, được cất vào tủ từ những ngày tôi nằm dưỡng bệnh. Tôi đang khoác áo mùa thu. Tôi cũng không nhớ mình đã cất chỗ nào cái máy nhỏ xíu ấy. Mà tôi cũng đâu cần nó. Quanh tôi, nhạc gió đang réo rắt giữa thinh không.

Giữa mùa thu, vàng vẫn chỉ là những mảng màu dang dở. Vẫn còn những chiếc lá xanh nhưng rời rạc âu sầu rách bươm vì nắng gió. Lá bay theo gió, cỏ cây xao động. "Lá thốt lên lời cây"[1] và "Gió bay từ muôn phía."[2]

Như một người bặt bặt lâu năm quay về chốn cũ. Tôi ngồi trên băng ghế và thấy mình cô đơn lạc loài hơn bao giờ hết. Thấy mình xa lạ giữa bao tiếng cười nói của lũ trẻ cùng cha mẹ dạo chơi. Ngồi một mình nghe từng âm gió rụng rơi, cho đến khi những ngón tay tê lạnh. Cho đến khi không còn ai, vì những cánh cửa sắt màu xanh lục cao ngất ngưởng ngoài kia sẽ khép lại trước khi chiều chuyển màu đêm. Tôi cũng phải mau chóng rời khỏi nơi đây.

Tôi về cùng gió, hai bàn tay lạnh. Những ngón tay mang theo cái lạnh lẽo sướt mướt khi trở về nhà của những chiều muộn, mưa xưa. Những ngón tay hơ trên ánh lửa bếp hồng, xuýt xoa reo vui cùng thứ cảm giác ấm áp thịt da. Nhà cũ, bếp xưa, những tiếng nổ tí tách của củi than hãy còn vang trong trí nhớ.

Có lẽ gió đã thổi suốt đêm. Gió mang lá gom lại từng đống nhỏ trên khoảng sân vắng trước nhà. Tưởng như có người phu quét đường nào đó, âm thầm thu góp lại giữa đêm khuya. Lá chồng chất kèn cựa bên nhau, yên ngủ dưới ánh sáng ấm vàng của những ngọn đèn...

Và tôi nhớ chữ, tôi thèm viết một điều gì đó. Tôi có những bản thảo còn dang dở. Nhưng tôi không nhớ mình đã viết gì?

Lá bay, *lá thốt lên lời cây*, hình ảnh nơi công viên chiều qua trở về cùng với tấm ảnh của một người mà tôi đã giữ lại trong máy điện toán. Một người đàn ông đứng ngẩng mặt nhìn trời. Trên cao là cây, là lá, là những tầng mây xám mênh mông. Ảnh trắng-đen, mây không màu. Những màu sắc chỉ được thẩm định qua tâm tưởng của người ngắm ảnh. Tất cả hắm hiu buồn rầu như khuôn mặt, thần sắc được nắm bắt, giữ lại từ một nhiếp ảnh gia. Người chụp ảnh không chỉ yêu ánh sáng, cảnh trí, con người, mà còn đi tìm những ẩn khuất trong tâm hồn người mẫu. Tất cả được thể hiện qua ống kính.

Tôi bùi ngùi khi nhớ đến người ảnh ấy. Một nhà văn, nhà thơ, nhạc sĩ. Đã hai lần tôi viết về ông. Một lời chào vừa được cất lên, âm thanh còn vọng chưa tan, nhưng đã phải vang lên lời vĩnh biệt. Đã biết bao nhiêu lần tôi đọc đi đọc lại những gì ông đã viết ra. Đọc, và trong tôi luôn mong muốn viết một điều gì...

Vĩnh biệt! Phải rồi cũng còn một lời vĩnh biệt dở dang đã được tôi gõ gần ba trang giấy, là bài thứ hai tôi viết riêng cho một người. Một người tóc trắng như mây, cái bóng đìu hiu bên những cuốn sách. Những cuốn sách, những câu chữ dẫn tôi theo ông qua các nẻo đường quê hương thời chinh chiến. Ông dẫn tôi về cái quá khứ bi tráng, dù cái quá khứ chỉ của riêng ông, tôi nhỏ nhoi đứng bên ngoài, xa lơ xa lắc. Nếu có, chính là những hoài niệm. Là niềm đau chung từ những đứt đoạn chia lìa.

Hai người bạn vong niên đã lần lượt ra khỏi cuộc đời trong một khoảng thời gian rất ngắn, và trong tôi lòng tưởng tiếc chưa nguôi.

Nhưng tôi có nên tiếp tục với trang thứ ba, tiếp tục những điều dở dang, những thương tiếc muộn màng? Đã bao nhiêu câu chữ tôi nói về tình cảm của tôi dành cho ông. Có cần phải góp thêm một lần nữa giữa những tiếng than van? Không, tôi không muốn nói hoài nói mãi những điều đã cũ. Tôi đã nghĩ như thế, trong lúc ấy.

Văn chương là một tấm màn quá khứ mênh mông dày dặn, choàng kín tâm tư. Xoay bên này, trở bên kia, tôi vẫn không cách nào thoát ra được.

Viết gì thì viết, những con chữ dẫn tôi đi loanh quanh. Nhưng đi đâu rồi tôi cũng quay về nơi chốn ấy. "Quê Nhà".

Đặng Mai Lan
(tháng 11/2024)

(1) Tình khúc thứ nhất – Nguyễn Đình Toàn & Vũ Thành An
(2) Tà áo xanh – Đoàn Chuẩn – Từ Linh

cũng véo von như khướu, họa mi | trái tim ta hót khúc diệu kỳ
hình như em hiểu âm điệu ấy | dù chẳng nghe gì, chẳng thấy chi
lhoan

TRIỀU HOA ĐẠI
Trò Chuyện Với Nhà Văn Đặng Mai Lan: Người Lạ Người Quen

Triều Hoa Đại   *Đặng Mai Lan*

Với trên, dưới (50) lần "đi đó, đi đây" và sau cùng chúng tôi đã gửi đến quý độc giả, quý văn hữu ba (03) cuốn sách thuộc dạng phỏng vấn VĂN HỌC đó là:

    LÊN RỪNG ĐẾM LÁ do nhà Văn Mới xuất bản (2005)
    TRĂM CÂY NGHÌN CÀNH do Văn Học Mới ấn hành (2020)
    ĐỐT LỬA. SOI RỪNG do nhà xuất bản Nhân Ảnh (2023).

    Chính vì thế mà chúng tôi đã có cái may mắn được gặp gỡ rất nhiều văn nghệ sĩ, những người mà có lẽ hầu như cả cuộc đời của họ chỉ sống cùng và sống với chữ nghĩa. Cũng qua những lần chuyện trò ấy mà tôi đã học hỏi được từ họ những cái hay, cái đẹp mà trước đây khi còn ngồi ở trên ghế nhà trường tôi cũng đã từng học qua, nhưng chữ thầy tôi lại trả về thầy.

    Ngồi trò chuyện cùng với nhà văn Đặng Mai Lan hôm nay như đã làm sống lại trong tôi những ngày xưa cũ bởi những gì chị đã đi qua và để lại, chúng ta cũng thấy được tấm lòng sắt son với chữ từng chữ, dòng, từng trang ở nơi bàn viết xa tắp quê nhà. Và, nếu

như Nguyễn Đức Sơn có lần đã viết "Nếu truyện dài là một chuỗi ngọc, thì truyện ngắn ít ra cũng phải là một hạt minh châu", thế thì với văn phong của Đặng Mai Lan là cả một sự hội tụ giữa ngọc ngà và những lấp lánh của những hạt kim cương bởi qua những tác phẩm mà chị đã lần lượt gửi đến tay người đọc như:
- Phòng 111 (tập truyện - Văn/2000)
- Tập Sống (tập truyện - Văn Mới/2009)
- Người Lạ Người Quen (tạp văn - Văn học Press / 2018)
- Sương Ký Ức (truyện dài - Văn Học Press 2020)
- Biển Khơi Normandie tái bản lần thứ nhất / 2024
- Đi Tìm Quá Khứ (tạp văn - Văn Học Press 2021)
- Văn Tuyển 30 (tập truyện - Biển Khơi Normanndie/ 2022)
- Một Tuần Một Đời (truyện dài - Biển Khơi Normandie 2023)

Từng ấy tác phẩm cũng đủ cho chúng ta thấy được cái tinh anh ở nơi chị thoát ra từng con chữ.

Chúng tôi hân hoan chào mừng quý độc giả và rất vui mừng mời mọi người cùng dành đôi chút thời gian có được tham dự buổi trò chuyện này với chị Đặng Mai Lan, một nhà văn rất được yêu quý.

Nào, giờ thì chúng ta cùng nhau hàn huyên với nhà văn.

Triều Hoa Đại: Chào chị Đặng Mai Lan.
Đặng Mai Lan: *Chào anh Triều Hoa Đại.*

Thđại: Thưa chị, trước khi chúng ta bắt đầu câu chuyện tôi nghĩ có lẽ phải xin phép chị tự giới thiệu đôi chút về mình.
ĐML: Thường thì phụ nữ không thích nói thật về tuổi tác. Đặng Mai Lan cũng không ngoại lệ đâu! Nhưng bây giờ, vào tuổi này chẳng có gì tránh né, che giấu. Tôi chỉ xin được trả lời hai câu tóm gọn về "**tuổi tác-nghề nghiệp**" của mình.
1/ Thời sinh tiền ba tôi là một nhân viên của sở Hỏa Xa "Les chemins de fer de l'Indochine", ông làm việc ở các nhà ga từ Nam ra Bắc. Vì vậy, gia đình thường xuyên thay đổi chỗ ở. Anh chị em chúng tôi mỗi người sinh một nơi. Tôi ra đời ở một tỉnh lỵ miền Trung vào năm 1954.
2/ Tôi làm việc trong ngành thời trang, làm cho những thương hiệu lớn. Dù làm việc với kim chỉ-vải vóc, nhưng tôi không phải là thợ may, styliste hay modéliste. Tôi chỉ là một người thợ mà tiếng Pháp gọi là "Retouches Modèles". Là người sau cùng hoàn tất những trang phục trước khi được đưa lên sàn trình diễn, hay chụp hình làm sưu tập

quảng cáo. Cho đến bây giờ đã nghỉ hưu nhiều năm, nhưng tôi vẫn đi làm lai rai vì yêu thích công việc này. Công việc mà tôi có cơ hội gặp gỡ những người mẫu, ca sĩ, diễn viên, hay những nhiếp ảnh gia nổi tiếng dù không trực tiếp. Và được biết trước những kiểu mẫu thời trang, trước khi chúng được tung ra thị trường. Những người bạn của tôi nghe kể về công việc này thì thích lắm. Nên tôi cũng xin phép được khoe một chút.
Thđại: Cám ơn chị.

Thđại: Mới đây nhà văn Nguyễn Quang Thiều, chủ tịch hội Nhà Văn Việt Nam, đã có lời phát biểu như sau: "Nobel không phải là đích đến của một nhà văn". Vậy cái "đích đến của nhà văn" như chị là gì?
ĐML: *Nhà văn khi viết sách họ hướng tới độc giả. Độc giả là những người có thể chắp cánh cho họ bay cao. Có ai dám nghĩ và mong mình sẽ đạt được giải Nobel. Trừ khi, họ đã từng được lãnh những giải thưởng cao quý như "Prix de la Renaissance, Renaudot, Pulitzer, Médicis"...*

Thđại: Nhà văn theo nhiều cách nghĩ thì họ phải là những người có cái TÂM, có cái TÀI bởi vì họ (nhà văn) là người kể chuyện hay, người biết phù phép những con chữ vô hồn thành tác phẩm. Là một nhà văn, chị có ý kiến gì về vấn đề này?
ĐML: *Thưa anh, thực sự tôi chưa hiểu rõ chữ "TÂM" anh nói thuộc về phương diện nào? Có phải là sự cần cù, siêng năng? Hỏi điều này vì tôi có người bạn văn, ngày nào chị cũng mở máy ra viết. Không sáng tác thì viết những cảm nghĩ đầu ngày, trong ngày. Viết như viết nhật ký. Tôi phục lăn chị bạn vì tôi không làm được điều này.*
Tôi nghĩ, viết gì thì viết phải có sự thu hút, dẫn dắt người đọc vào câu chữ, sự suy nghĩ, tâm tư của mình. Thế nên "Tài" chắc chắn phải có. Nhưng chữ tài thì đa dạng lắm.

Thđại: "Thơ là sự xuất phát ở nhu cầu bản thân, còn văn thì đáp ứng nhu cầu ở bên ngoài". Là nhà văn chị nghĩ sao?
ĐML: *Có lần trò chuyện với cụ cựu luật sư Trần Thanh Hiệp về văn chương. Xin được mượn câu nói của cụ mà tôi hoàn toàn đồng ý để trả lời câu hỏi này: Thơ là tiếng nói của con tim. Văn xuôi là diễn tả tư tưởng. Thơ tự trong con người ra. Tạo ra những hình ảnh và đặt tên những hình ảnh thì chính là thơ!*

Thđại: Được biết hiện nay đang sinh sống tại Pháp Quốc, vậy có khi nào chị "toan tính" sẽ có một tác phẩm bằng ngôn ngữ của người bản xứ?

ĐML: *Những nhà văn Việt Nam khi đã thành danh, có người nào lại không mơ tác phẩm của mình được dịch ra Anh Ngữ hay Pháp ngữ. Bảy năm trung học, sinh ngữ chính của tôi là Anh Văn. Nên khi đến Pháp tôi trầy trật với ngôn ngữ này. Khả năng Pháp ngữ của tôi chỉ đủ để giao tiếp, hiểu chút tin tức, hay "cự nự-phản đối" chef lớn, chef nhỏ trong công việc (cười...)*

Tìm một người dịch đúng như câu văn, ý chữ của mình không phải là chuyện dễ. Tôi đã từng trả tiền cho một nhóm dịch thuật ở VN dịch thử hai truyện ngắn. Nhưng bản dịch ấy chỉ làm tôi cười và tôi đã quên nó đi ngay khi đọc.

Thđại: Khi ngồi vào bàn làm việc đối diện với ngọn đèn, cây viết và tờ giấy trắng hay màn hình, điều đầu tiên mà chị nghĩ sẽ là điều gì, viết gì?

ĐML: *Hình như tôi không có thì giờ để suy nghĩ là mình sẽ viết điều gì. Vì những điều muốn viết đã được ươm mầm, thành hình trong trí não trước khi tôi mở máy, bật màn hình.*

Thđại: Mới đây chắc chị cũng đã biết nhà văn nữ của Nam Hàn là Han Kang vừa đoạt giải văn chương một giải được cho là cao quý nhất, người đã có nhận định rằng: "... văn xuôi đầy chất thơ mãnh liệt đối mặt với những chấn thương lịch sử và phơi bày sự mong manh của cuộc sống con người", chị có đồng tình với Han Kang?

ĐML: *Tôi nhớ có nghe một nhà phê bình Văn Học cho rằng: Nhà văn phải thở cùng những hơi thở của thời đại mà họ đang sống. Đại khái những tác phẩm kinh điển, có giá trị thường được lồng trong bối cảnh lịch sử, xã hội... Khi nghe tin Han Kang được giải Nobel, tôi tìm đọc những tác phẩm của bà. Nhưng chỉ đọc được truyện "The White book". Tuy nhiên có những tác phẩm được các tác giả nổi tiếng giới thiệu, dù chỉ tóm tắt sơ lược cốt truyện, nhưng tôi nghĩ, có lẽ không còn gì có thể hay hơn khi gọi văn chương của bà là: "những chấn thương lịch sử và phơi bày sự mong manh của cuộc sống con người"*

Thđại: Việt Nam "là một nền văn học nghiệp dư" đó là nhận xét của nhà phê bình Nguyễn Hưng Quốc, còn với chị thì có phải như vậy hay chăng?

ĐML: *Thưa anh, không biết nhà phê bình Nguyễn Hưng Quốc đã nói lên những nhận xét này từ khi nào? Và theo anh ấy, ý nghĩa của bốn* chữ "văn học nghiệp dư" phải chăng là nền văn học của chúng ta chỉ nằm trong ao làng VN, chưa được hay chưa thể vươn mình ra thế giới? Nếu đúng thế thì tôi nghĩ cái nhận xét ấy cần được xét lại. Thế hệ trẻ ngày hôm nay như nhà văn quá cố Linda Lê, Kim Thúy… họ đã nhận lãnh những giải thưởng văn chương như "Lire RTL", "Prix de la Renaissance", "Renaudot", và mới nhất là Nguyễn Thanh Việt với "Pulitzer". Cũng phải kể đến nhà văn Dương Thu Hương, bà đã có nhiều tác phẩm được dịch ra Pháp ngữ, và được mời lên đài truyền hình Pháp trong chương trình hội luận văn chương. Theo tôi, không nên bi quan quá.

Thđại: Có người cho rằng: "Hầu hết nhà văn Việt Nam đều mắc phải một chứng bệnh khó trị, sự dễ dãi và lười nhác trong tư duy sáng tạo" là nhà văn chị có đồng ý hoặc phản bác về nhận định này?

ĐML: *Tôi thực tình không dám phản bác hay nhận định về câu nói này. Bởi theo tôi, chỉ có một tác phẩm "hay", lôi cuốn người đọc từ trang đầu đến trang cuối. Hoặc "dở", là chỉ đọc vài trang, đọc lưng chừng rồi gập sách.*

Thđại: Nghe phong phanh đâu đó thì hiện nay chị đang sửa soạn trình làng một truyện dài, vậy cái "nghe phong phanh" ấy thực hư thế nào?

ĐML: *Thưa anh, quả là tôi đang muốn hoàn tất một truyện dài. Theo thứ tự, chính ra nó phải được trình làng sau khi xuất bản cuốn tiểu thuyết đầu tay là "Sương Ký ức". Nó phải là cuốn truyện dài thứ nhì. Nhưng tôi đã bỏ nó qua một bên dù đã viết rất nhiều chương. Đọc đi đọc lại, tôi cảm thấy mình quá liều khi xây dựng một câu chuyện mà nhân vật là một thanh niên. Thân thế đời sống của anh ta với tôi hoàn toàn xa lạ. Tôi bỏ ngang và viết "Một tuần Một đời".*
Nhưng bỏ thì thương, vương thì tội. Tôi còn thương những câu chữ, đoạn văn đã miệt mài ngồi viết. Tiếc lắm, nên tôi đang cố gắng tập trung viết lại. Có thể sẽ cắt bỏ nhiều đoạn và không chừng truyện dài sẽ thành truyện vừa. Nghĩ thế, nhưng chữ nghĩa sẽ dẫn tôi đi về hướng nào thì tôi chưa biết…

Thđại: Theo tôi được biết cuốn SƯƠNG KÝ ỨC, truyện dài đầu tay của chị vừa được tái bản sau một thời gian ngưng phát hành. Và trong một thư ngỏ cùng những độc giả "lạ" và "quen", chị cho biết rằng: "đọc đi, đọc lại tôi cảm thấy có vài vụng về, thiếu sót". Chị có thể cho biết những thiếu sót ấy là gì và có "trầm trọng" lắm không, đến nỗi chị phải edit lại?

ĐML: Thưa anh, nhân vật chính trong SKU là một cô gái có một tuổi thơ, một tuổi trẻ buồn bã, đầy bất hạnh. Cô ấy yêu hai người đàn ông có cùng tên. Truyện thật, người thật... và khi viết tôi muốn "người thật" ấy phải đọc, phải biết điều này. Nhưng có thể là tôi viết dở, hoặc độc giả đọc quá nhanh. Có người than phiền đang đọc trang này phải lật lại trang kia vì bị nhầm lẫn giữa người này người nọ.
Tôi nhớ, khi tôi nói với anh TYT (người lo việc in ấn), lý do tôi muốn ngưng bán sách vì muốn edit lại. Anh ấy cười bảo tôi đâu cần phải làm thế. Phải để độc giả động não. Nhưng tôi đã quyết định viết lại, và chỉ thêm khoảng 2 trang.

Thđại: Riêng cuốn "Người lạ, Người quen" nghe đâu hình như chị cũng "chỉnh sửa" và có viết thêm một vài đoạn?
ĐML: "Người lạ người quen" lại là một vấn đề khác. Cuốn sách ấy do Amazon in và phát hành. Một cuốn sách mà bạn đọc ở Pháp mua khá nhiều. Tập sách có những bài tôi đã phải cất công tìm tài liệu để viết, như bài "Sœur sourire". Có người đọc xong là tìm ngay cuốn phim này để coi. Và bài "Xuân ở trong rừng", nói về một cô gái tên Xuân, sống trong một cánh rừng thuộc vùng Bắc nước Pháp, chờ cơ hội vượt biển qua Anh trồng cần sa. Có thể nói tôi là người đầu tiên viết về hiện tượng "nouveaux boat people" này.
Tôi không hiểu cam kết giữa nhà xuất bản và Amazon như thế nào, nhưng dạo sau này Amazon đăng quảng cáo và tự hạ giá cuốn sách. Cũng có vài nhà mạng rao bán với một cái giá trời ơi... Tôi đã nhờ nhà xuất bản lấy sách xuống như đã từng làm với cuốn SKU trước đây.
Tôi chưa có ý định tái bản lại ngay bây giờ, nên chưa thể nói nội dung có thêm thắt sửa đổi gì không? Tuy nhiên, tôi đang tìm chọn cho nó một tấm bìa mới, đẹp và ý nghĩa hơn.

Thđại: Chị nghĩ thế nào về câu nói của Nguyễn Đức Sơn: "Nếu truyện dài là một chuỗi ngọc thì truyện ngắn ít ra cũng phải là một hạt minh châu"?
ĐML: Thực sự câu hỏi này tôi cũng chẳng dám bàn tới. Chỉ tự hỏi một truyện dài khoảng mười, hay hai mươi chương, được nhiều người tìm đọc. Ta có thể coi đó là một chuỗi ngọc không? Đạt được tới đỉnh ngọc ngà này chắc khó lắm. Tôi nói vậy, vì tiểu thuyết đầu tay của tôi có 16 chương đã được một ông nhà báo kỳ cựu ở Paris, là một người mà tôi nghĩ chẳng mặn mà gì với văn chương tôi. Thế mà ông ấy đã khen khi đọc một chương tôi trích đăng báo. Chương viết về một ông già, một

"ông nội" đã thắt cổ tự tử vì buồn con, giận cháu... Như vậy truyện dài của tôi chỉ có một viên ngọc sao?

... Hình như tôi đang lạc đề! Xin anh tha lỗi!

Thđại: Lần đầu tiên là vào khoảng thời gian nào (chị còn nhớ không) bài của chị được đăng báo và nỗi mừng vui ấy có giống với nhà văn quá cố Võ Phiến "sung sướng quá cảm thấy mình tự dưng biến thành kẻ khác"?

ĐML: Về chuyện này anh cho phép tôi được dài dòng chút nhe! Thuở mười bốn, mười lăm tôi đã từng có thơ và những bài viết ngắn ngắn đăng trên trang báo dành cho "poupée". Mười bảy, mười tám thì tập tành bước vào "trang của lính". Cũng chỉ vài bài tùy bút ngắn và chắc là ngây thơ vụng về lắm. Nên thôi đừng nhắc tới cái thuở "ban đầu ấy". Vả lại tôi đã ngưng không còn hứng thú gì với chữ nghĩa từ năm 1971. Cho đến năm 1991 mới khởi sự viết lại. Tôi không biết tại sao mình đã không viết gì cả trong hai mươi năm, dù tôi vẫn đọc, đọc rất nhiều.

Năm 1991, Paris có rất nhiều những tờ báo của các hội đoàn. Nhưng khi nhìn thấy tờ "Văn" của cố nhà văn Mai Thảo được bày bán trong tiệm sách, chữ nghĩa mới trở về thôi thúc tôi phải viết. Tôi đã thử viết một truyện ngắn và gửi cho Văn. Ông Mai Thảo đăng liền ngay khi nhận bài và còn viết vài hàng giới thiệu. Tôi không biến thành kẻ khác như ngài Võ Phiến, nhưng tôi bay bổng, ngẩn ngơ... không tin mình được một cây cổ thụ trong làng văn chương ngó tới. Kể như ông Mai Thảo là người ban cho tôi đôi cánh, tôi bay cho đến bây giờ. Bài viết năm xưa đã được tôi viết lại và in trong tuyển tập "Văn Tuyển 30" với tựa là Mưa Ngày Cũ.

Thđại: Giữa độc giả và người viết theo chị thì AI cần AI hơn?

ĐML: Hiển nhiên, người viết phải cần độc giả. Không có độc giả thì "tâm sự gửi về đâu". Tôi đã chẳng edit lại SKU cũng vì chiều lòng độc giả sao?

Thđại: "Hiện nay rất hiếm nhà văn viết truyện dài? Khủng khoảng văn chương? Hay nhà văn của chúng ta bất tài(?), ít người có khả năng viết truyện dài vài ba trăm trang trở lên" đấy là một ý kiến của một nhà văn, còn riêng với chị, chị thấy ĐÚNG/ SAI?

ĐML: Anh có nghĩ là "nhà văn" và "tiểu thuyết gia" khác nhau không?

Thđại: Trong một bài điểm sách, nhà thơ Trần Mộng Tú đã viết: "Chiến tranh ở bất cứ nơi nào trên thế giới đều giống nhau, nó như những hạt gieo trên mặt đất, nhưng điều khác biệt là hạt giống nẩy mầm và nuôi sống loài người, còn bom đạn gieo xuống tàn phá và giết chết loài người"; thế nhưng vẫn theo nhà thơ Trần Mộng Tú thì: "Gần 50 năm rồi mà em vẫn còn viết lại câu chuyện của một "Mối Tình Thời Chiến, vẫn nồng nàn cảm xúc, vẫn đau đáu kỷ niệm thời mới lớn. Chị phục em thật đấy". Đọc đến đây, tôi, người đang cùng chị truyện trò bỗng dưng nhớ lại những điêu tàn của một thời đã qua nhưng có lẽ người "đau đáu những kỷ niệm" như chị chắc là còn có những gì muốn nói với độc giả hơn tôi. Vậy có nên chăng được chị ôn lại mối tình nồng nàn, thơ mộng một thời?

ĐML: *Thưa anh, những gì chị Trần Mộng Tú viết là bài tựa mà tôi đã cho in trong cuốn truyện dài "Một Tuần Một Đời". Dù tôi biết chưa bao giờ hay hiếm khi chị Tú viết "tựa" giới thiệu sách, nhưng tôi vẫn nhờ chị viết vì tôi tin giữa chúng tôi có cùng một nỗi buồn trong cuộc chiến vừa qua. Sẽ thương và hiểu nhau hơn. Tôi nghĩ không chỉ riêng tôi còn "đau đáu những kỷ niệm", mà còn rất nhiều người đang sống đời lưu vong đây đó. Tôi tự nhủ, không nên nhắc nhớ, nói hoài những điều đã cũ. Nhưng chữ nghĩa thường tuân theo những nhịp đập, mệnh lệnh từ tim óc.*

Thđại: Sống ở cõi đời này ai mà lại chẳng có những giấc mơ, vì vậy mà: "em cứ mơ đi, đừng đánh thức mình và chị sẽ dặn cả cuộc đời chung quanh không được đánh thức em". Nếu được chìm đắm trong một giấc mơ như chị Trần Mộng Tú dặn dò thì chị mơ ước điều gì?

ĐML: *Để trả lời câu hỏi này, chắc tôi phải gửi tặng anh cuốn "Một tuần Một đời".*

Thđại: Cám ơn đã có nhã ý muốn tặng cho tôi cuốn "Một tuần Một đời", nhưng tôi nghĩ giá như chị "Tặng" luôn cho độc giả những người yêu mến văn chương của chị bằng cách trả lời câu hỏi để họ cũng có và cùng chia sẻ những giấc mơ với nhà văn. Có được không?

ĐML: *Thưa độc giả! Một tuần Một đời là một giấc mơ của một người đàn bà. Giấc mơ triền miên suốt một tuần lễ. Nhưng những gì đã xảy ra trong mơ, trong một tuần lễ đó, tôi đã mất 5 tháng mới kể được hết. Bây giờ thì tôi đã tỉnh táo, ra khỏi cơn mơ và không hứa hẹn sẽ mộng mị tiếp..."độc giả muốn biết rõ hơn, xin vui lòng vào Lulu.com mua sách..." (cười)*

Thđại: "Văn chương là một tấm màn quá khứ mênh mông dày dặn, choàng kín tâm tư. Xoay bên này, trở bên kia, tôi vẫn không cách nào thoát ra được." Nếu chị đã nghĩ và đã viết ra như thế thì có phải chăng đấy là cái NGHIỆP đối với người cầm bút? "Đã mang lấy Nghiệp vào thân, cũng đừng trách lẫn trời gần trời xa."

ĐML: *Chữ "NGHIỆP" nghe hơi buồn anh ạ! Chẳng phải chúng ta quá đỗi hạnh phúc khi làm xong một bài thơ, viết được một truyện ngắn sao?*

Thđại: Trong phần đề bạt cho cuốn Văn Tuyển 30 của chị, nhà thơ Lưu Diệu Vân đã viết: "bên trong cốt lõi của nghệ thuật là sự chinh phục, nhà văn viết là để chinh phục chính mình" và rồi vẫn theo Lưu Diệu Vân "những con chữ có khả năng chinh phục thường tẩm mùi tự tin của thách thức". Thưa chị vậy phải chăng muốn trở thành một nhà văn thì điều "tất có và đủ" phải là người tự chinh phục chính mình?

ĐML: *Lâu rồi, tôi có viết một truyện ngắn, nhân vật là một gã Việt kiều và một cô gái làm nghề bia ôm. Thực sự, đó là một cố gắng, một thử thách. Sau khi truyện được đăng báo, tôi nhận được những lời khen. Thậm chí có một nhà văn còn bảo: Đề tài "bia ôm" được viết quá nhiều, tôi thấy chị là phụ nữ mà chị viết không thua gì mấy ông! Sau này tôi lại nhập vai một người lính Biệt Kích... Hẳn vì thế mà Lưu Diệu Vân cho rằng tôi đã chinh phục được chính mình, khá thành công khi biến mình qua kẻ khác. Khi nhận những lời LDV viết về văn chương của mình, tôi sung sướng lắm. Rõ ràng những con chữ của tôi đã chinh phục được Lưu Diệu Vân, một nhà thơ mà chữ nghĩa của cô đã đẹp, lại còn cao siêu.*

Thđại: Nhận xét về "thế giới truyện Đặng Mai Lan", nhà văn Đặng Thơ Thơ bảo thế này: ..."không khí mơ mộng của kẻ đi lạc vào quá khứ và quên mất đường ra" và rồi thì: "chỉ còn thấy những biểu tượng tìm thấy qua màu sắc của những bông hoa, qua cảm giác của lửa cháy trong lò sưởi..." văn hữu và độc giả đã có lần bảo với tôi như vậy. Thế thì (có lẽ) họ đều đúng. Phần chị, chị nghĩ thế nào?

ĐML: *Khi viết phê bình, nhận định một tác phẩm, Đặng Thơ Thơ đọc rất kỹ. Bây giờ nếu bàn về "thế giới truyện" của mình thì tôi lại sẽ lê thê... Mà anh cũng hiểu, nói về mình hoài là một điều không hay. Nên ở đây, tôi chỉ muốn cám ơn ĐTT đã chịu khó từng bước đi theo những câu chữ "miên man" của tôi. Vâng! Nhân vật tôi miên man lắm. Khi nhìn thấy một viên gạch trên thềm bị nứt vỡ mà kẽ hở của nó nhú lên vài nhánh cỏ dại cũng làm nhân vật nao lòng, huống chi sự ấm áp rồi lụi tàn của tro than củi lửa.*

Th.Đại: Một câu hỏi cuối cùng liên quan đến chuyện ĐỌC: Ở trong nước (theo sự biết của tôi thì hiện giờ dân số ước tính khoảng chừng trên một trăm triệu người (100) và ở nước ngoài cũng vào khoảng trên ba (03) triệu nhưng cứ theo dữ liệu về sách thuộc mảng văn học được in ra thì xem ra có vẻ èo ọt lắm vậy thì cái đọc ngày nay của dân ta có đáng lo, có đáng báo động không dưới con mắt của một nhà văn như chị?

ĐML: Tất cả chúng ta đều đồng ý rằng với nền văn minh tin học hiện nay, người ta đã dùng quá nhiều thì giờ để lên mạng tìm kiếm tài liệu, lẫn văn chương-nghệ thuật. Và gần như đã trở thành một thói quen. Tôi tin là vẫn còn khá nhiều người đọc, nhưng họ không còn thiết tha chuyện mua sách, hay cầm cuốn sách trong tay. Vì cứ mở máy ra là có đủ. Cái "èo ọt" mà anh nói có lẽ chỉ dành cho "Văn Học Hải Ngoại". Bởi những người còn đọc tiếng Việt đa số đã lớn tuổi, mệt mỏi.

Trong nước, những nhà xuất bản vẫn đều đều phát hành sách. Hiện tại, ở VN có một tác giả tên Thái Hạo (mà tôi rất thích đọc) có lẽ đã viết rất nhiều nhưng lần đầu in sách. Sách anh vừa in ra là đã tái bản ngay. Sách được tái bản nhiều lần trong khoảng thời gian vài tháng. Điều đó chứng tỏ là còn rất nhiều người đọc. Đã có nhiều nhà văn hải ngoại mong muốn được xuất bản sách ở VN là thế!

Th.Đại: Thưa chị, nãy giờ tôi đã làm phiền chị có hơi nhiều, biết vậy, nhưng vì "Rằng quen mất nết đi rồi", rất mong được chị rộng lòng mà tha thứ, vậy trước khi chúng ta chia tay chị có cần khuyên bảo gì không và nhất là trong buổi chuyện trò này tôi biết phần mình có quá nhiều thiếu sót với con mắt tinh tế của một nhà văn, mong chị bỏ qua và bổ sung cho những thiếu sót không thể tránh khỏi của tôi.

ĐML: Thưa anh, tôi nghĩ không nên quan trọng hóa một cuộc "mạn-đàm". Vui đâu thì nói đó! Làm gì có mức độ giữa thiếu sót và đầy đủ. Cám ơn anh đã cho tôi cơ hội được trò chuyện cùng anh và độc giả.
Cuộc trò chuyện mà anh đề nghị hôm nay lại đúng ngay lúc tôi vừa viết xong một bài tùy bút mà nội dung nói về tâm trạng, cõi viết của mình..."**Có vẻ như tôi đang chán viết**".
Xin được gửi bài viết đến độc giả **Lạ** và **Quen** như một tâm tình.
Chúc tất cả mọi người an vui-hạnh phúc.

Th.Đại: Một lần nữa xin cám ơn không quên cầu chúc anh chị và gia quyến muôn điều tốt đẹp.

Triều Hoa Đại *thực hiện*

* Tên một tạp văn của Đặng Mai Lan (Văn Học Press ấn hành 2018)

LUÂN HOÁN
"Cỏ Hoa Gối Đầu"
Một Thi Phẩm Không Lành Lặn Trong Ấn Loát

Nhà văn Nguyễn Sao Mai ở Hoa Kỳ thực hiện tạp chí văn học nghệ thuật Sóng Văn, tôi được anh rủ vào ban biên tập. Chơi chung với anh, ngoài góp thơ tôi còn bày trò phỏng vấn. Nhưng lần này tôi không thực hiện tương tự như thời làm có chút tiền cho tạp chí Sóng ở Toronto Canada của anh Nguyễn Tăng Chương. Thay vì gởi câu hỏi cho các tác giả. Tôi dành sự trả lời cho những người phối ngẫu, vợ hoặc chồng. Điều này chưa ai thực hiện.

Anh Nguyễn Sao Mai điều hành gần như cùng lúc hai sân chơi bằng Anh ngữ The Writers Post và Wordbridge, thêm Sóng Văn là sân thứ ba. Báo Sóng Văn anh in bìa màu các họa phẩm của nhiều họa sĩ Việt thật lộng lẫy. Trong giai đoạn này, anh gọi điện thoại viễn liên cho tôi gần như mỗi ngày, và cuộc gọi nào cũng thật ấm túi ông bưu điện Hoa Kỳ.

Một hôm, với tôi thật đẹp trời, anh đề nghị in tặng tôi một tập thơ trong nhà xuất bản cùng tên Sóng Văn của anh. Tuy không hẳn "buồn ngủ gặp chiếu manh" nhưng tôi vô cùng cảm động thích thú. Như vậy sau các anh Tưởng Năng Tiến, Thái Tú Hạp để có Hơi Thở Việt Nam, Ngơ Ngác Cõi Người; Trương văn Nghĩa để có Chân Dung Thơ Luân Hoán, tôi có thêm một Nguyễn Sao Mai để trình làng Cỏ Hoa Gối Đầu. Một đề sách mà nhà văn Võ Phiến trong một thư gởi ghi một câu *"Nhất anh rồi có cỏ hoa gối đầu"*. Và không thiếu những bạn khác đùa rằng tôi chơi chữ.

Trước khi nêu lên những vết thương ở phần in ấn, tôi xin phép giới thiệu loanh quanh những gì Cỏ Hoa Gối Đầu có được:

1- Phần bìa, tranh do họa sĩ vẽ riêng cho tập thơ, không dùng họa phẩm có sẵn. Quý hơn nữa anh tự tay trình bày, chọn chữ in cho tên sách. Tên Luân Hoán rõ to là điều tôi vẫn thích lâu nay (háo danh mà), câu Cỏ Hoa Gối Đầu chữ in bình thường nhưng sắp xếp hợp lý, một đường dài như nâng đỡ danh xưng tác giả ở trên. Khánh Trường vẽ hoa một cách siêu thực, không dạng hoa nhưng thật tuyệt. Tôi rất thích mẫu bìa tươi sáng thanh thoát này. Trái lại bìa sau, ảnh tôi hơi màu mè trong chiếc áo mặc.

2- Lời giới thiệu thi phẩm, nhà văn Nguyễn Sao Mai viết:

" Có lẽ, từ cái chỗ đã đến được và không còn phải đi đâu, nhà thơ, trong cõi của riêng mình, tự tại, thong dong, hạnh phúc với đầy đủ cảm nhận của một người đang thực sống, nắm bắt đời sống bằng những chứng nghiệm rất riêng. Với Luân Hoán, cái chứng nghiệm rất riêng đó, nhiều nhất ở trong tình.

Tình yêu, thật ra đã bàng bạc trong hầu hết 16 tập thơ in riêng cũng như chung của ông trước và sau năm 1975, trong nước cũng như ở hải ngoại, nhưng đến Cỏ Hoa Gối Đầu, mê tình đã trở thành nỗi mê đời, trong đó, sống là nghe được từng hơi thở của nhịp sống, từng hơi thở của xương da, ngay trong những bất trắc, đa dạng của cuộc đời có, không, sấp, ngửa. Nhà thơ sống với nó, trong từng mỗi giây phút, những kinh nghiệm sờ mó được. Những kinh nghiệm đó không phải chỉ là bóng dáng của thực tại: cõi miên viễn, cõi vô cùng, cõi mông lung v.v... mà chính là thực tại. Cõi thơ Luân Hoán.

Trong cõi thơ đó, bởi vậy, không có những nghi vấn, những dò tìm, Khi đã đến được với nó thì còn gì để phải thao thức kiếm tìm? Còn gì để phải thắp đuốc viễn vông chạy đuổi? Cũng vậy trong cách sử dụng thơ vần của Luân Hoán. Giữa cơn sốt đang trăn trở của những tìm tòi và khám phá mới về cách diễn đạt trong sinh hoạt thi ca, Luân

Hoán vẫn, bằng những cách thế bình thường nhất, thơ vần. Có lẽ, gắn bó với thơ vần, đối với LH cũng không phải là điều quan trọng. Quen vẽ bằng cọ, thì cứ vẽ bằng cọ, thế thôi. Và cũng chính điều không coi là quan trọng này sẽ xóa bỏ biên giới giữa thơ và người làm thơ. Chỉ còn lại Luân Hoán thơ. Thơ Luân Hoán.

Cỏ Hoa Gối Đầu hầu hết là những bài thơ tình với bóng dáng của tình thương. Đó là nỗi mê đời. Đó là ở trong đời. Là chứng nghiệm thực tại. Thực tại chính là tim rung và máu chuyển, là nhựa trong cây, là tình trên lá, nhà thơ cần gì phải chống gậy thiền tăng tìm lật nghiêng sông núi?"
(trang 7 v à 8).

3 - Trong sách tôi có được 3 phụ bản. Thay vì họa phẩm hay ảnh nghệ thuật, khác hơn ai từ trước, tôi được hai nhà văn và một người bạn thân cho ba phụ bản bằng thơ, có cả chân dung của đương sự.
Nhà văn Song Thao, viết và ký tên hồi chớm hạ 1997:
Tặng Luân Hoán
một chân chống chỏi cuộc đời
còn chân nào giữ cái nồi thần thơ
cái tim, cái ruột lơ mơ
cái hồn nghe nặng ơ hờ cỏ hoa.

Nhà văn Hồ Đình Nghiêm, vào giai đoạn này chỉ chơi văn xuôi, chưa làm thơ, viết thật đẹp, nguyên dạng phụ bản:
(góc bên phải: ảnh)
ngày đứng gió
cởi áo ngồi bất động
đêm thoát y
nóng một giấc mộng đè
chim khản tiếng
ngủ không yên lồng hẹp
vỡ câu thơ
dâng mê muội cho đời.

Ký tên như viết hồ đình nghiêm (không viết hoa, bên dưới thòng thêm câu:)
gửi thi sĩ đại ca Luân Hoán.

Bạn thân Châu Văn Tùng:
tóc rối mở đường bay đi trước
thân cùng chân lạng quạng lê sau

không bầu, không túi, không khói thuốc
phấn bụi rã thành bèo bọt về đâu? - Châu!
Đà Nẵng 18-4-96
dán ảnh ký tên.

Cái thú vị là những bạn không chuyên về thơ mà cho thơ, không phải dễ!

4 - Sau khi sách được phát hành, một số bạn văn đã ưu ái cảm nhận. Nhà thơ Thái Tú Hạp trong tác phẩm Giữa Trời Hoa Bay, anh có dành một tựa đề "Người Gối Đầu Cỏ Hoa" có đoạn:

"... Qua đến Cỏ Hoa Gối Đầu, người chủ trương tạp san Sóng Văn đã nhiệt tình tiếp tay thực hiện cũng bày tỏ chân tình:
Cỏ Hoa Gối Đầu hầu hết là những bài thơ tình với bóng dáng của tình thương. Đó là những mê đời. Đó là ở trong đời. Là chứng nghiệm thực tại. Thực tại chính là tim rung và máu chuyển, là nhựa trong cây, là tình trên lá, nhà thơ cần gì phải chống gậy thiền tăng tìm lật nghiêng sông núi?".

Thơ của thời điểm ông đang ngồi ngất ngưởng ở cửa tri thiên mệnh, nên thơ đã nhuốm vẻ thong dong mây trời, coi thường lẽ tử sinh của tạo hóa.

vẽ tâm vẽ dạng vẽ đời
từ sinh đến diệt treo chơi mấy ngày?
(Chân Tướng)

Thiên đàng một cõi riêng em
thành tâm đắc đạo ưu tiên tôi thờ
động vàng tiềm ẩn mạch thơ
ngấm vào thân thể tôi chờ khai hoa
em còn cõi niết bàn riêng
mình tôi tốt phước được quyền nhởn nhơ
ra vào kính cẩn làm thơ
sống vương giả bởi biết thờ phụng em
(Nghiệp Phúc)

Ông đã vượt ra ngoài cái tâm thức Bát Nhã, tiếng vọng lại bên kia trời Tử Sinh chỉ là cõi tâm động của tình yêu. Một thi sĩ Tây Phương nào đó đã tận tình thi hóa mối tình thơ mộng của ông với người yêu Paris tóc vàng mắt biếc... Anh sẽ khắc lên bia đá "Nơi nào em đến, nơi ấy là thiên đường":

> *Cổ sáp ong vẫn thường đeo thánh giá*
> *tôi nhủ thầm: em ngoan đạo, từ tâm*
> *muốn với tới ngôi trời, tôi xem lễ*
> *Chúa của tôi là em ở trong lòng...*
> (Chúa tôi)

Thiên Đàng hay Niết Bàn cũng chỉ là nơi người tình thủy chung. Ông quả là một tín đồ ngoan đạo tình yêu, mà tình yêu trân quý cao đẹp nhất chỉ có một người thôi đi bên cạnh ông đến suốt đời.

Trong Cỏ Hoa Gối Đầu, ông xem như tặng phẩm ngọt ngào dành tặng cho người yêu, một vài ý tưởng thầm kín thơ mộng và bộc trực chân tình, ông quả can đảm và tế nhị hơn những nhà thơ nổi tiếng cùng thời với ông. Ông rất thực thà hồn nhiên với chính mình ông, nên lời thơ giản dị hài hòa, chất phác, gây cho đối tượng cảm kích một cách thoải mái vì giá trị tự ái được nâng cao như một hoàng hậu không ngai. Đôi khi ông không quan tâm chải chuốt ngôn từ. Yêu là nói yêu cái đã. Tỏ tình thẳng thắn, nhanh như ánh sáng, và con đường tình sử chỉ có từ đường thẳng duy nhất và gần nhất trong không gian một chiều. Tuy nhiên, trong thế giới thơ ông, phán xét, thẩm định toàn Tình Yêu suôn sẻ thì hơi quá hồ đồ, nông cạn, chẳng khác chúng ta nhìn bao quát đầy màu sắc rực rỡ của ngàn hoa, mà không hiểu những tư duy của đá, những thăng trầm của cổ thụ, những vô thường hư huyễn của khói sương suối nguồn? Thỉnh thoảng trong thơ ông cũng phảng phất hương vị cay đắng, ẩn ức những tiếng thở dài ngao ngán thế sự trầm luân, của tâm trạng u sầu lưu đày biệt xứ, ngơ ngác trong những thành phố lạ tha phương.

Giữa cõi sống mà mỗi ngày, chúng ta thường trực đối diện với thực tế phũ phàng, chạy đuổi theo miếng cơm manh áo, thử hỏi đâu còn chút để lắng nghe chính tâm thức mình vọng động những yêu thương khắc khoải? Giữ được tâm hồn thanh tịnh, an nhiên tự tại với thơ, cho thơ, tất cả trọn vẹn vì thơ như Luân Hoán, không phải nhà thơ nào cũng thực hiện được. Quả thật ông đã ngộ. Thơ được tôn sùng như một đạo giáo của Tình Yêu. Là một cõi Thiên Đàng hay Niết Bàn nơi trần thế tuyệt vời. Cảm ơn thi sĩ Luân Hoán đã tạo cho chúng ta cảm giác không biên giới giữa thực và mộng trong cảnh sống chói chang xô bồ, lạnh giá, cô đơn nơi xứ người.

Thái Tú Hạp
(trích Giữa Trời Hoa Bay/ Sông Thu 2000)

Và còn những ai nữa?

* Nhà thơ Du Tử Lê:

"... Tôi muốn gọi ông là người tình nhân thủy chung của thi ca Việt Nam ở quê người. Tôi muốn gọi ông là trái tim Việt hẹn hò ở với tận cùng hơi thở Việt. Thật vậy, không kể hai thi phẩm tái bản ở hải ngoại, trong vòng hơn 10 năm, kể từ 1985, khi đặt chân đến thành phố Montreal trong chương trình đoàn tụ gia đình, Luân Hoán đã cho xuất bản 7 thi tập, mà Cỏ Hoa Gối Đầu là thi phẩm mới nhất...".(Và Thơ Luân Hoán)

* Nhà thơ Đức Phổ :

"... Cái độc đáo của cách liên tưởng sự việc, tình cảnh... quả thật tài tình với những nét ẩn dụ quấn quít từng câu thơ, đoạn thơ. 'xăn quần, em thả gót hồng/ nghịch cho nước chảy lòng vòng quanh chân/ lòng tôi trong nước lăng quăng/ mon men tìm lỗ chân lông bám vào..." (CHGĐ trang 55)

Hình ảnh ẩn dụ được anh lồng vào trong thơ lục bát, ' sex' lắm! Nhưng không trần truồng, dung tục... Dung nhan người nữ trong thơ Luân Hoán thường được anh vẽ lên bằng những nét gợi tình: 'gót hồng', 'em nằm phơi', 'lỗ chân lông', 'búp da trắng, búp thịt đào', 'búp đùi thánh thiện', 'cồn hoa', 'chân sen duỗi', 'em ngủ ở truồng', 'hai bàn chân khép'... Đã làm cho anh cảm thấy 'trục trặc cái chi trong lòng' khi 'thu nhãn lực viếng thăm ngọn ngành' để rồi bộc bạch một cách tỉnh táo, không ngượng ngập rằng, 'cái tâm bằng phẳng là không phải người...'.

(các chữ nghiêng trích thơ trong Cỏ Hoa Gối Đầu) |(Đức Phổ - Hình ảnh ẩn dụ trong lục bát Luân Hoán)

* Nhà văn Lâm Chương :

"... Mấy mươi năm làm thơ vẫn vậy. Không khác chút nào. Nói rằng yêu, rằng thất tình nhưng lại diễn tả bằng thái độ bỡn cợt. Tất cả đều như thế, đều bình thường không có gì quan trọng lớn lối. Nhiều khi sự việc được nhìn dưới con mắt khôi hài, nhưng vô cùng sống động:

đêm nào tôi cũng nằm mơ
không mơ, chắc chắn xác xơ, bất thường
mơ em nằm ngủ ở truồng
hai bàn chân nhốt phấn hương mượt mà
còn tôi, ngồi ngắm cuống hoa...
(Mơ – trang 17).

Chẳng biết theo quan niệm của Luân Hoán, cái cuống hoa nằm ở chỗ nào trên thân thể của người đàn bà? Chứ riêng tôi, chưa chi đã

nghĩ bậy rồi. Kể cả khi nói về quê hương, bè bạn, cuộc đời, Luân Hoán cũng không giấu được nụ cười ở phía sau lưng. Tôi tưởng tượng một hình ảnh Luân Hoán vui nhộn, đầy tính tiếu lâm, hiếu động...".
(Lâm Chương - Tán ngẫu về một người làm thơ).

* Nhà văn nữ ThuThuyền:
"... Mỗi lần đọc thơ anh Luân Hoán, là một lần khám phá thêm tài năng đùa cợt với chữ nghĩa. Anh Luân Hoán làm thơ dễ dàng như... rung đùi:

cái tâm trôi giạt về đâu
để cho cái mộng lộn đầu lộn đuôi
ngắm QUÊ TÌNH, khoái, rung đùi
thả thơ vãi những ngậm ngùi đi quanh
nửa đời trường mặn, thành danh
nhà thơ của những gốc chanh, gốc cà?
Qua Mấy Vườn Nam Trân
(Cỏ Hoa Gối Đầu - Sóng Văn 1997)

Tôi mượn thơ anh Luân Hoán để đặt biệt hiệu cho anh: nhà thơ của những gốc chanh, gốc cà. Anh nhìn sự vật bằng trái tim nhạy cảm đặc biệt, một tâm hồn bình dị và đôi mắt tinh nghịch. Những hình ảnh quanh anh được thi hóa hết sức sống động:

ở không dựa cửa ngó ra
thấy em đi đánh đòng xa giữa chiều
cánh phải đẩy nắng dập dìu
cánh trái lùa gió phiêu diêu bềnh bồng
(Nhìn - Cỏ Hoa Gối Đầu - Sóng Văn 1997)
(LH- nhà thơ của những gốc chanh gốc cà)

* Nhà thơ Quan Dương:
"... Hình như không có thứ gì hiện diện trong em trên đời này là không xảy ra trong lục bát Luân Hoán, từ hình ảnh em đi, đứng, ngồi, nằm, đến em thức, em ngủ, em ho, em cười, em khóc, em vân vân và vân vân, hễ anh ngửi được là anh thở ra lục bát.
thấy em thay áo tình cờ
lòng khi không mọc vạt thơ phiêu bồng
...
em nằm đợi gió ngủ quên
thơ ta quỳ gối bốn bên em nằm
(Bất Ngờ - Cỏ Hoa Gối Đầu)

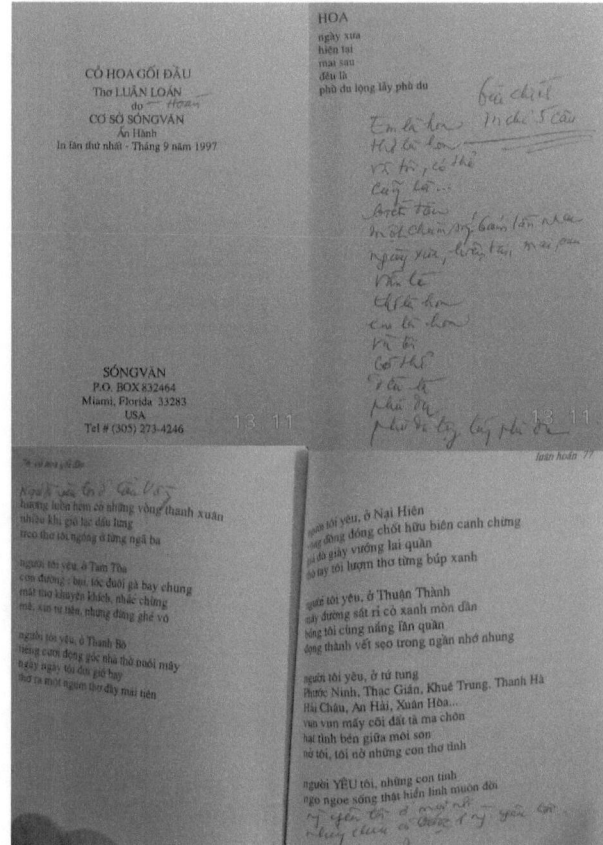

Môi hương em nở dịu dàng
máu theo lưỡi cuốn lòng tràn âm thơ
...
lưu âm như cánh môi hoa
hồng từng vuông thịt chan hòa khói sương
(Đời thơm tiếng hát trầm hương - khánh hà CHGĐ).

Rõ ràng những chữ anh dùng trong lục bát toàn là những chữ đời thường đụng mặt nhau bôm bốp hằng ngày trong cuộc sống, thế mà khi anh tung vô thơ thì nó lại biến thành mới mẻ. Giống như cục đất sét xấu xí sau khi qua bàn tay nắn nót điêu luyện của một nghệ nhân thì nó biến thành những bức tượng đầy sinh động giá trị. Với tôi, nhà thơ Luân Hoán đúng là một nghệ nhân nắn lục bát...".
(Quan Dương - Lục Bát Luân Hoán)

5- Nhạc sĩ Minh Duy, tác giả ca khúc nổi tiếng "Bài ca chiến thắng", phổ biến rộng rãi ở Việt Nam ngày nào, đã chọn bài thơ Hoa đầu tập để phổ nhạc. Anh có cho thu âm với giọng ca Đình Nguyên tôi có để lên trang Vuông Chiếu.
...

Tôi đã gọi Cỏ Hoa Gối Đầu là thi phẩm không lành lặn ở ấn loát vì sao? Trước nhất tôi nhận lỗi về mình đã cẩu thả không xem lại bản để in. Những vết thương của thi phẩm cụ thể:
- Trang đầu tiên tên tác giả Luân Hoán thành Luân Loán
- Trang thứ 9 bài đầu tiên tên Hoa chỉ còn 5 câu như sau:

"ngày xưa
hiện tại
mai sau
đều là lộng lẫy phu du"
bài thơ đầy đủ là:
Em là hoa
thơ là hoa
và tôi, có thể
cũng là...
biết đâu...
một chùm sống bám lẫn nhau
ngày xưa, hiện tại, mai sau
vẫn là
thơ là hoa
em là hoa
và tôi
có thể
đều là
phù du

phù du lộng lẫy phù du ||

Sai sót trầm trọng thứ ba gây ngộ nhận. Bài Cõi Bến Tình Thơ, viết đề tặng nhà văn Lam Hồ (cây bút của Gió Mới ở Sài Gòn ngày nào) gồm 9 đoạn. Ở đoạn thứ 3 in thiếu câu đầu: *"Người yêu tôi ở Cầu Vồng..."*. Đoạn cuối cùng thiếu hai câu kết, ý chính của bài thơ:

*Người yêu tôi những con tinh
Ngo ngoe sống thật hiển linh muôn đời
"Người yêu tôi ở mọi nơi
nhưng chưa có được một người yêu tôi".*

Nhạc sĩ Nhật Ngân vào thời điểm này đang tìm thơ của các bạn gốc Quảng Nam để phổ nhạc. Anh có liên lạc, tôi có gởi bản chép tay đúng nội dung đầy đủ. Bài thơ vốn chỉ là những nhắc nhớ từng vùng của Đà Nẵng nơi tôi trưởng thành. Anh Nhật Ngân gọi đề nghị được rút gọn cho vun vứt khổ nhạc sao đó và nhắc thêm vài hình ảnh, tôi đã sửa đổi xong gọi điện thoại cho anh ghi lại. Lời trong ca khúc do đó có vài từ được thay đổi, ví như "lầu đen thành lầu đèn". Lạ kỳ có bạn xem tập thơ in thiếu lại ngộ nhận và suy diễn, vô tình trong lúc vội in một tuyển tập mà không đọc kỹ từng bài nên khi biết thật sự giật mình, nhưng không sao, với tôi cũng chỉ là vui thôi, nên không đính chính, nay có dịp thì nói cho biết đời nhiều bất ngờ.

Việc đi vắn tắt lại những cảm nhận (có trích dẫn) từ nhiều bạn văn, giúp có duyên hơn trong việc muốn khoe những đoạn thơ mình ưng ý. Nhưng cũng xin trích một bài tôi tặng tôi, để đóng lại:
THƠ TẶNG ÔNG CHÂU, BẠN TÔI

Xưa ông ngụ đất Quảng Nam - phù trầm sương khói hai bàn chân ma - chừ ông ở Canada - phất phơ bụi nám màu da phai dần = nếu như ông chưa di dân - không chừng có được mộ phần đã lâu - khỏi cần vừa sống vừa đau - tội hai lá phổi thay nhau than phiền = trái tim bồ tát vẫn ghiền - hương hoa thí chủ thuyền quyên bốn mùa - cái khôn, ông chẳng có thừa - cái ngu, ông có thua ai bao giờ = thức làm thơ, ngủ làm thơ - mỗi vuông da thịt mỗi xơ xác đời - ham đi, ham mộng, ham chơi - ông xưa nay vốn thảnh thơi hơn người = ngắm ông, tôi chợt thấy tôi - thì ra nhân dạng muỗi ruồi giống nhau - chúng ta đi bằng cái đầu - nói bằng cái nhớ, cái sầu trong veo - hồn ông được đóng đinh treo ? - hẳn tôi có được chút leo lét nồng?

Luân Hoán

UYÊN NGUYÊN TRẦN TRIẾT
Văn Việt Hải Ngoại:
Giữ Gìn Bản Sắc và Sức Sống
Trong Thời Đại Mới

Văn chương là mạch nguồn bất tận của lịch sử và văn hóa, là thanh âm vang vọng từ sâu thẳm tâm hồn dân tộc, vượt qua mọi ranh giới của không gian và thời gian để lưu giữ những giá trị lâu dài. Nó là dòng sông ngầm len lỏi qua bao tầng ký ức, qua những giấc mơ và nỗi niềm của con người, nơi những giọt nước của ký ức chảy mãi mà không bao giờ cạn. Nhưng khi dòng chảy ấy xuôi ra biển lớn, để hòa quyện cùng các dòng chảy khác, liệu nó còn có thể giữ trọn hương sắc cội nguồn, hay sẽ tan biến vào sự bao la của đại dương? Văn chương hải ngoại, tựa như mạch sống thầm lặng nhưng mãnh liệt, chính là hiện thân của hành trình ấy, là tiếng vọng của những tâm hồn tha hương khắc khoải không nguôi, không ngừng tìm về quê nhà trong từng câu chữ, từng áng thơ văn. Đó là hành trình bảo tồn và phát triển, là sự tự vấn sâu sắc về ý nghĩa của bản sắc, về cội nguồn trong một thế giới luôn chuyển động và đầy biến động. Đây vừa là một hành trình sáng tạo, vừa là cuộc đối thoại hiện sinh, những câu hỏi về chính mình, về quê hương và những giá trị văn hóa đã khắc sâu trong máu thịt của mỗi con người.

Trong văn học hiện đại, các tác giả hải ngoại của nhiều quốc gia cũng đã khẳng định được vị trí của mình qua những trang viết đầy sắc màu văn hóa, từ văn học của người Nhật, Hàn, đến người Ấn, Hoa tha phương. Những tác phẩm của họ đều mang đậm dấu ấn quê hương, chở đầy giá trị nhân sinh sâu sắc, mà từ đó những tên tuổi như *Haruki Murakami*[2], *Jhumpa Lahiri*[3], *Amy Tan*[4] trở thành biểu

---

[2] **Haruki Murakami** (sinh năm 1949) là tiểu thuyết gia Nhật Bản nổi tiếng với phong cách pha trộn hiện thực và siêu thực, chịu ảnh hưởng từ văn hóa

tượng văn chương vượt qua biên giới quốc gia, dân tộc. Văn học hải ngoại không chỉ là một thể loại, mà nó tựa như một dòng sông văn hóa nối liền quá khứ và hiện tại, là cầu nối những linh hồn thất tán quê nhà. Với văn chương Việt Nam, dù ít nhiều chịu ảnh hưởng của dòng chảy thế giới, nhưng vẫn giữ một bản sắc riêng cho mình, một giọng điệu không thể lẫn, tựa một nốt nhạc trầm nhưng ngân vang giữa bản hòa ca văn học toàn cầu. Mỗi tác phẩm của văn chương hải ngoại là một nhịp cầu nối liền ký ức, là giọt nước mắt hoài niệm hay nụ cười dịu ngọt của tình yêu quê hương, sự khẳng định bản sắc. Trong mỗi trang văn, mỗi vần thơ của người Việt xa quê, có lẽ luôn có một phần bản thể của tác giả được gửi gắm. Viết, bấy giờ đối với chúng ta, không đơn thuần chỉ là một hoạt động sáng tạo mà là một hành động tự nhận diện, là nỗ lực tìm lại chính mình trong không gian xa lạ. Những dòng chữ này chất chứa nỗi đau chia lìa, nhưng đồng thời cũng rạng ngời niềm tin vào sự sống, như ngọn đèn le lói nhưng vững vàng soi sáng con đường trở về với cội nguồn. Nếu trong văn học Nhật Bản, những tác phẩm như *"Norwegian Wood"*[5] của Murakami đan xen giữa thực và mộng, giữa ký ức và hiện tại để tạo nên một bức tranh hiện thực vừa đẹp, vừa lạc lõng; thì trong văn chương hải ngoại của người Việt, nỗi niềm tha hương hiện lên không kém phần day dứt nhưng lại mang màu sắc của sự gắn bó thẳm sâu và thủy chung với quê nhà. Những bài thơ, câu văn của người Việt xa xứ là sợi dây vô hình nối liền những ký ức xanh màu cỏ non với hiện

---

phương Tây. Các tác phẩm như *"Norwegian Wood"*, *"Kafka on the Shore"*, và *"1Q84"* thường khai thác chủ đề cô đơn và hành trình tự khám phá.

[3] **Jhumpa Lahiri** (sinh năm 1967) là nhà văn Mỹ gốc Ấn, nổi tiếng với các tác phẩm về trải nghiệm nhập cư và đấu tranh bản sắc, như *"Interpreter of Maladies"* (giải Pulitzer, 1999) và *"The Namesake"* (2003). Văn chương của bà giản dị mà sâu sắc, khắc họa tinh tế xung đột văn hóa và nỗi cô đơn của người nhập cư.

[4] **Amy Tan** (sinh năm 1952) là nhà văn Mỹ gốc Hoa, nổi tiếng với tác phẩm *"The Joy Luck Club"* (1989), khám phá mối quan hệ phức tạp giữa mẹ và con gái trong bối cảnh xung đột văn hóa Trung - Mỹ. Tác phẩm của bà khắc họa sâu sắc sự giao thoa văn hóa, di sản gia đình và cách chúng định hình bản sắc cá nhân.

[5] *"**Norwegian Wood**"* của Haruki Murakami là tiểu thuyết nổi tiếng xuất bản năm 1987, kể về những khắc khoải tuổi trẻ, tình yêu và mất mát qua nhân vật chính Toru Watanabe, gợi lên sự giao thoa giữa hiện thực và nỗi cô đơn trong tâm hồn, mang đậm dấu ấn hiện sinh.

tại xám mờ, là niềm tự hào khắc sâu vào trái tim mỗi người khi nghĩ về.

Các tác phẩm như *"The Joy Luck Club"*[6] của Amy Tan, *"The Namesake"*[7] của Jhumpa Lahiri đã đi sâu vào lòng độc giả quốc tế bằng cách khắc họa sâu sắc những xung đột văn hóa, những nỗi đau của người nhập cư khi đối diện với sự khác biệt văn hóa. Tương tự, văn Việt hải ngoại cũng mang một sức sống mãnh liệt, là tiếng lòng của những người Việt luôn sống trong hai thế giới song song: một thế giới của ký ức và tình yêu quê hương, và một thế giới của cuộc sống thực tại xa lạ, nơi văn hóa, phong tục khác biệt đôi khi đẩy họ vào cuộc đấu tranh âm thầm nhưng quyết liệt để bảo tồn những giá trị cốt lõi của dân tộc. Văn chương hải ngoại, vì vậy tựa như ngọn lửa âm ỉ nhưng bền bỉ cháy mãi trong lòng người Việt, không để bị lấn át hay dập tắt trước sóng gió bôn ba xứ người.

Nhưng trong sự chuyển mình của thế giới hiện đại, văn chương hải ngoại cũng đang đối mặt với những thách thức không nhỏ. Thế hệ trẻ lớn lên giữa lòng xã hội phương Tây, không phải lúc nào cũng cảm thấy gắn bó mật thiết với nguồn cội. Giữa sự cuốn hút của văn hóa bản địa và tốc độ phát triển công nghệ, những giá trị truyền thống đôi khi trở nên mờ nhạt trong tâm trí những người trẻ. Câu hỏi về bản sắc, về sự tiếp nối trở thành nỗi trăn trở lớn cho văn chương hải ngoại: Làm sao để thế hệ kế thừa vẫn cảm nhận được gốc gác trong từng câu văn, từng trang sách? Làm sao để giữ gìn bản sắc Việt, để những giá trị ấy không bị cuốn đi trong dòng chảy văn hóa toàn cầu? Đó không chỉ là nhiệm vụ của một cá nhân mà là trách nhiệm của cả cộng đồng, của những người Việt cùng hướng về nhau trong tình yêu với văn hóa, ngôn ngữ và nguồn cội.

Thế nhưng, trước thách thức ấy, văn chương hải ngoại cũng có những cơ hội chưa từng có nhờ sự phát triển của công nghệ số.

---

[6] **The Joy Luck Club** là tiểu thuyết nổi tiếng năm 1989 của Amy Tan, kể về cuộc đời của bốn bà mẹ Trung Quốc di cư sang Mỹ và các con gái của họ. Tác phẩm khắc họa sâu sắc mối quan hệ mẹ con, xung đột văn hóa và sự khác biệt thế hệ, từ đó làm nổi bật những thử thách trong việc giữ gìn bản sắc văn hóa và hòa nhập vào cuộc sống mới.

[7] **The Namesake** là tiểu thuyết năm 2003 của Jhumpa Lahiri, kể về hành trình của Gogol, một người Mỹ gốc Ấn, khi anh đấu tranh với bản sắc cá nhân và di sản gia đình. Tác phẩm khắc họa sâu sắc những xung đột văn hóa, sự cô đơn và cảm giác lạc lõng của người nhập cư trong việc dung hòa giữa truyền thống và cuộc sống hiện đại.

Nếu trước đây, để một tác phẩm văn chương đến được với công chúng là một hành trình dài dằng dặc, đầy khó khăn, thì nay, với sức mạnh của Internet, những trang viết có thể nhanh chóng lan tỏa khắp thế giới, vượt mọi khoảng cách và rào cản địa lý. Các nền tảng số mở ra chân trời mới, cho phép các tác phẩm văn chương hải ngoại tiếp cận không chỉ với người Việt xa xứ mà còn với độc giả quốc tế, như những dòng chảy cùng đổ về đại dương văn hóa chung của nhân loại. Nhờ đó, văn chương hải ngoại không còn là tiếng nói riêng lẻ của một cộng đồng, mà trở thành một phần của bức tranh văn học toàn cầu, góp phần làm phong phú thêm sự đa dạng của văn hóa nhân loại.

Như Heidegger đã từng nói, "Con người là thực thể duy nhất có khả năng suy tư về chính mình,"[8] và qua những trang viết từ xa xứ, người Việt đã và đang suy tư, tự vấn về bản thể, về nguồn cội của mình, về ý nghĩa của sự tồn tại trong một thế giới mà ranh giới giữa các nền văn hóa ngày càng bị xóa nhòa. Văn chương hải ngoại, qua mỗi trang viết, mỗi lời tự sự, là cách để người Việt tìm về những giá trị sâu xa, để đối diện với bản thể và tự khẳng định mình. Không chỉ là nỗi nhớ, không chỉ là ký ức, mà là sự hiện diện mạnh mẽ của hồn Việt, là niềm tự hào và khẳng định bản sắc văn hóa trong thế giới rộng lớn. Mỗi tác phẩm văn chương hải ngoại, vì thế là một nhịp cầu nối liền giữa quá khứ và tương lai, là bản giao hưởng dịu dàng nhưng đầy day dứt giữa ký ức và hy vọng, giữa những giá trị đã thành truyền thống và khát khao vươn ra thế giới của thời đại mới. Trong thời đại toàn cầu hóa, văn chương hải ngoại chính là tấm gương phản chiếu sức sống mãnh liệt của văn hóa Việt, là khúc tráng ca của cả một cộng đồng luôn khát khao giữ gìn bản sắc và lan tỏa giá trị của mình. Đây vừa là tiếng nói của cá nhân, vừa là tiếng vọng của cả một dân tộc, của những người Việt ở bất cứ đâu đều mang trong mình hình bóng quê hương, mang trong tim dòng máu Lạc Hồng. Từng trang văn ấy, từng câu chữ ấy như nhịp đập của trái tim người Việt, bền bỉ và không ngừng ngân vang, là sự khẳng định rằng văn chương hải ngoại không phải chỉ là nơi chốn để hoài niệm mà còn là nơi để khẳng định bản sắc, truyền tải những giá trị bất biến vượt thời gian.

---

[8] **Dasein** là khái niệm của Heidegger mô tả con người như thực thể duy nhất có khả năng tự nhận thức và tìm kiếm ý nghĩa trong tồn tại của mình, sống trong mối quan hệ với thế giới và ý thức về tính hữu hạn của bản thân.

Với thế hệ trẻ, văn chương hải ngoại là di sản, là quá khứ, và là cây cầu nối liền khúc với cội nguồn, giúp nhận thức rằng văn hóa Việt không chỉ là ngôn ngữ, là trang phục, mà chính là tình yêu với quê hương, là lòng trắc ẩn và tinh thần kiên cường của những người đi trước. Bằng ngòi bút, văn chương hải ngoại tiếp tục viết nên bản hùng ca của người Việt, và trong từng trang sách, từng bài thơ là hình bóng của đất nước, là tình yêu khắc khoải và sâu thẳm.

Bấy giờ, văn chương hải ngoại, vì thế, là dòng chảy không bao giờ ngưng đọng, mãi mãi chảy xiết trên dòng thời gian, nối liền ký ức và hiện tại, là lời nhắn nhủ từ quá khứ gửi vào tương lai, là nơi tình yêu quê hương dân tộc mãi mãi đọng lại, và khai phóng vươn tầm mới.

Uyên Nguyên Trần Triết

chơi Bầu Cua Cá Cọp
tôi từ ăn tới huề
mặt sân đình rộn rã
thích chơi nhưng không mê
tôi cố thủ Con Cá
thường nhảy ra con Gà
thua hai ván liên tiếp
rồi ra liền ba Gà

đây là trò đánh bạc
của tôi thời ấu thơ
sau thời đó chấm dứt
máu đỏ đen đến giờ
lhoan

TRẦN TRUNG THUẦN
Đọc Nỗi Nhớ Quê Nhà Từ Montreal
Của Luân Hoán

Tôi nhận được tập thơ Nỗi Nhớ Quê Nhà Từ Montreal của anh Luân Hoán đã một tuần lễ nay (thượng tuần tháng Mười Một năm 2024), Anh không gửi từ Canada, địa chỉ của anh, mà từ một nhà in bên Mỹ ở Texas. Nhà xuất bản Nhân Ảnh là cơ sở xuất bản sách của nhiều tác giả Việt Nam trên khắp thế giới (tôi thấy có tác giả ở Úc, ở Pháp, ở Đức, ở Canada...). Nhà xuất bản Nhân Ảnh do anh Luân Hoán thành lập tại Montreal, Canada vào năm 2001, sau 2 năm giao cho em trai (Lê Hân) toàn quyền điều hành tại Toronto, Canada.

Năm 2005 khi anh Lê Hân về hưu thì Nhân Ảnh dọn về San Jose, California và sau đó dời về Nam California năm 2021, hiện đóng trụ tại Huntington Beach. Hai chữ Nhân Ảnh thì chắc chắn không phải nụ cười mà nó là Bóng Sương Chùm Khói! Tôi là khách hàng có lẽ đậm tình với Nhà Nhân Ảnh. Tôi in ở đây (qua Nhân Ảnh giới thiệu đến Amazon) khá nhiều tập thơ. Nhà Nhân Ảnh chẳng lấy một đồng nào, tôi chỉ tốn tiền cho nhà in và chút đỉnh thủ tục để đưa tác phẩm của mình vào Thư Viện Quốc Hội Mỹ. Mình in vài cuốn hay vài chục cuốn, tùy ý, quan trọng là mình trả ấn phí và phí chuyển nhận hơi "nhiều" chớ chẳng cao... Sách in đẹp, là công trình của nhà in. Nội dung thế nào là tâm hồn và công sức của tác giả. Niềm vui của Nhóm Chủ Trương là... Chủ Trương! Vậy thôi!

*

NỖI NHỚ QUÊ NHÀ TỪ MONTREAL là nhan đề tác phẩm thứ 31 của Luân Hoán in ở Mỹ (dù anh ở Canada ba thập niên nay). Nó là Gia Tài của Luân Hoán để lại cho con cháu đúng hơn là tác phẩm văn chương nhưng tính Văn Học của tác phẩm này là điều đáng trân trọng (vì nó là Sự Thật mà nó cũng là Huyền Mơ Ảo Diệu của... từ, ngữ, giấy, bút, trình bày theo phong cách nghệ thuật của một tay nghề... văn thơ có "chất lượng" là Luân Hoán. Điểm đặc biệt toát ra từ tập trung ở phần đời, phận đời của một trang thanh niên Việt Nam thời Nước Loạn: Luân Hoán có công ăn việc làm vững chãi trước khi vào Lính Việt Nam Cộng Hòa, anh để tất cả sang bên, thi hành phận sự công dân và gửi lại chút đỉnh thân xác trên chiến trường. Luân Hoán trở thành một Thương Binh (mất một phần chân, phải mang chân giả, đi giày giả... lái xe thật!). Sau thời gian chữa thương để lành lặn, anh lại đi làm Sở cũ và nuôi gia đình bình thường! Luân Hoán có nhân dáng đẹp, uy nghi và rất nghệ sĩ. Cái ưu điểm đáng chê của anh là thủy chung như nhất trong đạo vợ chồng, không dòm ngang ngó dọc... cho nên nhiều người nói Luân Hoán Cù Lần! Được vợ thương là Tốt; ít bạn, nhiều thơ, đủ nói lên cái Tình Bất Tận của người Quảng Nam đúng điệu "Bàn Làm Không Bàn Lùi" theo lời giễu văn của Thủ Tướng Họ Phạm tên Minh Chính thường xuyên truyền bá, ngay cả ở Đà Nẵng khi Ngài tới đây thăm dân... Cù Lần không xấu đâu. Ưu điểm mà đáng chê thì chỉ có "tầm bậy" như tôi, tôi mới nói... chơi! Ở Đà Lạt, sau năm 1975, giới tư bản mới có lập một khu du ngoạn, đặt tên Làng Cù Lần, hấp dẫn rất nhiều du khách. Du khách đến đây vì tò mò hai chữ Cù Lần và họ nhìn thấy những con Cù Lần thật rất dễ thương. Cái gì thời này, Thế Kỷ Hai Mươi sang Thế Kỷ Hai Mươi Mốt, tức là thời Hiện Đại, chuyện gì cũng "nên" nói cho vui, trước thì gọi là "tuyên truyền", bây giờ là "truyền thông". Sau khi Học Tập Cải Tạo về (từ 6-1975 đến tháng 4-1981) tôi có đi thăm bà con ở vài tỉnh miền Nam (Nam Phần Việt Nam), tôi không nghe ai nói ngày 30-4-1975 là ngày Giải Phóng mà chỉ nói "kể từ ngày Hòa Bình", tôi hỏi tại sao tránh hai chữ Giải Phóng? Họ bảo thích Hòa Bình vì có ông làm thơ nói về Hòa Bình hay lắm. Tôi xin họ đọc và tôi nghe: "Hòa Bình ơi hỡi Hòa Bình, ôi hai tiếng biết bao Tình Chứa Chan!". Tôi hỏi tiếp: "Hai câu này của ai?". Nghe đáp: "Của ông Kiên Giang". Tôi nhớ rồi, đúng là của Kiên Giang, bài Hòa Bình, đăng trên báo Đời Mới của ông Trần Văn Ân hồi năm 1954 xuất bản tại Sài Gòn thời kỳ Hội Nghị Đình Chiến Đông Dương đang họp tại Genève bên Thụy Sĩ do Pháp chủ trương cùng với Việt Minh để mong có giải pháp ngưng bắn, quân Pháp rút đi...

*

Anh Luân Hoán gửi tặng tôi sách của anh qua cách vận hành của nhà in Mỹ là cái chuyện "lực bất tòng tâm", tôi hiểu và tôi đã có thư báo anh biết tôi rất cảm động và cảm ơn món quà văn nghệ của anh dành cho tôi. Sách dày (382 trang), nặng ký... nặng cả giá đề trên bìa sau, 30 $US. Phải "giàu" lắm mới dám chơi hết sức với anh em, tôi suy từ bụng tôi ra đấy! Tôi còn tệ hơn anh Luân Hoán nhiều: chỉ một lần tôi gửi tặng sách tôi tới anh, anh chưa kịp đem vào nhà, mưa đã làm "mềm" hết trơn! Tôi gửi lại... có đau đau trong lòng. Dĩ nhiên là anh Luân Hoán không đồng ý để tôi gửi lại, anh nói: "Mình để khô rồi ráng đọc". Tôi thì... muốn ứa nước mắt: "Biết tổng nhau mà...", nghĩ thầm. Tôi chỉ gửi qua Canada vài ba lần rồi không gửi cho ai nữa! Tôi đuối... Anh Luân Hoán "suy nghĩ" về tôi rất đúng và viết về tôi, làm cả thơ tặng tôi rất dễ thương, nhưng tôi chưa hề làm gì cho anh tới nơi tới chốn, chỉ lửng lơ con cá vàng thôi. Chắc chắn anh không giận tôi, anh biết tôi đã tàn tạ, còn làm thơ là còn thở chớ chẳng làm gì nên trò. Chúng tôi có thương nhau thì còn "lợi dụng" cơ hội nào bày tỏ được gì cứ bày tỏ. Bài này tôi viết như một bức thư, anh Luân Hoán đọc. Có thể anh sẽ đưa lên Ngôn Ngữ, tờ báo mà anh có phần góp công sức sáng lập, để coi như là gửi gió-cho-mây-ngàn-bay... Tôi nhắm mắt. Tôi lim dim. Nhớ lời Kim Thánh Thán, chuyện gì ảnh cũng phán một câu: "Nghĩ vậy chẳng sướng sao!".

Tập Thơ NỖI NHỚ QUÊ NHÀ TỪ MONTREAL đúng là Tập Thơ bạn ạ. Tôi đếm, hơi mau, 160 bài. Nhiều bài dài hai ba trang. Đa phần thì hai trang. Uyên Nguyên viết bài Tựa như giới thiệu tổng quát về tác phẩm đặc biệt NỖI NHỚ QUÊ HƯƠNG, dù dài nhưng vẫn cứ như là ngắn vì... chưa thể nói hết số lượng Thơ Luân Hoán dành cho Quê Nhà, Quảng Nam, Hội An, Đà Nẵng - ba nơi, một là sinh quán, một là thời đi học và một là thời đi làm. Trong rất nhiều tập Luân Hoán đã xuất bản (trong nước và ngoài nước) đều đã có một số bài mang tính chất Nhớ Quê Hương. Tôi đọc và cảm Luân Hoán hồi tôi rất trẻ, chưa hai mươi. Chúng tôi cùng khóa Lính, 24 SQTB Thủ Đức năm 1966. Cùng khóa này có ba điều đặc biệt: Một là có mặt các nhà thơ nhà văn nổi tiếng như Nguyên Sa, Lưu Trung Khảo, Trần Hoài Thư, Luân Hoán... một nữa là tờ báo Bộ Binh Thủ Đức thay đổi hình thức & nội dung rất đẹp... và một cuối là Khóa bắt đầu dựng tượng, mở màn cho các khóa sau bắt chước - mỗi Đại Đội phải có một pho tượng như bắn cung, bắn chim... Có Đại Đội "bí quá", sẵn cái tên là Đại Đội 35 bèn làm tượng Con Dê! Khóa tôi, 24, Đại Đội 18, là Đại Đội chót. Thời tôi chỉ mới có vài tượng, tôi không nhớ tên...

    Tôi chưa gặp Luân Hoán bao giờ, kể cả hồi ở quân trường. Ra trường, Luân Hoán về Quảng Ngãi, tôi về Bình Thuận. Tôi thấy hình Luân Hoán trên sách, trên báo. Thơ Luân Hoán thì được đăng khắp nơi. Báo tư nhân, có. Báo Quân Đội, có. Báo chuyên về Văn Học, có. Thơ Luân Hoán cũng có bài được phổ nhạc. Bài Bến Tre, nhạc sĩ Phan Ni Tấn phổ, rất "Nam Bộ"! Sau 30-4-1975, anh có bị tập trung nhưng không Cải Tạo vì anh không thể đứng "nghiêm" để chào cờ "giải phóng" (lúc Đà Nẵng thay đổi chưa có cờ đỏ sao vàng, chỉ có cờ 3 màu đỏ, xanh, sao vàng) nhưng dù được cho về nhà anh vẫn phải họp Tổ, họp Khóm dài dài, được tặng bằng Khen Ông (không có ăn) và các cuộc họp như vậy nhân dân TA thành Giáo Chức hết trơn tức là Giứt Cháo (cùng nghĩa Khởi Ăn Cơm). Ở nhà mình mà như ở đâu đâu hổng biết, lòng nhớ quê chứ chất ngất - đúng ra là nhớ... những ngày hôm qua, ấm no... tự do, hạnh phước - anh vẫn có thơ và hầu hết nội dung là Nhớ Quê, vì thế... kéo dài cho tới khi dọt lẹ được qua Canada, ở tận Montreal. Nhớ quê càng chất ngất! Chúng ta có tập thơ Nỗi Nhớ Quê Nhà từ Montreal thật chẳng phí tài năng của anh!

    Mãi mãi tôi coi Luân Hoán là Thần Tượng. Tôi bắt chước anh làm thơ. Tôi có thành công chút nào cũng nhờ anh. Anh không truyền trực tiếp (hai đứa không biết mặt nhau). Anh sinh ra trước tôi vài năm, trên phương diện nào, anh cũng là bậc đàn anh của tôi. Tôi đọc thơ Luân Hoán nhiều và càng ngày gặp thơ Luân Hoán càng thấy mừng, đọc thơ Luân Hoán càng thích. Tôi nghĩ, thơ Luân Hoán nếu như truyền bá được ở miền Trung và miền Nam một cách rộng rãi thì chắc ai cũng thuộc và nhớ như ca dao! Tiếc một nỗi: đi lại khó khăn vì tiền vé xe. Ở đâu chỉ cần xin tạm trú. Nói chuyện gì thì cũng nghe câu: "Mày nói mày nghe nha, tao không có nói". Hai mươi năm anh ở với nơi chôn nhau cắt rốn, tôi thua anh, tôi chỉ có 15 năm đoạn trường. Tôi rời Việt Nam trót lọt từ 1989, anh thì phải năm, sáu năm sau. Dù sao thì cũng qua rồi, sáu vài mười hai nhịp... cầu Trường Tiền ở Huế dài cũng chẳng bao nhiêu!

*

Tôi đọc thơ Luân Hoán, hết tập Nỗi Nhớ Quê Nhà Từ Montreal, bài nào cũng vừa cười vừa nghe nhoi nhói trái tim. Có thể tôi bị đau tim thật. Lâu nay tôi phải uống thuốc Losartan, Diltiazem... đều đặn, một phần do tôi "yếu cơ bản", một phần do thơ Luân Hoán ám ảnh.

Tôi viết bài này không do áp lực nào. Chỉ vì tôi muốn đáp tạ tình anh Luân Hoán, tôi muốn "cộng hưởng" với những người quý mến anh Luân Hoán (như Uyên Nguyên, Hồ Đình Nam, Đỗ Trường, Trần Thị Nguyệt Mai, Song Thao, Nguyễn Vy Khanh...) đã có lời giới thiệu tác phẩm Luân Hoán với quần chúng. Trường hợp của tôi còn có thêm lý do: Tôi mới thấy có bài thơ này của Luân Hoán đăng trên net trích từ tập Nỗi Nhớ Quê Nhà... độ dài vừa đủ cho bài viết của tôi có "chất lượng" đảm bảo số lượng của con chữ... đâu cần cất dành làm chi.

Tôi không phải đánh máy lại!

Đây, bài thơ của Luân Hoán trang trải tấc lòng của một thi nhân:

"NỖI NHỚ QUÊ NHÀ TỪ MONTRÉAL"

tình quê hương
thơ quê hương
tôi viết hết sức tầm thường,
giản đơn
là những phác họa cùn mòn
hoặc những bản vẽ trẻ con học đường
có hình
có khối
thật luôn
rõ ràng màu sắc, chân phương đất trời
lập thể, trừu tượng
bốc hơi

truyền trần,
kiểu chụp ảnh phơi hiện tình
y như vật chứng để trình
tòa án hình sự chứng minh làm bằng

*

ảnh thơ quê hương,
tôi chen
ít nhiều tình cảm mon men cận kề
nhà quê sáng nét chân quê
thành thị đậm chất đề huề phồn hoa
cũng luận chơi
chuyện nhớ nhà
vui buồn hợp chất kiểu cà phê pha
quê hương là mẹ quê nhà
quê nhà là chị gốc da sân đình...

*

trong thơ,
chủ thể hoạt hình
cái tôi dựng cảnh sống mình trước tiên
nhân vật phụ cũng được quyền
bày ra những mảnh đời riêng
đã rồi

*

tôi giữ mạch viết thảnh thơi
chữ vần luôn được đi đôi với tình
tôi không được nhiều thông minh
nhưng tin chắc
phổi tim mình trẻ trung
kể chuyện cũ
sẽ đi cùng
hình ảnh tình cảm
những vùng sống qua
kỷ niệm không có tuổi già
là nhân chứng tốt xưa xa vẫn còn
tôi xem đó,
những vết son
quê mùa tường thuật
đậm hồn vía tôi

*
làm thơ đúng là trò chơi
bằng cả mạng sống làm người tôi riêng
bạn đọc,
phê bình,
điều nghiên
luôn có trí não ngẫu nhiên bất ngờ
thơ, văn
hay chẳng dạng nào
chữ câu
tôi vẫn tự hào biết chơi

*

quê nhà, địa lý xa xôi
nhưng trong thương nhớ,
tâm tôi quá gần
xin lỗi,
hương của cục phân
mùi quê quán cũ châu trần vẫn còn

*

nằm sẵn đây, đợi đón đòn
bốn phương tám hướng dập dồn gởi cho
lằn roi tâm thức thơm tho
giúp tôi tăng sức xuất lò những thơ
không trang thơ
chẳng tản thơ
mà viên hay cục
có sao, tâm mình
ý từ hình ảnh lung linh
tùy theo giai đoạn
cứ linh hiển là
thơ trôi nổi cõi bao la
cảm ơn cơn gió vui tha hương đời
hôm nay còn đó ông trời
và tôi dưới ổng vẫn ngồi làm thơ.

LH, 8h55AM,
Mưa nhẹ mát trời
Armand Lavergne Montréal nord Canada

Trần Trung Thuần

ĐỖ TRƯỜNG
TẤM HÌNH CŨ

Vậy là hắn đã đi vào cõi vĩnh hằng. Hắn nằm thẳng cẳng trong quan tài kính, xung quanh chất đầy hoa, và những mảnh giấy bạc do các con hắn cắt với những dòng chữ yêu thương, không bao giờ quên hắn (PaPa, Wir lieben Dich und werden Dich nie vergessen). Bốn cây đèn cầy cao lêu nghêu được đặt hai bên. Hắn nằm đó mặc kệ sự đời, mặc kệ những tiếng gào khóc xót thương của vợ con, gia đình và bạn bè. Khuôn mặt hắn vẫn thản nhiên vô tư như vốn có.

Vợ hắn lúc nhoài người về phía quan tài, có lúc mềm oặt như chực đổ. Thấy vậy, hai bà bạn đến xốc nách, kẹp chặt vợ hắn vào giữa. Bà Ba mẹ vợ hắn, ôm chặt hai đứa cháu ngoại, bờ vai đang rung lên. Ông Ba (nguyên là sĩ quan Việt Nam Cộng Hòa-bố vợ hắn) thỉnh thoảng lấy khăn lau kính, hai mắt đỏ hoe. Ông An (đồng chí Sáu An nguyên là sĩ quan quân đội) bố hắn, đứng cạnh ông Ba, hai má tóp lại, đôi mắt đờ đẫn khô khốc, thỉnh thoảng ông lại đưa tay lên bóp vào mặt. Tôi cầm tay ông, một bàn tay lạnh ngắt, cảm tưởng người ông đang run lên như bị sốt rét rừng.

Người ta từ từ đẩy chiếc xe chở hắn về hướng nhà hỏa táng. Những chiếc lá vàng đầu thu đã trải vàng lối đi. Hai ông già dìu nhau xuống cuối con dốc, ánh nắng nhạt cuối chiều làm bóng họ đổ xuống thành những vệt dài. Sau lưng họ có một vài cơn gió xoáy nhẹ cuốn ngược những chiếc lá vàng lên rồi rơi xuống như những quân bài được ai đó tung ra.

Vài tuần trước, tôi tạt vào quán của hắn, thấy hắn đang xóc chảo hùng hục trong bếp. Vợ hắn khoe, ông nội (tức bố hắn) mới từ Việt Nam sang chơi. Tôi không phải là bác sĩ, và là người không tin

tướng số, nhưng trong lòng dường như có một linh cảm nào đó không ổn khi nhìn hắn. Tôi buột miệng hỏi:
-Vẫn khỏe đấy chứ, nhìn ông hôm nay, tôi thấy kỳ kỳ, thế nào ấy!
Hắn cười hơ hớ, nhìn xéo sang vợ:
-Lại đến lúc bác phải đến bác sĩ đổi kính rồi, bảo đảm với bác tuần nào em cũng phải bắn bốn, năm phát.

    Vợ hắn đỏ mặt, buông dao thái, chạy đến đấm vào lưng hắn thùm thụp.

    Vậy mà tuần sau nghe tin, chỉ một cơn đau thắt ngực trong đêm đã quật ngã hắn. Hắn bỏ lại vợ con, gia đình, bỏ lại bạn bè và rất nhiều những dự định chưa làm được. Hắn ra đi còn quá trẻ vào cái độ chín nhất của một đời người.

    Ở Việt Nam đang thời kỳ đói vàng mắt, quanh năm chỉ cạp khoai, củ mì khô, sang đến Đức được vào làm việc ở xí nghiệp liên hiệp thực phẩm, nghe nói ai mà chả thích, đúng là chuột sa chĩnh gạo. Nhưng liên hiệp có nhà máy giết mổ gia súc lớn nhất nước Đức. Tôi được xếp vào dạng to cao đen hôi, nên điều về làm ở dây chuyền giết mổ lợn, công việc vô cùng nặng nề. (người Việt ta quen gọi: lò mổ). Cứ đến cuối tuần chỗ tôi nhộn nhịp lắm, các tay bợm nhậu khỏi nói, từ các bác Tiến sĩ, các ông du học sinh đến anh em lao động và cả các em chân ngắn, chân dài ở đội bên cạnh, nguyên là các diễn viên, ca múa nhạc của Hà Nội, Sài Gòn cũng dập dìu đến với cái khoản tiết canh cổ hũ của tôi. Mệt thì mệt nhưng vui, sinh nhật, cưới xin, hội hè nào cũng có tôi. Có lẽ lúc đó tôi còn quan trọng và nổi tiếng hơn nhà văn Đoàn Mắm ở Đức hiện nay cũng không chừng.

    Tôi quen hắn trong một lần như vậy. Hôm đó đang ngồi lai rai với mấy ông bạn đội dệt ở ngoài hành lang ký túc xá, thấy có tay chơi mặt lạ hoắc, ăn mặc luộm thuộm, tay cầm can 3 lít đến thẳng chỗ tôi:
-Em ở đội tầng trên, mới sang được mấy tháng, nhớ tiết canh quá, thứ sáu này đại ca cho em đầy can được không?
Tôi bảo:
- Tuần này nhiều người xin quá, tuần sau nhé.
Hắn nhăn nhó:
-Khó mà cưỡng được sự thèm khát, đại ca xem bớt của thằng nào đó cho em nửa can cũng được, nhớ cho thằng em mấy cái cổ hũ.
Thấy tôi gãi đầu, hắn bỏ can lại, cười cười văng tục:
-Đại ca đ. cho tuần này, tối buồn buồn, em xuống chọc bánh xe đấy!

    Hắn nguyên là sinh viên Đại Học Bách Khoa Hà Nội, vì can tội đánh người gây thương tích trong sân bóng, nên bị đuổi. Hắn bảo:

Sự việc không như vậy, hai thằng đánh nhau, thằng nào cũng bị sứt mẻ, nhưng bố thằng đánh nhau với hắn là cán bộ to ở Hà Nội, trên hàng cấp tỉnh của bố hắn, nên hắn chịu thua, ôm hận trở về quê. Mẹ hắn bắt năm tới phải thi lại đại học, chiều theo ý mẹ, hắn chuẩn bị cho kỳ thi. Nhưng gần đến ngày thi, mẹ hắn lăn đùng ra chết. Buồn chán hắn đề nghị với bố hắn cho sang Đức lao động.

Mấy năm sau ngày hắn sang, bức tường Berlin sụp đổ, báo hiệu nước Đức thống nhất đã đến gần. Người Việt ở ký túc xá phân tán khắp nơi, cuối tuần lại càng trở nên vắng vẻ. Lúc này ở trong nước, phe cứng rắn của bố hắn đang trỗi dậy và ông đã đoạt chiếc ghế phó chủ tịch thường trực tỉnh trở lại. Hắn dồn dập nhận được thư của ông yêu cầu phải về nước ngay. Nhưng hắn dứt khoát không chịu, mặc dù nhà máy hắn đã đóng cửa, một số bạn bè đã nhận tiền đền bù về nước. Lò mổ vẫn còn ngắc ngứ hoạt động, nên tôi còn ở trong ký túc. Hắn ôm quần áo xuống phòng tôi xin ngủ ké. Tôi hỏi:
-Bố làm phó chủ tịch, con một, sao không về?
Hắn bảo:
-Bố em rất muốn vậy, em về ông sẽ cài cắm, sau này ông có về hưu, em đã có vị trí ổn định. Nhưng em đ. muốn như thế.

Một hôm thấy hắn tha ở đâu đó về mấy thùng thuốc lá các loại. Thấy tôi trợn mắt nhìn, hắn cười:
- Vừa mua ở chỗ mấy thằng lính Nga về, nó bán có 10 DM một cây, mai mang ra chợ, thế nào cũng được 30 DM, nằm mãi em cũng chán rồi.

Quả thật hắn là con người của công việc, sáng sáng thấy hắn khoác đầy ba lô thuốc lên đường, chỉ mấy tiếng sau hắn đã bán sạch trơn. Thời kỳ này hắn rủng rỉnh lắm, tối nào tôi không phải làm ca đêm, hắn cũng rủ ra quán ngồi. Hắn bảo, thuế vụ bắt đầu quần thảo rồi, có lẽ phải mua ô tô để giấu hàng. Mấy hôm sau hắn mua đâu đó được cái giấy phép lái xe của Việt Nam, và mang lên sở công chánh đổi sang giấy phép lái xe của Đức. (Cái giấy phép lái xe của Việt Nam hai năm sau bị sở công chánh kiểm tra lại, phát hiện ra là giả, nên đã thu hồi lại giấy phép lái xe của Đức, buộc hắn phải học lại. Cũng may hắn không bị truy tố ra tòa.)

Hôm mua xe ngoài chợ, tôi phải lái về cho hắn. Điều đóm cho tôi một tuần, hắn cũng tự lái được xe. Chỗ đứng bán thuốc của hắn trước cửa Konsum, hay khu chợ ngoài trời. Thỉnh thoảng có đoàn kiểm tra, hắn vơ vội thuốc chạy trối chết, có nhiều lần mất hết cả thuốc. Triết lý của hắn, không bị bắt là may rồi. Một hôm thấy hắn thất thểu đi về, tôi chưa kịp hỏi, hắn đã bảo, có lẽ giải nghệ bán thuốc. Thì ra buổi sáng hắn vừa ra chợ, chưa bán đã bị kiểm tra liên ngành, thuế vụ, công an đuổi bắt. Bọn hắn chạy tứ phía. Người cảnh sát trẻ đuổi theo hắn. Chạy khá xa, nhưng người cảnh sát hình như không buông tha hắn thì phải. Đang mùa đông âm dưới chục độ, ấy vậy mồ hôi đã đổ ròng ròng, hai mắt nổ đom đóm, mệt quá không thể chạy tiếp, hắn chui vào bụi cây, co ro ngồi. Đợi cho mấy người thuế vụ chạy vụt qua, người cảnh sát từ từ tiến về chỗ hắn:

- Anh đừng sợ, hãy ra đây!

Sợ quá, hắn không dám quay lại, cứ chúi đầu rúc sâu vào bụi.

- Cứ ra đây, tôi không bắt anh đâu.

Chần chừ một lúc, hắn mới lồm cồm bò ra.

- Anh hãy thật bình tĩnh, đưa túi thuốc cho tôi.

Đưa vội túi thuốc cho người cảnh sát, hắn định chạy tiếp, người cảnh sát nắm chặt tay hắn, bảo:

- Tôi chỉ thu túi thuốc này thôi. Tôi sẽ không lập biên bản, nếu làm biên bản buộc phải truy tố ra tòa, ảnh hưởng đến việc gia hạn thẻ cư trú của anh. Đừng bán thuốc lậu thuế nữa, nguy hiểm lắm. Tôi đã từng sống ở Việt Nam quê anh. Tôi tên Bernd Wittenberg, nhà khu lắp ghép Grünau... phòng 703 nhà số 3. Nếu anh cần sự giúp đỡ có thể đến tôi bất cứ lúc nào.

Hắn cảm ơn, vội bước đi thật nhanh trong tâm trạng sợ người cảnh sát đổi ý.

Tuần sau, hắn rủ tôi đến nhà người cảnh sát nói tiếng cảm ơn, nhưng thật tình muốn thăm dò người cảnh sát có thể giúp cho hắn cái giấy phép bán hàng rong hay không, vì thẻ cư trú của hắn ghi không được phép hành nghề.

Bernd xuống tận cầu thang đón chúng tôi. Có lẽ trạc tuổi nhau, nên chúng tôi nói chuyện rất cởi mở. Trong nhà đồ dùng, trang trí hầu như xuất xứ từ Việt Nam. Thấy chúng tôi ngạc nhiên nhìn, Bernd kể: Cha tôi trước làm ở hội chữ thập đỏ, nên khi còn nhỏ tôi được theo ông đi khắp nơi. Tôi đã sống ở Hà Nội và Sài Gòn khá lâu, kể cả trong thời kỳ chiến tranh. Tôi còn rất nhiều kỷ niệm về quê hương các anh.

Chúng tôi ngồi chơi đến khuya, men đã ngấm, người cũng đã khật khừ. Bernd hứa dứt khoát sẽ giúp hắn có cái giấy bán hàng rong (Reisegewerbekate) vì có người bạn cũng vừa từ Hannover sang tăng cường cho Sở Ngoại kiều thành phố này. Thật tình, chúng tôi cứ tưởng lời hứa của rượu, bia nhưng không ngờ mấy ngày sau thấy Bernd đến bảo hắn, ra Sở Ngoại kiều (gặp người bạn Bernd) để xóa đi dòng chữ cấm hành nghề ở thẻ cư trú.

Chuyển sang bán hàng rong, hắn vất vả, thu nhập thấp hơn đi bán thuốc lá lậu rất nhiều, nhưng không phải lo nghĩ, chạy trốn khi có đoàn kiểm tra. Lò mổ của tôi cũng bắt đầu đóng cửa, sau tết âm lịch tôi phải chuyển sang làm việc tại nhà máy thịt gần thành phố Bremen.

Chưa có tết năm nào buồn thảm như năm đó, bạn bè tản mát mỗi người một nơi, ký túc xá vắng hoe. Ngoài sân những hàng cây trơ trụi, khẳng khiu, nhọn như những vết dao chọc thẳng lên bầu trời, tuyết không rơi nhưng trong lòng buốt lạnh.

Sáng mùng một, Bernd đến chúc tết. Tôi với chai rượu định mở, Bernd xua tay:
- Không uống, hai ông lên xe tôi chở về chùa người Việt ở Hannover, hôm nay trên chùa tổ chức đón tết cho bà con Phật tử. Ngày tôi còn làm việc ở Hannover, tết nào cũng cùng đoàn của Bộ Nội vụ đến thăm chùa.

Chẳng biết chúng tôi có đồng ý hay không, Bernd kéo phắt tôi và hắn ra xe.

Chùa Viên Giác lúc này còn ở địa chỉ cũ, tuy chưa được khang trang nhưng bà con khắp nơi đổ về khá đông. Mùi hương thơm ngào ngạt, tiếng chuông, tiếng mõ như tiếng vọng hồn quê, làm lòng người thấy nao nao, đôi lúc như ấm lại. Có rất nhiều các bạn học sinh, sinh viên đang làm công quả ở trong và khu vực ngoài chùa. Bernd rủ tôi lên thăm thầy trụ trì, còn hắn mất trước mất sau biến mất tiêu. Lúc tôi quay trở ra, thấy hắn đang bưng bê, phụ dọn dẹp với một cô sinh viên. Hắn mồm miệng liên hồi, thao thao bất tuyệt, cô gái cười ngặt nghẽo.

Đã ba giờ sáng, tôi và Bernd mấy lần giục hắn ra xe, hắn và cô gái mới chịu dứt câu chuyện. Ngồi trên xe thấy hắn thỉnh thoảng tủm tỉm cười một mình. Bernd nháy mắt:
- Cô gái tên Vân, sinh viên năm cuối phải không?
- Sao ông biết? Hắn hỏi lại.
- Không những tôi biết cô ấy, mà biết cả bố mẹ cô. Dân Nam Kỳ chính cống, hình như ông bố không khoái dân Bắc Kỳ lắm đâu. Ông hãy cẩn thận.

Cuối tuần, thấy hắn không đi bán hàng, lau chùi xe rất sạch, một sự lạ chưa từng thấy. Gần trưa hắn biến mất. Không hỏi, nhưng tôi đoán hắn mò sang Hannover, nơi hẹn Vân. Có tuần quá nửa đêm hắn dẫn Vân về, làm tôi đang ngủ phải lồm cồm bò dậy, tìm nơi sơ tán.

Mấy tháng sau, lúc này tôi đang làm việc ở Bremen, hắn gọi điện báo, Vân muốn hắn về trình diện phụ huynh, và muốn tôi đi cùng, vì hắn hơi bị rét. Tôi không tìm ra lý do gì để từ chối, vì "ái tình đã đánh vỡ trái tim" hắn lẩm bẩm như vậy.

Ông Ba ăn nói oang oang, nhưng ông lại có cái tính bụng để ngoài da. Gặp nhau lần đầu ông mày tao tuốt tuồn tuột, làm cho chúng tôi ngỡ như được về lại nhà của mình. Trong bữa ăn, tôi và hắn cứ tì tì nhấc lên nhấc xuống cùng ông, làm cho ông vỗ đùi đen đét... được... được, hai thằng Bắc Kỳ bay chơi được. Hắn đang định chơi tiếp nhưng bị Vân nháy mắt, kéo áo. Hắn đành lùa vội bát cơm, lủi ra phòng khách. Ông Ba ngớ người... Cái thằng này... mày định chạy hả... Bà Ba liếc mắt lườm, ông quay sang tôi thì thào: Có các bà vào là rách việc... nào chúng ta chiến đấu tiếp.

Ông Ba rất mê bóng đá. Tất cả các câu chuyện của ông, rốt cuộc thế nào cũng được so sánh hoặc quy về bóng đá. Với ông ở Việt Nam biết đá bóng chỉ có Tam Lang và Phạm Văn Kiểm thời Việt Nam Cộng Hòa. Ông còn trách tôi, viết lách gửi bài đăng thường xuyên trên Hướng Việt, Diễn Đàn Forum do bác Phạm Văn Kiểm phụ trách, không biết bác trước đây là cầu thủ tài danh, thật là quá xoàng. Rượu đã bốc lên đầu, tôi chống chế:
- Trước đây con không biết, nhưng bố đồng ý cho hai đứa cưới, con sẽ mời bác Kiểm làm đại diện cho họ nhà trai, vì bác Kiểm cũng gốc Bắc.
Ông cười ha hả:
- Chuyện đó mày phải hỏi bà ấy... còn tao...
Ông Ba nói chưa hết câu, Vân cầm bức ảnh đã cũ của ông chạy vào, nói như reo lên:
- Ba! Tấm ảnh này ba có chụp chung với bố anh Sơn (tức hắn) nè.
Ông Ba vội đặt bát cơm xuống, với chiếc kính đeo, hỏi giật:
- Ai là ba thằng Sơn?
Khi ông đã nhận ra Sáu An, người phụ trách đơn vị thời ông còn ở trong rừng là bố của Sơn, miếng cơm đang nhai dở chợt tuột ra khỏi miệng. Một lúc ông mới lấy được bình tĩnh, gọi Sơn vào hỏi:
- Thế bố con bây giờ làm gì và ở đâu?
- Sau năm 1975 bố con chuyển ra làm giám đốc, rồi phó chủ tịch thường trực một tỉnh Miền Tây Nam Bộ. Sau này hết nhập rồi lại chia tách tỉnh, nội bộ đấu đá, nên bố con được điều về Bắc làm phó chủ tịch tỉnh quê nhà. Bây giờ ông sống một mình vì mẹ con mất đã lâu. Còn bức ảnh này... Ba có phải đã từng là bạn của bố con?
Ông Ba thần thờ, miệng nhệu nhạo:

- Bố con là bạn của ba... nhưng...

Bỏ lửng câu, ông Ba lảo đảo vào giường nằm, trước sự ngơ ngác của mọi người.

Sáng. Khi tia nắng sớm đầu hè còn chưa kịp mang hơi nước còn đọng trên những chồi non của hàng cây trong vườn đi, ông Ba đã kê ghế ngồi nhâm nhi café dưới gốc táo. Có lẽ cả đêm không ngủ, nên nhìn người ông xọp hẳn đi. Tôi kéo ghế ngồi xuống cạnh, đột nhiên ông hỏi:

- Này Đỗ Trường! Mày có tin vào số mạng, và quy luật nhân quả không?

Tôi chưa kịp trả lời, ông đã tiếp:

- Đến bây giờ tao đã tin, mỗi con người đều có số phận riêng. Có những sự việc, những con người, tưởng chừng như đã đi vào dĩ vãng, nhưng chẳng hiểu sao nó lại như bóng ma hiện về. Những đau thương, thù hận đã được chôn chặt bấy lâu, đang bị cày xới lên....

Sông nước miền Tây đã nuôi dưỡng ông Ba và ông Quân trưởng thành. Họ là đôi bạn thân từ thuở thiếu thời. Tuổi thơ của họ đã trải qua những ngày bắt tôm đánh cá, và cùng nhau cắp sách tới trường. Vừa thi xong tú tài, hai ông nghe lời người anh họ của ông Quân trốn gia đình vào bưng theo bộ đội. Sống ở bưng có ít ngày, hai ông đã bị hụt hẫng, nó không giống như sự tưởng tượng trước đây. Hai ông muốn quay về thành phố, nhưng không được. Sau khi học chính trị, huấn luyện ngắn ngày, hai ông được điều về đơn vị do ông Sáu An là dân Bắc Kỳ nằm vùng phụ trách. Ngày mới về đơn vị, mấy tay lính mới người thị xã có mang theo máy ảnh (trước khi giao máy cho đơn vị quản lý) đề nghị đơn vị chụp một tấm hình làm kỷ niệm. Ông Ba khoác vai ông Quân đứng cạnh ông Sáu An, đó là bức hình cuối cùng của hai ông.

Trận đánh đầu tiên của hai ông với quân đội VNCH phải nói là trận đánh không cân sức. Pháo của quân chủ lực VNCH nã ầm ầm, đơn vị các ông đã bị thương khá nhiều. Ông Sáu An tìm đường dẫn lính xông lên, nhưng không một ai bò lên được. Một lúc sau trực thăng của quân đội VNCH chở lính dù đến. Biết không xong, ông Quân kéo ông Ba rút lẹ. Hai ông men theo đầm, chạy sâu vào vùng được thoát nạn. Ông Sáu An lúc này gần như bất lực, anh em tản mát chạy mỗi người một nơi. Lẩm bẩm chửi bới một hồi, ông Sáu An cũng men theo đầm lặn sâu vào vùng được.

Hôm sau, mọi người cũng tìm được về nơi đóng quân, nhưng hầu như đều bị thương. Cơn tức giận của ông Sáu An trút cả lên đầu

hai ông Ba, và ông Quân vì can tội cầm đầu chạy trốn. Đơn vị mang hai ông ra kiểm điểm. Ông Ba chịu không nổi văng tục:
- Tiến cái con mẹ gì, pháo nó nã ầm ầm, trang bị đầy đủ, có máy bay và lính dù. Đ.m không chạy chết cả lũ.
Sau cú phản ứng này của ông Ba, ông Sáu An hét cảnh vệ bắt nhốt ông Ba lại.
Đêm đó ông Quân lừa cảnh vệ, tháo cũi cho ông Ba:
- Tao rất ân hận rủ mày cùng vào khu cứ này. Như thế này trước sau cũng chết, tháo cũi cho mày, chúng ta chuồn về thành thôi.

Hai ông lần mò ra đến bờ kênh. Nghe tiếng chân lõm bõm, cảnh vệ đuổi theo quát đứng lại, nhưng hai ông cắm đầu chạy. Biết hai ông trốn, ông Sáu An lùa lính đi tìm bắt lại, vì nếu để hai ông thoát nguy cơ lộ đơn vị. Quá nửa đêm ông Sáu An đuổi kịp, gọi hai ông đứng lại. Nhưng hai ông vẫn tiếp tục chạy, phát đạn đầu tiên của ông Sáu An làm ông Quân gục xuống, đưa bọc quần áo cho ông Ba, ông chỉ kịp hét, chạy nhanh lên, rồi tắt thở. Ông Ba lại vùng lên chạy. Có lẽ đêm đó ông Ba chạy bằng cả nghị lực, sức mạnh của ông Quân nên gần sáng ông cũng trốn được vào nhà của một người dân. Từ đây họ đưa ông về thành. Mối hận thù với Sáu An cứ day dứt trong lòng ông.

Về nhà được một thời gian, ông Ba vào học sĩ quan Thủ Đức. Ra trường, ông được điều về chỉ huy một đơn vị công binh đóng quân tại Bình Định. Sau đó ông lấy vợ người Hoài Nhơn, nên thỉnh thoảng ông mới về quê Bạc Liêu. Trung tuần tháng 4- 1975, ông Ba cùng đơn vị chạy đến Sài Gòn, vợ con còn kẹt ngoài Trung. Bạn bè kêu ông cùng di tản, nhưng ông quyết tâm chờ vợ con. Khi Sài Gòn thất thủ, ông không ra trình diện. Ông bảo, cũng nhờ có một thời gian sống với người anh em bên kia, nên ông hiểu khá rõ họ. Ông thay tên đổi họ, ra vùng kinh tế mới ngoài Cứ Ba, gần ngã ba Dầu Dây làm nông phu. Ẩn dật một thời gian, ông tìm cách liên lạc với vợ con. Vợ ông đã móc nối đưa cả nhà xuống thuyền vượt biên. Sau đó gia đình được chính phủ Đức tiếp nhận.
Lúc đó tôi buột miệng hỏi:
- Đã là sĩ quan VNCH, còn giữ tấm hình chụp ngày còn ở cứ, bố không sợ dị nghị sao?
Có lẽ cho là câu hỏi có vẻ ngớ ngẩn, ông Ba cười khật:
- Sao phải sợ, trong hồ sơ quân bạ tao khai cả thời gian vào cứ đàng hoàng, bức ảnh này tao cũng chụp lại để trong hồ sơ, tất cả đều minh bạch. Mày nên nhớ, rất nhiều tướng tá VNCH trước đó là bộ đội,

hoặc có dính dáng đến Việt Cộng. Tao không phải là trường hợp cá biệt.

Ly café nguội lạnh, giọng ông Ba đã khàn đục, lộ rõ nỗi giày vò và mâu thuẫn trong ông. Nhìn vào mắt ông, tôi thấy những vòng quầng đen của thời gian, nhưng lành và ấm vô cùng. Dù ông có quyết định như thế nào đi chăng nữa, cũng mang lại không ít khó khăn cho Vân và hắn. Nhưng tôi vẫn tin vào tình người, lòng vị tha sẽ xóa bỏ hết mọi hận thù.

Sau cái giỗ một trăm ngày của hắn, ông Sáu An đòi về Việt Nam, vợ hắn và vợ chồng ông Ba cố giữ. Nhưng ông khóc bảo, đời ông coi như đã hết, nhưng dù sao còn mồ mả gia tiên, và của vợ ông vẫn cần sự chăm sóc của ông.

Hôm lái xe đưa ông ra sân bay, tôi có nhắc lại chuyện xưa giữa ông và ông Ba. Không trả lời, nhưng mắt ông nặng trĩu ưu tư. Trước lúc lên máy bay, ông nắm chặt tay tôi bảo:
- Cả cuộc đời, tôi chỉ thấy đưa thằng Sơn đi lao động ở Đức là việc làm có ý nghĩa nhất.

Rồi ông vội bước… Và trong dòng người đông đúc ấy, tôi thấy dáng đi của ông, liêu xiêu trong cái nắng quái của chiều chạng vạng.

Đỗ Trường

nắng mỏng như vừa kéo da non | nhón chân đi giữa dải lụa thơm
chừng như hương tóc và hương nắng | cùng sống chung nhau một cái hồn
lhoan

ELIÉCER ALMAGUER
TRẦN C. TRÍ
Con Trai Người Thợ Rèn

> Thượng Đế ban phát rồi lại lấy đi. Ngài là thế, Ngài mang ruồi bọ đến những vết thương lẽ ra phải được sớm lành lặn.

ELIÉCER ALMAGUER là nhà thơ, nhà văn người Cuba. Truyện ngắn dưới đây được chuyển ngữ từ nguyên tác tiếng Tây Ban Nha **El hijo del herrero** *một trong những truyện mang nhan đề chung* **Dios está mirando** *(Thượng Đế Đang Cúi Nhìn).*

Người thợ rèn đang lom khom bên lò lửa. Tôi nghe những tiếng đập chát chúa vang đến tận tai. Tôi nhìn đôi tay của anh. Bàn tay phải chằng chịt những vết sẹo. Tay anh mang sẹo đã khá lâu, lúc anh chưa biết cách vuốt những ngón tay của mình qua lưỡi dao sắc như một tấm lụa. Lần đó, anh bị thương nặng, khiến anh nguyền rủa cái nghề của mình, mà trước đây cũng là nghề của cha anh. Anh bị một mảnh kim loại ghim vào mắt. Người thiếu phụ đắp một cái khăn tẩm sữa cừu lên mí mắt cho anh.

Người thợ rèn biết được nhiệt độ chính xác để cho ra tấm kim loại với độ nóng hoàn hảo. Anh biết cách ấn mạnh tay của mình vào những chỗ nào và nương nhẹ tay vào đúng những chỗ nào khác. Anh cũng biết cách chạm tay vào thân thể của vợ mình sao cho cô thốt ra những âm thanh tựa như lúc những thanh sắt chạm vào nhau. Anh vuốt ve da thịt cô một cách khéo léo lạ thường. Hai vợ chồng tin rằng sự vật nào cũng có chỗ riêng của nó. Anh là một người thợ rèn, vì tôi đã sắp đặt như thế, như những người đi trước anh cũng đã từng là thế. Hai vợ chồng cùng thích bầu trời. Họ nhìn lên phía mà họ tin rằng tôi vẫn ẩn nấp hằng đêm.

"Anh phải làm cho xong lô hàng mà vị lãnh chúa đã đặt, anh thủ thỉ vào tai người vợ trẻ".

Hôm qua, có người lính đến đặt hàng. Theo đó, người thợ rèn sẽ làm ba trăm con dao găm. Người lính giao tờ đơn đặt hàng rồi nhìn về phía những cánh cửa sổ của xưởng rèn. Từng đôi mắt nằm trong những trái banh lửa trông như các khẩu súng bắn đá sẽ bị hất tung lên trên những bức tường. Người thợ rèn trước đây chuyên về đúc vũ khí. Nhưng hiện giờ anh lại quay qua làm nông cụ và móng ngựa. Những con ngựa giống Sắc-xông với lồng ngực vạm vỡ và những cái móng lớn làm xoáy thành những vũng nước nhỏ lúc chúng tung vó trên con đường lầy lội.

Người thợ rèn và cô vợ thôi vuốt ve nhau. Trước khi cô dắt bầy cừu ra đồng ăn cỏ, tôi nghe tiếng cô cho lũ gà ăn. Tiếng chúng kêu cục tác nghe thật dễ thương. Một lúc sau, khi đàn cừu đã ra ngoài đồng, cô nằm xoải người trên cỏ, để mặc cho thân thể lẫn hút vào những ngọn cỏ cao, trong lúc lũ cừu thi nhau kêu be be và gặm cỏ. Sau đó, tôi sẽ thấy người thợ rèn rời lò để đi đến ngôi nhà thờ có những cây cột cao lớn. Anh cầu xin được một mụn con trai để phụ anh rèn sắt, còn nếu là con gái thì sẽ giúp mẹ may vá, nấu nướng và chăn đàn cừu. Anh đã làm phận sự của mình, đã gieo hạt giống vào bụng của người thiếu phụ biết bao nhiêu bận. Anh yêu cô bằng nhiệt huyết và sức mạnh mà anh vẫn dùng để rèn kim loại.

Thời gian trôi qua. Người thợ rèn hoàn tất đơn đặt hàng. Người lính đến lấy chỗ dao găm đã đặt. Người thợ rèn làm dư ra một con dao găm để cất riêng. Anh vuốt ve lưỡi dao, các đầu ngón tay của anh chai sần nên cũng khó mà bị đứt tay. Người lính nhận những chiếc dao găm. Hắn nhìn lại cái xưởng rèn. Cánh cửa trước để ngỏ. Người thiếu phụ cũng vừa cho cừu ăn ngoài đồng trở về. Người lính ngắm nghía cái áo đầm bằng loại len tầm thường của cô, mà trong nỗi thèm muốn của hắn đã hóa thành một bộ cánh trong suốt và sang trọng. Hắn dán mắt vào những nếp nhún trên chiếc áo ấy. Hắn nghĩ rằng cô còn đẹp hơn tất thảy những kiều nữ trong lâu đài của vị lãnh chúa, cho dù các ả đã điểm trang bằng vô số dải lụa hay đính vào y phục nhiều món trang sức lấp lánh. Người thợ rèn siết tay mạnh vào cán dao găm. Người lính vô tình không để ý đến cử chỉ đó, hắn chỉ hấp tấp ra về.

Hai vợ chồng ngồi ăn nơi chiếc bàn nhỏ. Họ chậm rãi nhai nuốt trong im lặng. Người thiếu phụ cúi nhìn như thể có một con sâu vừa rớt vào cái chén gỗ. Hai người chỉ ăn vỏn vẹn có món súp, lỏng chỏng vài miếng thịt. Cô báo với anh rằng hai người sắp có con. Cô nói điều đó như thể đang tiết lộ một trong những đại họa của tôi, chẳng khác nào như cô báo tin đồng cỏ đang bị thiêu cháy. Anh nhìn cô với gương mặt rạng rỡ. Tôi biết rằng cuối cùng tôi đã chấp thuận lời cầu xin của anh. Người vợ tiếp tục chống hai tay lên mặt bàn, giấu mặt vào trong đó.

Đêm đến, người thợ rèn nằm mơ. Hình bóng của một cậu bé đang gõ búa bên bếp rèn. Cậu hãy còn nhỏ lắm nên anh phải kê một khúc gỗ trên nền đất cho con trai mình đứng lên đó mà gõ búa. Cậu bé bắt đầu học nghề. Cậu tập đúc những thanh gươm đầu tiên. Cậu để cho lưỡi dao bị cùn nên chẳng may bị đứt tay. Vết sẹo trên ngón tay cái của cậu trông như một con rắn nhỏ xíu.

Câu chuyện đã có thể kết thúc ở cao trào này, nhưng lắm khi tôi cũng đành bó tay, hay vì tôi đang ở trên thập giá cũng nên. Người thợ rèn thấy người lính trở lại với nhiều kỵ binh tháp tùng. Anh tưởng người lính lại đến đặt hàng. Hóa ra vị lãnh chúa đang cần người hầu trong lâu đài; người lính đến để mang vợ anh đi. Người thợ rèn cương quyết bảo rằng không được. Anh rèn đúc nông cụ và vũ khí để bảo vệ biên giới với những vùng đất và bộ lạc đã nhiều phen gây rối. Vợ anh lo cho đàn cừu ăn cỏ. Món sữa ít chất béo là để cho vị lãnh chúa điểm tâm khi thức dậy với dạ dày còn lạnh lẽo, và loại len hảo hạng là để cho ngài dùng làm những tấm chăn cho da thịt ấm áp như đang ngồi bên lò sưởi. Người lính tuốt gươm ra; lưỡi gươm tử thần loang loáng trước mắt người thợ rèn. Anh nhận ra dấu hiệu của mình trên thanh gươm thép đó. Anh muốn kháng cự, nhưng thấy không thể nào được trước tốp lính đó. Có thể anh đã từng đối mặt với cả trăm người lính như vậy, nhưng anh đã quen cúi đầu thật thấp như để hôn mặt đất, kinh sợ những bộ áo giáp lấp lánh. Người vợ đành gom góp áo quần rồi đi theo đám lính.

Ngày lại nối ngày. Người thợ rèn đứng van vỉ trước những

cánh cửa của vị lãnh chúa, cũng với những lời cầu xin mà anh đã kêu rêu với tôi trong ngôi nhà thờ có những cây cột cao lớn. Vợ anh sẽ cho ra đời một đứa bé trai. Đã bao nhiêu năm trời anh nằm kề bên cô mà không khiến nổi cho cô hoài thai, rồi đột nhiên chuyện đó lại xảy ra như bằng một đặc ân siêu phàm. Người thợ rèn không thể nào hiểu được vì sao từ một cú gõ búa này qua cú khác bên bếp rèn, cuộc đời của anh lại bị đảo lộn như vậy, chẳng khác gì một mảnh sắt nhất định không chịu uốn mình theo khuôn đúc.

Nửa năm trời trôi qua. Người lính quay lại cùng chục người kỵ binh. Người thợ rèn bất giác nhìn lên trời, và khi thấy vợ mình từ trên ngựa bước xuống, anh nghĩ rằng tôi rất công bằng và đầy lòng thương xót, đã xui khiến cho tâm hồn của vị lãnh chúa trở nên nhân từ. Người lính cho biết, vợ anh không làm được nhiều việc trong tình trạng thai nghén, nhưng nếu muốn vợ mình trở về, anh phải chấp nhận một số điều kiện. Trước hết, anh phải đúc một nghìn thanh gươm trong vòng một tháng. Vương quốc láng giềng vừa tuyên chiến nên mọi người phải chiến đấu để tự vệ. Người thợ rèn bằng lòng ngay. Dường như anh đang vùi đầu xuống cát trong lúc chấp thuận từng lời từng chữ của người lính. Đoạn người lính đưa ra yêu sách thứ nhì: nếu hai vợ chồng có con trai, anh sẽ phải giao đứa bé lúc nó tròn mười tuổi để được huấn luyện trong quân ngũ nhằm bảo vệ vị lãnh chúa và biên thùy.

Lần này, người thợ rèn lại nắm chặt chuôi dao. Con dao nằm ẩn trong tay anh như một con bò cạp. Người vợ gỡ tay anh ra, lấy con dao giấu vào trong áo của cô. Người thợ rèn thấy lại xúc giác đầu tiên với tất cả cảm giác mới mẻ ngày nào của mảnh khăn tẩm sữa cừu đắp trên đôi mắt bị thương của anh bên bếp rèn. Những người lính ra về. Sáng hôm sau, người thợ rèn bắt đầu gõ búa. Tôi lại nghe tiếng cục tác của đàn gà. Người thiếu phụ lại về nhà trong bộ váy xếp nếp và ê hề lúa gạo. Trong vòng một tháng, người thợ rèn đã thực hiện xong giao kèo thứ nhất để được đoàn tụ với vợ. Chẳng bao lâu, đứa bé trai ra đời, đứa bé mà anh đã ngày đêm khấn xin trong ngôi nhà thờ có những cây cột cao lớn.

Chuyện xảy ra vào buổi chiều của thời điểm giao kèo thứ nhất vừa hoàn tất. Cô vợ của người thợ rèn đang cho đàn cừu ăn ngoài đồng. Xác của cô nằm khuất trong đám cỏ, hai tay cô buông thõng hai bên thân người. Mọi sự đã xảy ra ở đó. Ngay nơi đó, người lính đã thay tôi làm công việc đáp ứng những lời cầu xin của người thợ rèn, hắn chơi trò chơi thay thế tôi, trò chơi của tất cả những người lính tự thuở ban đầu.

Trên cổ của người thiếu phụ có một vết cắt thật sâu. Chính con dao của người thợ rèn làm ra đã đâm vào đó.

Còn lại người thợ rèn và đứa con trai. Anh bắt đầu truyền nghề của mình cho con, hệt như anh đã từng mơ ước. Đứa bé đứng trên một khúc gỗ để với được đến cái bếp rèn. Nó mới tròn năm tuổi. Người thợ rèn biết rằng mình vẫn chưa hoàn tất giao kèo thứ nhì, nhưng vẫn còn nhiều thời gian. Sẽ có chuyện gì đó xảy ra cho anh. Anh sẽ đúc một nghìn thanh gươm, không, hai nghìn thanh gươm, để tỏ lòng biết ơn vị lãnh chúa đã ban cho mình cơ hội được sống đến tuổi già bên đứa con trai. Người thợ rèn ngắm con mình. Anh thấy nó chẳng giống anh tí nào cả. Thằng bé và mẹ nó chẳng khác gì hai giọt nước.

Trần C. Trí *chuyển ngữ*

chiều 25 tháng chạp
em dạo phố mua hoa
trời mưa bay lất phất
lạnh không mà xuýt xoa ?
hoa lan và hoa cúc
hoa hồng và hoa mai
mỗi hoa đẹp mỗi vẻ
chẳng một ai giống ai

em ngồi bên chậu huệ
tôi la cà theo bên
vờ khen cảnh hoa đẹp
em biết tôi khen em ?
lhoan

TIỂU LỤC THẦN PHONG
JACKY

Dưới ánh nắng vàng nhạt và không khí se se lạnh đầu thu, nam thanh nữ tú và bao nhiêu người khác dập dìu đi lại trên con đường đi bộ Belt line này. Jacky ngồi trên ghế đá ven đường thả hồn theo mây gió, những chiếc lá vàng sớm gieo mình trong gió cứ chừng như lơ lửng không muốn đáp xuống mặt đất. Một vài chiếc lá rơi trên người Jacky làm cho chàng khẽ mỉm cười vì liên tưởng mái tóc vàng hoe của Jane phủ lên người chàng mỗi khi hôn hay nũng nịu với chàng.

Jacky ngồi đấy, thỉnh thoảng nâng ly cappuccino chiêu ngụm nhỏ. Cappuccino là thức uống yêu thích nhất của chàng, cũng có thể nói là thứ duy nhất mà chàng chọn mỗi ngày. Thông thường cappuccino chứa trong những cái ly giấy, chỉ khi nào vào nhà hàng Intermezzo mới được thưởng thức cappuccino trong tách sứ lịch lãm và điệu đàng. Cái thức cà phê pha kiểu Ý vừa thơm vừa beo béo, trên mặt lại có lớp kem mỏng tạo hình trái tim, cành cọ hay bất cứ hình gì tùy theo sự khéo léo của người pha. Chính nhờ cái hình ấy mà trông tách cappuccino đẹp mắt làm sao. Không biết tự bao giờ, ngồi một mình với ly cappuccino dường như đã trở thành thương hiệu riêng của Jacky.

Ngay từ hồi còn đi học, Jacky đã thích ngồi một mình như thế. Bạn bè trêu ghẹo Jacky là: "ông cụ non", "nhà hiền triết", "lão chiêm nghiệm"... Ai nói gì thì nói, Jacky chỉ cười trừ mà thôi. Rồi khi cặp với Jane, nhiều lúc Jacky vẫn ngồi một mình như thế, không ít lần Jane vặn vẹo lý do nhưng Jacky bảo hãy để anh ngồi một mình, đó là những phút giây riêng của anh.

Chủ nhật này cũng như mọi lần khác, Jacky ngồi một mình mà thấy bình yên chi lạ, mặc dù ánh mắt buồn xa xăm không thể diễn tả bằng lời, cái buồn trong mắt Jacky như thể từ thuở mang thân phận kiếp người. Cái buồn man mác có thể làm mây trời ngưng bay, hương hoa ngưng tỏa, bất cứ ai nhìn thấy ánh mắt của Jacky cũng đều bảo: "Ánh mắt đẹp mà buồn đến nao lòng". Ánh mắt xanh như bầu trời bao la không gợn mây, lại thăm thẳm như trùng dương. Lạc vào ánh mắt ấy như thể con tàu giữa sóng nước trùng khơi không biết đâu là bến bờ, hẳn nhiên cái buồn man mác trong đại dương làm sao những kẻ nơi phố thị, hay người chốn làng mạc ao tù nước đọng có thể cảm thấu. Trời sanh ra Jacky với đôi mắt xanh buồn xa xăm ấy, nếu bảo là phước phần số phận thì làm sao có thể thay đổi được! Cũng vì ánh mắt buồn xa xăm ấy mà chàng như có một ma lực thu hút nhiều cô gái vây quanh.

Khí trời se se lạnh, chiêu ngụm cà phê nóng làm cho con người ta sảng khoái làm sao! Bất giác cái sát na hạnh phúc dâng cao tột đỉnh, lan tỏa từ đầu đến chân, len lỏi vào từng tế bào khi mà cái ấm của cà phê hòa vào cái se se lạnh của tiết Thu. Làn sóng hạnh phúc an lạc khiến Jacky nhoẻn miệng cười một mình. Jacky vốn đẹp trai thanh tú, gương mặt như những pho tượng thần thoại Hy Lạp của dòng nghệ thuật phục hưng Italy. Khi Jacky cười thì nét rạng rỡ vẫn không khỏa lấp được sự u buồn khiến cho người đối diện phải ngạc nhiên. Những cô gái đi bộ trên đường Belt line quay lại nhìn Jacky với sự mến mộ, thực tế nhiều em đã tình nguyện được "chết" trong vòng tay Jacky. Jacky cũng đã trải qua những mối tình một đêm, tình cho không biếu không, những cuộc tình vô cùng bốc lửa nơi quán bar, trên giường nhưng nhanh chóng nguội lạnh tàn tro vào sáng hôm sau. Ngay cả Jane, người chàng yêu sâu đậm nhất, kéo dài nhất nhưng rồi sự khác biệt giữa hai lối sống, hai cách nhìn nhận trái ngược nhau và cuối cùng đành chia tay để giải phóng cho nhau. Cả hai thỏa thuận như vậy vì không muốn ai làm khổ ai. Cứ như thế, những cuộc tình không đầu không cuối đã khiến cho chàng nguội lạnh với đời. Jacky vẫn loay hoay tìm kiếm và tự luận hạnh phúc thật sự là gì? Tình yêu thật sự ra sao? Ở đâu? Và phải tìm như thế nào?

Có một lần Jacky nghe ni sư Jetsuma Tenzin Palmo thuyết trên You Tube: "... Attachment say: I love you, there for I want you to make me happy and, genuine love say I love you, there for I want you to happy if that include me, great! If it doesn't include me. I just want your happiness and so. It's very different feeling. You know attachment is like holding very tight but genuine love is like holding very gently nurturing but allowing thing to flow, not to be hold tightly". Lời giảng thật nhẹ nhàng nhưng rất thực tế. Ở đời này toàn là tình yêu ích kỷ chỉ muốn người khác làm cho mình hạnh phúc chứ không muốn mang lại hạnh phúc cho người khác. Thế gian này hầu hết yêu đương là nắm giữ một cách chặt cứng chứ không phải nhẹ nhàng trân trọng nhau. Tình yêu của con người trong xã hội là một sự chiếm đoạt và sở hữu, điều đó thật ngốc nghếch chỉ tổ làm khổ mình và làm khổ người mình yêu. Biết làm sao được, đó là bản chất của con người. Jacky thật sự muốn mang hạnh phúc lại cho người mình yêu, sẵn sàng hiến dâng cuộc đời này cho người mình thương, khi yêu thật lòng thì còn tiếc gì với nhau, nhưng... Chữ nhưng ở đời này biết nói sao cho vừa!

Có những đêm vui ở vũ trường, Jacky dường như hóa thân thành một con người khác hoàn toàn. Chàng nhảy nhót đến kiệt sức, nốc rượu say bí tỉ, dường như đó cũng là cách xả bớt những năng lượng thừa, những suy tư không đầu không cuối. Chơi đến cạn sức kiệt hơi để rồi sáng hôm sau thấy lòng trống rỗng tinh thần phiêu hốt, trong tim trống trải như thể rơi vào một khoảng không bao la vô cùng tận. Những đêm vũ trường xả hết năng lượng sung mãn của tuổi trẻ để rồi sáng hôm sau thân xác rã rời, tâm hồn lại đầy những nỗi buồn kỳ lạ. Khi vui thì cả bọn nhưng khi buồn thì chỉ còn mỗi mình ngồi đối diện với chính mình, cho dù có ai ngồi bên cạnh cũng không sao lấp đầy được sự trống rỗng trong trái tim Jacky.

Hồ Thu lặng yên và trong vắt in bóng da trời xanh biếc và từng cụm mây trắng trong đáy nước. Jacky nhìn mặt hồ không chớp mắt, trong tâm đã từng có ý nghĩ hóa thân vào làn nước trong kia. Ý Jacky không phải nhảy xuống nước ôm cái bóng như anh chàng Narcissus trong Thần thoại Hy Lạp, cũng không phải phẫn uất mà trầm mình như Khuất Nguyên, càng chẳng mơ mộng hay say rượu mà nhập vào làn nước để vớt bóng trăng như Lý Bạch. Jacky hoàn toàn tỉnh táo. Jacky muốn hóa thân vào bụi nước mười phương, có như thế mới tự do tuyệt đối. Một hạt bụi nước trong vô số bụi nước tha hồ lãng du qua các thế giới, hoàn toàn ung dung tự tại không còn bị ràng buộc bởi bất cứ thứ gì hay điều gì. Cái thân thể này là ngục tù, cái xác thân này đầy những phiền toái, rầy rà rắc rối vô cùng. Trên đời này chẳng có ai có thể thỏa mãn những dục vọng của xác thân. Nó sai xử, nó hành hạ con người từ khi sanh ra cho đến khi trút hơi thở cuối cùng. Cũng xác thân như thế nhưng có những con người kiệt xuất làm sao trong khi ấy thì phần lớn chỉ là những bị thịt biết đi. Cái thân thể này ở giữa cõi nhân gian ngập tràn thị phi nhân ngã, đầy những chẻ chia phân biệt với sự khinh trọng thân sơ. Jacky muốn chơi với bụi nước mười phương hơn là chung đụng trong cõi nhân gian này. Có không ít lần Jacky bị người đời mắng oan và những lúc như thế chỉ biết im lặng mà thôi, tuy nhiên cũng có khi để cho cơn giận bùng nổ như núi lửa phun trào để rồi nhận lấy tất cả những hậu quả trong khi kẻ gây sự thì lại vô sự. Jacky thật sự muốn thoát khỏi cái xác thân phiền toái này!

Ngồi trong khí trời chớm Thu mà tuổi xuân của Jacky đã qua, những sợi tóc bạc xuất hiện trên mái tóc lòa xòa bồng bềnh rất nghệ sĩ, những nét chân chim nơi khóe mắt... Jacky cảm nhận rõ ràng cái già đã xuất hiện trong cơ thể mình mặc dù khả năng làm tình của chàng vẫn còn hừng hực lửa, thậm chí còn bạo liệt hơn vì kinh nghiệm của tháng năm. Jacky từng đọc sách và biết rằng sự ham muốn tình dục chỉ có thể tạm ngủ yên hay ngủ quên vì cái già của tuổi tác, vì sự đau yếu của thể xác chứ nó không bao giờ tắt. Jacky chiêm nghiệm rõ ràng trong những lần bị sốt li bì, những lúc ấy thì người đẹp nóng bỏng như hoa hậu hoàn vũ khỏa thân trước mắt cũng không làm sao hứng khởi nổi, thân thể đau nhức, tay chân còn không buồn cử động thì cái bộ phận đàn ông kia làm sao có thể hoạt dụng được. Ấy vậy mà khi bệnh vừa thuyên giảm thì lập tức cơn khát tình nổi lên, tâm loạn động mỗi khi nghĩ đến thân thể xinh đẹp nóng bỏng, âm thanh gợi dục gợi tình. Hà tất phải là người có tên tuổi cụ thể, chỉ cần một hình ảnh sắc dục nào đó khởi lên là Jacky đã thấy nóng ran cả người. Jacky thấy mình thay đổi khá nhiều, bề ngoài thì vẫn thế nhưng trong lòng có nhiều khác biệt. Jacky không còn như Jacky ngày trước, nhất là từ khi tiếp xúc với đạo Phật của phương Đông huyền bí xa xôi. Đạo Phật có sức hút mãnh liệt đến lạ lùng, càng đọc càng vỡ lẽ ra nhiều điều thú vị và vô cùng ngạc nhiên. Có những thứ tưởng chừng cũ kỹ xa xưa nhưng lại hiện đại đến không ngờ. Đạo Phật bảo không có cái ngã, tất cả chỉ là duyên hợp. Jacky quán sát cái thân mình, đúng là do vô số những tế bào hợp thành, một khi phân tán ra thì mọi thứ lại về với đất, nước, gió, lửa tìm đâu ra cái thân cao 6 feet nặng 180 lbs, lúc bấy giờ sao thấy được đâu cái thân hình đẹp trai quyến rũ như nam thần mà các cô gái không ngần ngại trao thân. Nhờ đọc những sách này mà Jacky giảm bớt cơn khát tình của mình, nếu ngày trước Jacky từng tự phụ mình đẹp trai, từng xem những người tình như công cụ thỏa mãn thèm khát tình, từng xem người tình như sưu tập lọ nước hoa. Giờ đây Jacky buông xả thật nhiều, một con người nhân dáng Tây phương nhưng tâm hồn đậm chất Đông phương huyền bí xa xôi.

Sáng Chủ Nhật đầu Thu, Jacky ngồi một mình trên con đường đi bộ quen thuộc này, người qua lại như trảy hội. Jacky không hề nhìn nhưng vẫn thấy những cơ thể xinh đẹp ấy loáng thoáng lướt qua mắt. Những hình ảnh dường như từ trong tạng thức lưu xuất ra chứ chẳng phải thực tại. Jacky biết rõ là "không hối tiếc quá khứ, không mong cầu tương lai, sống trong giây phút hiện tại ngay bây giờ và tại đây", tuy nhiên quá khứ không thể cắt bỏ, tương lai không sao ngăn chặn được! Ngay tại cái phút giây này quá khứ vẫn có và tương lai cũng không vắng mặt. Cái ý niệm này vừa khởi lên ngay hiện tại nhưng cũng lập tức là quá khứ và tương lai. Cái ý niệm sanh chưa diệt thì ý niệm khác chưa diệt lại sanh. Những cái ý niệm liên miên như thế khiến cho Jacky ngồi một mình mà như thể ngồi với cả thế gian này. Cũng chính những ý niệm ấy mà Jacky ngồi giữa cộng đồng người lại như thế chỉ có một mình. Jacky hạnh phúc tột đỉnh và cũng cô đơn đến tận cùng.

Khi nghe có người bảo chàng là kẻ đa nhân cách, Jacky cười mỉm không biết trả lời sao, nhận đúng thì không phải mà cãi sai thì cũng không đúng. Jacky biết rõ con người mình, tuy nhiên cái ý kiến đó cũng không phải là không có lý vì những gì chàng biểu hiện ra bên ngoài như thế nên người ta mới thấy thế. Vì như thế nên họ mới bảo như thế, tuy nhiên ngạn ngữ dân gian lại nói: "Coi vậy chứ không phải vậy". Nếu trên sân khấu, anh kép hát tài giỏi có thể nhập vai kép chánh, kép mùi, kép độc... một cách ngon lành, đó là anh ta đa nhân cách chăng? Không, hoàn toàn không! Đó là khả năng biến hóa trong những phút giây của một giai đoạn. Khi vở tuồng hết, anh kép hát lau son rửa phấn thay y thì anh ta lại nhập vào một vai khác trong đời sống ngày thường. Xã hội và đời sống hàng ngày là một vở tuồng bi hài kịch khổng lồ và vô tận. Mỗi một con người đóng một vai, thậm chí nhiều vai cùng lúc như là: Ông bà, cha mẹ, anh em, vợ con, bạn bè... và cứ mỗi giai đoạn của vòng đời thì có một vai thay đổi tương ứng, không thể cố định mãi một vai. Những vai diễn của đời người từ thuở lọt lòng cho đến khi nhắm mắt xuôi tay. Dòng đời cũng là một vở tuồng bất tận, mỗi sinh mệnh là một vai diễn, diễn từ sanh đến tử, đừng nghĩ rằng tử là hết, không! Tử chỉ là tạm ngưng khoảnh khắc để thay y cho một vai diễn khác. Mỗi con người, mỗi sinh mệnh diễn không ngừng nghỉ, diễn liên lỉ theo dòng sanh tử tử sanh. Jacky cũng chỉ là một anh kép trong vở tuồng xã hội và rộng lớn hơn là trong vở tuồng đời. Hiện tại Jacky đang đóng vai một nhân vật có nhân dáng, tính cách và số phận của một người mang tên Jacky.

Ngồi trong gió đầu Thu, ngồi trong nắng sớm chiều sương, ngồi trong đêm trăng, ngồi trong nắng hạ, ngồi giữa hoa xuân, ngồi bên bếp lửa hồng ngày mùa đông trắng... Jacky đôi khi thấy thèm một bàn tay nắm lấy bàn tay, cần một cái ôm hơn là cuộc làm tình nhầy nhụa trên giường, hay là những cuộc quậy tưng bừng thâu đêm suốt sáng. Trong những cuộc chơi ấy, Jacky cứ ao ước được như một viên pháo nổ tung hay một trái châu bay lên cao bung ra ánh sáng. Jacky cảm nhận cái thân xác này là ngục tù vô cùng ngột ngạt, cái ngục tù với xiềng xích trói buộc linh hồn, giam cầm linh hồn, đày đọa linh hồn mòn mỏi ủ ê. Cái thân xác này với những ham muốn vô hình nó hành hạ khiến cho linh hồn ngạt thở. Những đêm ngủ với ác mộng thấy mình chìm trong nước ngạt thở hãi hùng, cũng cơn ác mộng ấy lại có khi thấy chìm dần vào bùn lầy, từng khoảnh khắc lún dần vào sình: miệng, mũi, tai, mắt... bị bùn tràn vào bít nghịt, cái sự ngạt thở trong sự đen tối dâng ngút đỉnh kinh hoàng. Jacky sợ cái thân xác này, muốn xả bỏ cái thân xác này để linh hồn bay lên phiêu lãng với mây trắng trời xanh hay bọt nước trùng khơi. Jacky miên man tưởng một khi bỏ cái thân này thì sướng biết bao, vĩnh viễn không tái tạo lại hình hài nhân dáng với xác thân nào, một khi bỏ được xác thân ngục tù thì linh hồn tha hồ rong ruổi khắp mười phương vô cùng vô tận của đất trời.

Những khoảnh khắc ngồi mơ mộng trong tiết đầu Thu cũng chẳng khác những tháng năm mộng mị sống trong đời. Jacky cứ phiêu lãng chìm trong những giai điệu lời thương lời nhớ, những bài thơ diễm tình, những áng văn nhẹ nhàng bay bổng mặc cho thiên hạ khen chê. Jacky sống trên mặt đất mà tựa hồ đi trên mây, bay trong gió hầu như không màng gì đến cuộc đời. Tuy nhiên cũng có đôi khi bất bình vì thế sự nhiễu nhương, vì những thể chế độc tài làm hại con người, những chính khách gian trá, những thế lực sâu bọ rác rưởi nhưng có quyền hành tác oai tác quái. Chính những phút giây ấy Jack không phải là Jacky nữa, Jacky biến thành con người khác, mong trở thành một con người có đầy đủ sức mạnh, năng lực, trí tuệ để chấn chỉnh sơn hà, quét sạch rác rưởi, dẹp hết sâu bọ. Jacky từng mơ mình có sức mạnh của Thành Cát Tư Hãn, tài năng của A Lịch Sơn Đại Đế để quét sạch nhơ bẩn thế gian, dựng lập một cõi địa đàng trên mặt đất, dựng lại những gì đã đổ, lập lại những gì đã hư, tôn lên những gì đẹp nhất... và sau đó rời đi như bụi nước tan vào hư không. Jacky xuất ra khỏi cơn suy tưởng miên man khi nghe tiếng con trẻ trong trẻo thánh thót lọt vào tai: "Ông ơi, đi nhanh lên nào, lễ hội pumpkin đang ở đằng kia kìa". Jacky thấy chú bé tóc vàng như lá phong đang kéo tay một cụ già có lẽ là ông nội hay ông ngoại của cậu ta đi về hướng lễ hội. Chú bé đẹp như một thiên thần, các pho tượng thiên thần của nghệ thuật phục hưng Italy cũng không thể đẹp bằng. Làn da trắng đỏ hồng như chén sứ tương phản khốc liệt với lớp da nhăn nheo rúm ró của cụ già. Quá khứ đã đóng dấu ấn khốc liệt tàn bạo của nó lên gương mặt và thân thể cụ già. Bụi thời gian phủ lên mái tóc vàng của cụ ngày xưa khiến cho ngày nay nó trắng xóa như mây. Con quỷ vô thường đã hút cạn kiệt sinh khí, tinh lực khiến thân thể cụ già suy hao tàn tạ và lụm cụm, bấy giờ có muốn đi nhanh cũng không được nữa rồi, nếu lòng có còn thèm muốn những tấm thân kiều diễm thì cũng không sao hành sự được. Thời gian nó vô tình làm sao, nó đang chiều chuộng cậu bé kia trong khi ấy nó lại bào mòn và lấy đi tất cả những gì còn lại của cụ già. Nó lấy đi tất cả từ những tế bào của xác thân cho đến những ký ức vô hình trong tâm trí.

Jacky mỉm cười xòe tay chào chú bé con và cụ già nhưng dường như là chào thời gian, chào cái kẻ vô tình kia.

Tiểu Lục Thần Phong
Ất Lăng thành, 1124

cầu Rồng, rồng lộn vô thành | nên thị dân bớt an lành như xưa | mong rồng về núi hút mưa | đường phố bớt ngập để đưa tình về

MH HOÀI LINH PHƯƠNG
Điệu Trầm D.C.

Và em lưu lạc quê người...
Ngàn thu áo tím... một đời lìa nhau
*

Ngày xưa... guốc mộc tinh khôi
Tóc thơm nắng lụa bên người yêu thương
Tình xanh như lá sân trường
Như hoa phượng đỏ... một phương chưa sầu

Bây giờ... phố cũ tìm đâu?
Sông chia trăm hướng, biển dâu muôn trùng
Bây giờ... có phải mùa Xuân?
Hoa vàng năm cũ theo vầng mây trôi

Chân sen, gót nhỏ... xa rồi!
Qua Hồng Thập Tự ngỡ người tri âm... [1]
Chiêm bao vẫn đến lặng thầm
Thiên thu ký ức giam cầm hồn nhau

Bao giờ... cho hết nỗi đau?
Em thôi ngóng đợi bên cầu sông Ngân
Tóc em chẻ sợi bao lần
Xuân qua mấy lượt, còn bâng khuâng buồn!

Điệu trầm viết mãi lời thương...
Đèn đêm hắt bóng bên tường hoa xưa...∎

(1) *Đường Hồng Thập Tự Saigon thời Việt Nam Cộng Hòa.*

Washington D.C 10/2024.

XUYÊN TRÀ
Trang Thơ

Trăng Xưa

Mai. Đời. Còn chút huệ tâm
Xin bay như giọt lệ thầm trong mây
Dẫu em tát cạn tình đầy
Vẫn nguyên. Một bóng. Trăng gầy. Long lanh…

Tu Thơ

Tôi ngồi diện bích tu thơ
Nửa khuya giấy trắng hiện tờ thư kinh
Vô ngôn. Lục tự. Cựa mình
Vạn niên. Chánh quả. Cuộc tình. Vô ưu…

Tiễn Đưa

Chút tình thơ dại ngày xưa
Câu thơ lục bát thuở chưa lấy chồng
Nửa chừng thơ rớt xuống sông
Lênh đênh như ngọn cỏ bồng hoang sơ
Vớt câu lục bát lên bờ
Mượn hoa tẩm liệm đợi giờ di quan
Hiển linh thơ lại về ngàn
Thấy em còn đứng - sắp hàng - tiễn đưa…

Lãng Mạn
Gởi người tên Nguyệt

Nữ thập tam. Nam thập lục
Anh hai chục. Em mười lăm
Trời thu trải lá ta nằm
Chờ ai Nguyệt đã trẩy rằm ngoài hiên
Thưa rằng - xin đợi ra giêng
Nụ xuân vừa độ. Hương nguyền xôn xao
Ngày em áo lụa yếm đào
Rừng sương. Chim đậu. Nhựa trào. Cành thơm...

Trách

Anh rất muốn, nhưng em còn ái ngại
Nụ hôn đầu, chưa đủ hứa trăm năm
Lỡ một mai đường trần sa chân bước
Chắc chi tình có buổi trở về thăm

Đôi mắt ấy, chứa ngàn câu mật ngữ
Anh hiểu đời, vô lượng biển hồ nghi
Mỗi đời sông có bao giờ ngừng chảy
Giọt lệ nào ngăn được bước người đi

Ngày lá rụng, ai đứng chờ dưới cội
Bóng tam quan trăng khuyết một phương về
Mây đầu núi cũng xa rời cố quận
Ngọn sóng tình đã cạn những đam mê

Ta cũng biết, giữa mùa cây chín quả
Náo nức chờ ở dặm biển đầu non
Đi khắp chốn mới hiểu đời dâu bể
Bước sinh ly. thương chân mỏi đá mòn

Con chim đứng. lưng tròng. khô mắt lệ
Mùa gió bay. choàng áo nắng hanh vàng
Cất tiếng kêu giữa sơn cùng thủy tận
Tự trách mình, đâu phải chỉ tình lang...

TÔN NỮ MỸ HẠNH
Tự Khúc Mùa Đông

Rồi mùa đông cũng sẽ bỏ ta đi
Chùm mây xám chùng chình chưa nỡ vội
Không ai nói với ai điều gì
Nhưng chúng ta mỗi người điều biết thế
Cái lạnh trầm ngâm len vào trong chăn ấm
Cũng nhọc nhằn rũ áo bỏ đi
Trang nhật ký mang đầy hoài niệm
Theo ta trôi qua cánh đồng hạnh phúc
Một thời bỏ quên không ai còn nhớ
Cuối triền sông bồng bềnh sóng nổi
Sắc hoa lau trắng chợt bay lên trời
Tóc thời gian ủ thêm màu năm tháng
Tự hứa thắp cho mình ngọn lửa
Để đi cuối đất cùng trời
Tìm sắc cỏ mùa đông
Trong cuộc hành trình đến bến bờ xa lạ
Chưa bao giờ có đoạn kết.

Rồi mùa đông cũng sẽ bỏ ta đi
Khi đàn chim di trú sắp quay trở về
Khu vườn xưa tràn đầy kỷ niệm
Lại bắt đầu hồi sinh nẩy lộc
Trong hơi thở của đất
Ta nghe có tiếng côn trùng đập cánh
Trong ngôi nhà cũ kỹ
Nhuốm đầy màu cổ tích rêu phong
Đi qua thời gian
Đi qua thương nhớ
Hằn nỗi đau đời người
Bắt đầu tái sinh niềm hy vọng
Trên cánh đồng oải hương đầy gió
Có một mùa đông mộng mơ
Có một mùa đông lạnh giá
Nhưng thật vô cùng ấm áp
Ngày đó – có phải không em?■

DUNG THỊ VÂN
Mái Tóc Em

Mái tóc em một thời tuổi trẻ
Sợi yêu người
Sợi thổn thức đến muôn sau
.
Mái tóc em ngày xưa
Chẳng có kẹp nào kẹp được
Bởi nó nhiều nó dày quá phải không anh
.
Mái tóc em bây giờ
Cũng chẳng có kẹp nào kẹp được
Rụng xác rụng xơ rụng đến bơ vơ
.
Mái tóc em một thuở thẫn thờ
Biết yêu anh
Từ buổi đầu gặp gỡ
.
Mái tóc em tuổi yêu người lầm lỡ
Sợi nào cũng ghi khắc bóng hình anh
Sợi nào cũng biết nói yêu anh
.
Anh đã mang đi
Tình yêu em năm mười tám
Đến bây giờ vẫn bất diệt trái tim em! ■

KIỀU HUỆ
Cuối Mùa Lá Rụng

Tàn thu lá úa trải đầy
Tóc mai sợi bạc buồn gầy xác xơ
Nắng chiều nhòa nhạt ơ hờ
Bước đi lẻ bóng thương bờ vai ngoan

Đường quen xào xạc lá vàng
Chạm cơn gió lạnh đông sang ngập ngừng
Tâm tư vương vấn rưng rưng
Hương thu còn đấy xin đừng quên nhau

Gió đưa lá úa về đâu
Cho ta nhắn gởi nỗi sầu tương tư
Người đi quên cả mùa thu
Cuối mùa lá rụng mịt mù bóng ai ■

TRẦN THANH QUANG
Hai Bài Thơ Cho AB-TTMT

TÌM NHAU

tìm nhau em hỡi tìm nhau
tìm nhau cho đến mai sau bạc đầu
tìm nhau như thể mưa ngâu
tìm sông rộng trải nỗi đau với đời

tìm trong chén rượu đầy vơi
tìm trong chập choạng cánh dơi đêm tàn
tìm trong một đóa cúc vàng
áo nào một dạo em mang thắm đường

tìm trong sợi tóc còn vương
ngọc lan cuối hạ thoảng hương sân nhà
tìm trong cánh vạc ngàn xa
lời em chừng ngọt như là tiếng ru

tìm nhau mấy dốc sương mù
mấy con phố - mấy mùa thu- mấy mùa.

QUỲNH HƯƠNG

Mai em xa phố mai xa phố
một chút nắng vàng rớt trên vai
em đi ta biết em đi mãi
một chút mưa rơi hạt vẫn dài

Mai em xa phố mai xa phố
một chút quỳnh hương bằng lăng bay
áo lụa còn đâu tà áo lụa
một chút hương băng phiến thơm đầy! ■

VINH HỒ
Thiên Đường Lứa Đôi

Chim chóc đâu khác người
Cũng từng cặp từng đôi
Cùng nhau xây tổ ấm
Sống bên nhau trọn đời

Núi non cũng có đôi
Kề cận nhau chẳng rời
Cây đâm chồi nẩy lộc
Hoa nở tím rừng đồi

Biển cả vẫn có đôi
Bãi vàng chờ sóng bạc
Sóng rì rào ca hát
Yêu bờ đến muôn đời

Tình yêu kỳ diệu quá!
Bàng bạc khắp đất trời
Biến trần gian nghiệt ngã
Thành thiên đường lứa đôi ■

NGUYỄN NGUYÊN PHƯỢNG
Tóc Bạc Hương Đầu

Những bông phượng đã thôi màu thương nhớ
Mưa bâng khuâng giăng trắng một khoảng trời
Ta chạy đuổi níu hôn mê Thạch Thảo
Đường tương tư trải mộng đến chơi vơi.

Hàng liễu công viên buông sầu ghế đá
Bướm chao tình lượn cánh nhỏ mênh mang
Em ngày ấy tóc thơ ngây bay xõa
Mùa chưa Thu đã đắm đuối sắc vàng.

Hoài niệm tím dẫu muôn trùng sâu bể
Trái tim ngân sóng biếc gợn hồ thu
Nụ Quỳnh hương em trao hờn mắt lệ
Tình lên ngôi đã vời vợi sương mù.

Đành hẹn với tiếng thơ chiều nguyệt tận
Em và Thu trôi giạt chốn phương nào
Đời ngọt mật tạ ơn lời sỏi đá
Tóc bạc xôn xao thuở ngát hương đầu ■

Núi, 6.8.2024

LÊ HỮU MINH TOÁN
Giọt Thầm

Người tiễn
ta đi
mà
giấu mặt
Phơi thầm
giọt
 mặn
ướp Xuân phai

Chẳng lẽ
muôn đời
người
lẩn khuất
Tội tình chi
né tránh
nhau
hoài

Bốn mắt
giao nhau
chìm
đuối mộng
Hồn ta
buốt lạnh
giữa
 vuông chiều

Muốn nói
đôi lời
sao
cạn tiếng

Người tiễn ta
 ngọn
 nắng
đìu hiu

Người tiễn ta
phi lao
ngậm
ngùi !!! ∎

NGUYỄN HÀN CHUNG
Trang Thơ

Bố Cáo Thất Tung

xin bố cáo đã thất tung
từ khi lỡ bước nhiễm trùng mê man
đa tình chuyên trị nói gian
để vơ cái tiếng điếm đàng tự phong

xin bố cáo rất thật lòng
từ thu tới hạ cửa phòng im re
đôi lần liều lĩnh đua ghe
mấy nương kỳ nữ cùng phe mỏi mòn

xin bố cáo nút ruồi son
đừng chờ đợi kẻo héo hon mượt mà
không còn trai tráng đào hoa
vẫn còn dấu tích điêu ngoa tản thần

Đinh & Lỗ

Em đã nhổ cái đinh
găm vào đời anh
nhưng cái lỗ vẫn còn
anh thấy rõ ràng như in
trong giấc ngủ

Anh khỏa lấp bằng thơ
nhưng vẫn không lấp nổi
lỗ hiện về
như muốn cợt trêu anh

Anh không biết làm sao
để quên
cái lỗ
vĩnh viễn biến thành ký ức.

CÁI TRỌNG TY
Mưa Chiều

chiều mưa qua phố mềm áo lụa
góc đền thiêng ướt đẫm ngọc ngà
đôi mắt nhãn lồng ướt đẫm thơ ngây
ngày một thuở nòi tình rớm lệ

đêm tận hiến tài tình diễm tuyệt
chảy suốt mạch nguồn ngập lụt phế phôi
một mảnh trắng phau hoa Tầm Xuân nụ
dáng dấp quả bầu phơi phới hải triều trôi

chiều quảng nắng tìm chi nơi quán trọ
xóm tranh nghèo mưa nặng hạt sầu lo
thời tuổi nhỏ cùng em lần tràng hạt
mây vòng cầu ngũ sắc mộng chiều xưa

mùa hạ đỏ vòm cây cong mái Phượng
ngày xa xăm lã chã với hiên người
bong bóng vỡ nghe gót hài âm vọng
ướt dịu dàng mát rượi tấm eo thon ∎

HOÀNG CHÍNH
NỐI DÀI CÂU NÓI DỐI

"Mày có vợ hồi nào vậy?" chưa kịp chào, mẹ đã ném ra câu hỏi bất ngờ. Tôi lặng thinh. Cục nghẹn trong cổ họng. Tiếng mẹ đã khàn nhưng nghe vẫn quen, vẫn gần gũi, nhưng đậm chút ngạc nhiên và thấp thoáng chút phiền muộn. Hệt như lần hỏi tôi mười mấy năm trước rằng *Sao con trốn học*. Đường dây điện thoại chợt kêu ù ù, như thể có máy bay hay xe vận tải cơ giới hạng nặng chạy qua chỗ mẹ đứng. Cũng có thể tại tai tôi ù. Tôi cũng không chắc lắm. Giọng nói mẹ chìm vào khối tạp âm hỗn độn. Mẹ lặp lại câu hỏi trong tiếng động cơ rì rầm. Rồi tất cả im vắng bất ngờ. "Hở con?" Mẹ nói.
Tôi muốn điện thoại bị cúp ngay lúc này. Tự mình ngắt thì không dám. Mẹ mà đã hỏi thì tôi chẳng chạy đâu cho thoát.
"Mày có vợ sao không hỏi qua mẹ một câu, sao không báo cho mẹ biết," mẹ lại hỏi. Tôi nhận ra mẹ nói *Sao không hỏi qua mẹ một câu?* mà không bắt bẻ *Sao không xin phép mẹ?* Vậy là tội của tôi xem như đã nhẹ đi một nửa.
Tôi ú ớ. Rồi tôi lặng thinh. Đường dây lại rào rào tiếng gió. Tôi chờ mẹ lạc chuyện. Mẹ có tật lan man từ chuyện này ra chuyện khác rồi quên chuyện phải nói lúc đầu. Tôi chờ cơn lốc nhỏ hay một cơn bão nhiệt đới làm rối những mối dây điện thoại trên cây cột chằng chịt những dây điện chôn đầu con ngõ vào khu xóm nhỏ bên nhà.
"Mẹ cũng hiểu con cái lớn lên thì phải có gia đình..." Mẹ bắt đầu cái điệp khúc quen thuộc.
Tôi lắc đầu. Không ai thấy tôi lắc đầu ngoài thằng bé đang ngọ ngoạy trong cái nôi kéo tới sát bàn ăn, chỗ tôi ngồi làm việc. Tôi nhìn thằng bé. Nó còn bé lắm nhưng sao tôi vẫn thấy cái miệng nó giống Tiểu Quyên. Tiểu Quyên môi hồng, tóc thả sau lưng, và chiếc răng khểnh. Tôi thấy thằng bé có nét giống mẹ nó. Chắc tại tôi tự huyễn hoặc mình. Hay tại nỗi nhớ dẫu chìm trong đáy sâu tiềm thức, vẫn khuấy động dòng sông ký ức?

Tiếng ù ù đã lắng. Giọng mẹ lại vang vang, "Lấy ai cũng được, nhưng mà mẹ phải biết cái đứa mày muốn lấy."

Tôi lẩm bẩm, "Con biết mà." Rồi để chuyển hướng câu chuyện, tôi nhắc lại cái đề nghị ban đầu, "Mẹ sắp xếp qua bên này đổi gió mấy tháng nhé."

"Qua thì cũng phải qua thôi," mẹ nói, giọng buông xuôi, như thể bị ép uổng vào chuyện đã rồi.

Ngọ ngoạy trong nôi, thằng bé chợt bật một tiếng ho. Ở đầu dây, xa tuốt tận nửa vòng trái đất mẹ nghe được. "Nó đấy phải không?"

Tôi mừng rỡ, "Nó đó mẹ, cháu nội của mẹ đó."

Mẹ quên ngay những câu tra vấn.

"Sao không gửi hình cho mẹ?"

"Để con lấy điện thoại di động, chụp hình cháu nội, gửi qua cho mẹ." Tôi nhấn mạnh hai chữ *cháu nội* như tín đồ niệm câu thần chú, cầu mong nó đánh tan mọi sương mù chướng khí vây quanh những câu tra vấn của mẹ.

"Chắc nó dễ thương lắm," mẹ nói.

Tôi nhanh nhảu, "Dễ thương mà lại ngoan nữa."

"Để mẹ qua với nó."

Tôi cuống lên, "Vâng, mẹ qua sớm nhé."

"Thì sớm. Thằng bé có ngoan không?"

"Ngoan lắm, dễ cưng lắm mẹ ơi," tôi nhanh nhảu đáp lời.

Mẹ vẫn nghĩ ngoan tức là không quấy khóc, là cho bú xong thì lăn ra ngủ, không thức giấc nửa đêm, không ốm đau quặt quẹo. Dễ nuôi như tôi hồi còn bé. Mẹ vẫn khoe với mọi người về tôi như thế. *Cứ bú no là lăn ra ngủ, chẳng quấy rầy ai.* Nếu tính như vậy thì thằng bé này rất ngoan. Con bị mẹ bỏ rơi thì phải vậy thôi. Tôi thầm nghĩ.

"Để mẹ qua với nó," mẹ lặp lại.

Mừng như trúng số, tôi thở phào. Vậy là thoát cái màn tra vấn. Nhưng mẹ tiếp ngay, "Sao mày lấy vợ mà không báo cho mẹ biết?"

"Thì con đang cho mẹ biết đây."

"Bây giờ thì còn nói làm gì nữa?"

Im lặng một lát, mẹ hỏi, "Tên nó là gì?"

Tôi ngập ngừng, "Tên cháu là… Jimmy."

"Mẹ nó là dân Tây à?"

"Việt mẹ ạ," tôi nói với khuôn mặt trái soan và mái tóc dài buông thả sau lưng của Tiểu Quyên trong trí tưởng. "Việt một trăm phần trăm."

Dường như có tiếng mẹ thở dài trong đường dây viễn liên. Rồi mẹ không nói gì thêm nữa.

Thế là tôi gấp rút lo giấy tờ bảo lãnh mẹ đi du lịch. Vì giấy khai sinh của tôi thất lạc hồi chạy loạn, tôi phải làm giấy cam kết mẹ-tôi-đúng-thật-là-mẹ-của-tôi. Tốn một số tiền để luật sư thị thực. Rồi qua cái cửa ải gian nan nhất để người ta xác nhận mẹ thực sự là công dân nước Việt. Cửa ải ấy là Tòa Lãnh Sự Việt Nam. *Chúng tôi sẽ tạo điều kiện cho anh đoàn tụ với bà cụ.* Họ lặp đi lặp lại điệp khúc ấy. Họ bắt tôi xác nhận bằng giấy tờ của Bộ Tư Pháp và Luật Sư Đoàn rằng ông luật sư thị thực chữ ký cho tôi thực sự là luật sư dù giấy chứng nhận của ông có con dấu nổi. Tôi cũng chẳng trách họ. Ở cái xứ sở mà giấy tờ giả, bằng cấp giả là chuyện bình thường thì họ không tin bằng luật sư của đất nước tôi đang sống là điều dễ hiểu. Rồi tiền nọ tiền kia. Giấy này giấy nọ. Ngày này qua ngày khác. Bao nhiêu cú điện thoại. Bao nhiêu giây phút chờ. Bao nhiêu thứ cần bổ túc. Người này chuyển sang người kia. *Người kia* hôm nay không có mặt. Anh gọi sớm quá *người kia* chưa tới. Không may cho anh, *người kia* vừa mới ra về. Họ hành tôi đến độ phát khùng. Gian nan vô vàn.

Nhưng cuối cùng rồi mẹ cũng qua được.

Tôi lái xe tám chục cây số, đến phi trường đón mẹ. Tôi đi một mình, nhờ Nancy - người đàn bà thuê nhà của tôi - ở nhà trông giùm thằng bé.

Kẹt xe cả tiếng đồng hồ trên xa lộ, tôi đến muộn. Nhìn mẹ đứng lớ ngớ, tim tôi hụt đi một nhịp.

"Tao tưởng mày bỏ tao ở đây rồi!" Mẹ nói. Tôi luống cuống không thốt nổi một câu giãi bày.

Trên xe mẹ kể đủ thứ chuyện bên nhà. Lan man qua chuyện cái bà ngồi cạnh mẹ trên máy bay. Cái bà nhiều chuyện, hết khoe con đến khoe cháu. Toàn những bác sĩ, những luật sư tương lai. Rồi mẹ thở dài, "Con cháu người ta thì như thế…"

Tôi trấn an, "Mẹ đừng lo, cháu nội của mẹ rồi cũng chẳng kém ai."

Xe ngừng trước cửa, mẹ loay hoay mở cửa xe. Chuyến bay dài gần hai chục tiếng đã rút cạn kiệt sinh lực của mẹ, vậy mà vừa thấy thấp thoáng bóng Nancy bồng cháu nhỏ trên tay, mẹ đã hối hả chạy vào, "Cháu của tôi đây rồi!"

Mẹ nhìn Nancy thật nhanh, mỉm cười với nàng, rồi đỡ vội thằng cháu trên tay nàng.

"Thằng cháu ngoan của bà đây." Và mẹ quay qua Nancy đang đứng lớ ngớ bên cạnh, "Con dâu của mẹ đây phải không nào? May quá, con là người Việt chứ không thì mẹ không biết làm sao mà nói chuyện."

Thì Nancy là người Việt nhưng Nancy chẳng phải con dâu của mẹ đâu. Cô ấy chỉ là người thuê nhà thôi. Tôi muốn nói với mẹ như thế

nhưng có cái gì đó chặn ngang cổ họng tôi. Nancy tròn mắt ngạc nhiên, miệng lí nhí, "Con chào bác. Bác đi máy bay có mệt không?"
"Mệt lắm cô ơi," mẹ trả lời vội rồi cúi xuống thằng bé.
Vừa kéo cái va li của mẹ qua cửa, tôi nói vội, "Cháu cưng của mẹ đó."
Nancy mỉm cười, lấy mảnh khăn tay chùi vệt sữa trên má thằng bé, rồi phụ tôi khiêng cái túi xách của mẹ vào phòng tôi.
Thủ tục chào hỏi đã qua, Nancy vội vã đi làm, nhà chỉ còn hai mẹ con và thằng bé, mẹ thắc mắc, "Sao vợ mày nó không hỏi han gì mẹ hết vậy?"
Tôi lúng túng, "Cô ấy không phải vợ con."
Mẹ trợn mắt, "Mày nói gì?"
"Cô ấy là người thuê nhà."
Mẹ lặng người đi cả mấy phút đồng hồ. Đầu óc tôi trống rỗng. Tôi không nghĩ ra được câu gì để nói. Tôi nhìn vẩn vơ bức tranh treo trên tường. Một bàn làm việc có khung cửa sổ mở ra khoảng vườn cây xanh ngập nắng. Ở đây mùa đông kéo dài nên tôi chọn bức tranh có khung cửa nắng treo trong phòng khách để kéo mùa màng vào căn nhà nhỏ bé. Bình thường tôi không để ý đến bức tranh. Hôm nay nhìn nó, tôi chợt nhận ra những vạt màu rực rỡ như những con sóng đẩy giật niềm vui qua khung cửa.
"Mày cho nó thuê nhà như thế coi sao được. Người ngoài người ta nói ra nói vào, nghe cho mà điếc cái lỗ tai," mẹ cần nhẳn.
"Ở đây có người Việt nào đâu mẹ." Tôi nói và tôi tin mình nói đúng. Tôi ở đây lâu lắm rồi, nhưng ngoài Tiểu Quyên – cô gái mà tôi dan díu biết bao lâu, người vẫn đi dạo với tôi trong khu rừng phía sau nhà, người đã để lại cho mẹ tôi thằng cháu nội, rồi biến đi như làn sương sớm – thì không còn người Việt nào khác.
Mẹ đổi đề tài, "Ờ mà sao mày chọn ở cái chỗ khỉ ho cò gáy như thế này?"
Thành phố này đúng ra chỉ là một thị trấn nhỏ nằm ven bìa một khu rừng. Nhà tôi ở cuối con đường chính của thị trấn, nơi cái ngõ cụt có lối mòn dẫn vào khu rừng cây cối rậm rạp.
"Được cái yên tĩnh mẹ ạ, với lại con có thể vào rừng lấy củi về đốt lò sưởi."
"Rừng có gấu hay cọp beo gì không?"
Câu hỏi bất chợt làm tôi điếng người. Từng mảng ký ức xoay vòng như xấp giấy vụn quay cuồng trong cơn lốc. Câu hỏi quen quá là quen. Lúc gặp nhau lần đầu ở lối vào khu rừng sau nhà, có người con gái đã hỏi tôi câu ấy. Người con gái ấy bây giờ ở đâu?

"Mẹ hỏi sao mày không trả lời? Chắc có cọp beo phải không? Đừng cho thằng bé ra sân, kẻo cọp beo đến tha nó đi đấy."

Tôi bật cười, "Có con cọp. Một hôm nó tha thằng bé này, bỏ ở cửa nhà cho con nuôi nó đấy."

Mẹ thở ra, "Mày vẫn cái tật bông đùa. Thế mẹ thằng cháu đâu? Vợ mày đâu?"

Tôi loay hoay tìm câu trả lời.

"Vợ mày đâu?" mẹ lại hỏi. "Sao nó không ở nhà với chồng, với con."

Mẹ sẽ không bao giờ tưởng tượng ra được cuối một mùa hoan lạc kia, đứa con gái ấy bồng đến cho tôi một đứa bé kèm theo mảnh giấy có một câu dặn dò, rồi biến đi. Tôi có biết cô ấy đi đâu để mà cho mẹ câu trả lời.

"Nhà con nó đi học xa, mẹ ạ," tôi nói đại, may ra mẹ sẽ vừa ý với câu trả lời ấy.

"Học cái gì?"

"Học... đại học."

"Học đại học thì cũng phải về nhà chứ."

Tôi chợt nghĩ ra câu nói dối, "Phải nội trú thì mới tốt nghiệp được."

Im lặng được vài phút, mẹ lại hỏi, "Vợ mày đi học xa. Mày rước đàn bà khác về nhà ở chung nhà mà vợ mày nó để yên à?"

Tôi ngập ngừng. Mãi mới nghĩ ra được câu trả lời, "Có gì đâu mẹ."

"Sao không."

Không khí căn phòng chợt cô đặc. Tôi lắng nghe tiếng gió bên ngoài nhưng dường như gió cũng ngưng đọng trên những ngọn cây của khu rừng rậm sau nhà.

Một lát mẹ lại hỏi, "Vợ mày nó có biết chuyện này không?"

"Chuyện gì hở mẹ?"

"Chuyện mày rước đàn bà khác đến ở trong nhà."

Mẹ cứ lặp đi lặp lại chữ "rước" làm tôi thấy mình bệ rạc hẳn lên. Tôi lặng thinh. Tôi nhớ lúc ôm thằng bé về cho tôi, và gặp Nancy lần đầu, Tiểu Quyên đã thì thầm, "Chú với chị ấy xứng đôi quá!" Như vậy có lẽ nếu *có gì* thì Tiểu Quyên cũng sẵn sàng chấp nhận chuyện Nancy và tôi. Thành ra tôi quả quyết, "Vợ con nó chịu, mẹ à."

Mẹ tôi im lặng. Vậy là êm xuôi. Tôi thở phào. Nhưng im lặng chưa đầy một phút mẹ đã nói tiếp, "Tao không hiểu vợ mày nó là loại người gì mà lại chịu như thế."

Tôi loay hoay thay tã cho thằng bé. Mẹ ngồi ở sa lông, thắc mắc, "Sao cái con Nan-xy Nan-xiếc gì ấy nó lại cho con mày bú vậy?"

Tôi giật mình, "Đâu có."

"Lúc mình vừa về tới nó đang cho thằng bé bú nó."

"Không có đâu."

"Mày đừng hòng che mắt tao. Tao thấy rõ ràng. Nó còn lấy khăn lau sữa trên má thằng bé."

Tôi cũng nhớ quả thật Nancy có chùi vệt sữa trên má thằng bé.

"Nó không đẻ con thì lấy đâu ra sữa?" Giọng mẹ gay gắt.

Tôi muốn nói với mẹ rằng thằng bé làm thay đổi bao nhiêu thứ trong đời sống tôi. Tôi muốn nói với mẹ rằng nó cũng làm thay đổi luôn con người của Nancy. Nó biến nàng từ người đàn bà không chồng không con, khô khan như ruộng đồng mùa hạn hán, bỗng dưng sông suối tràn trề. Tôi muốn giải thích cho mẹ rằng khi mẹ thằng bé bỏ đi, nhờ Nancy cho bú thằng bé mới nguôi cơn khóc, rồi cho bú hoài đến lúc tự nhiên có sữa. Chuyện ấy tôi không biết phải giải thích như thế nào, tôi chỉ biết đó là chuyện có thật. Thằng bé biến Nancy từ người phụ nữ độc thân thành người mẹ hết lòng với con mình.

Tôi nói, "Mẹ nghĩ xem, mẹ ruột nó ở xa, có cô ấy, có hơi đàn bà, nó bớt khóc. Trẻ con cần hơi mẹ. Thằng bé cần hơi phụ nữ."

Tôi ngưng lại. Tôi có cần hơi phụ nữ như thằng bé Jimmy này không? Tôi là đàn ông. Và tôi còn thở. Tôi còn đang sống. Tôi cần nhiều thứ, không chỉ riêng hơi hướm đàn bà.

Trong bữa cơm chiều, cả ba chúng tôi ngồi ở bàn ăn. Nancy xuýt xoa khen món thịt kho của mẹ. Tôi không có lời khen nào bởi tôi còn bận ăn. Biết bao lâu mới lại được thưởng thức món thịt kho mẹ nấu.

Cái nôi thằng bé đặt cạnh bàn ăn. Đưa tay vuốt má thằng bé, mẹ nói, giọng mềm và kéo dài ở cuối câu, "Cưng cháu nội của bà quá."

Nancy chớp mắt, nói nhỏ, "Cháu ngoại chứ."

"Tôi là mẹ của bố nó thì tôi là bà nội chứ, bà ngoại làm sao được," mẹ tôi phản đối.

Nancy xoay qua tôi, tròn xoe con mắt. Rồi trong bàn ăn chỉ còn tiếng bát đũa chạm vào nhau lạch cạch.

Lúc chỉ có hai chúng tôi sau bếp, Nancy thì thầm vào tai tôi, "Cháu ngoại mà mẹ anh cứ khăng khăng là cháu nội."

Trong đầu Nancy, thằng bé là con của Tiểu Quyên, mà Tiểu Quyên (tôi đã nói dối với Nancy) là em gái út của tôi thì nó phải là cháu ngoại của mẹ tôi. Nhưng tôi không biết (hay không dám) giải thích thế nào cho Nancy hiểu. Càng giải thích tôi sẽ càng phải nối dài những câu nói dối.

Nhưng Nancy đã kết luận giùm tôi, "Chắc mẹ anh lẫn rồi!"

Hoàng Chính

NGUYỄN THỊ KHÁNH MINH
Những Buổi Sáng Trôi Trên Dòng Thơ Chính Khí

Buổi sáng vào những ngày cuối hạ, Calif. nóng, có những cơn gió khô rất khát cổ. Thành phố nơi tôi ở, thỉnh thoảng tôi bắt được mùi biển trong gió, lập tức nó rủ rê hương thành phố biển xa xôi tuổi nhỏ của tôi đi về. Hương biển của hai bờ một đại dương, cùng rưng rức một lúc, thì có phải là tôi đáng bị ngất ngây không!

Tôi làm việc trong một căn phòng nhỏ, hai phía tường được dát bằng những kệ sách. Nắng đi vào bằng ánh phản chiếu từ chiếc gương đặt ngoài cửa lớn, và mùi cà phê, đó là điều tôi vẫn thích mỗi sáng, lại được quyện với hương quá khứ bay lên từ trang sách cũ.

Những sự việc thăng trầm một thời lặn vào những dòng chữ in, đơn giản, chỉ như cuốn lịch chép một cách bình thản theo con số lạnh lùng của thời gian. Tôi muốn bằng một giọng kể cảm xúc trên việc và trên những ra đi của người xưa, sao cho người ta ý thức đó là mất mát của một đi không trở lại. Sao cho nó không chỉ là tin tức của một ngày này năm cũ. Tôi đã nghĩ thế, khi sao lục tài liệu và chọn lọc ghi chép lại, trong một mục mà nhà văn chủ bút đặt tên là Ký Ức Thiên Thu. Chỉ tựa mục thôi nó đã mang đầy cảm xúc tính... Trăm năm là một đời người. Trăm năm là thiên thu cho những sự việc mà người xưa để lại. Tôi có cảm giác như đang viết nhật ký thời gian, hoài niệm trên bước lần theo sợi chỉ từ điểm Hôm Nay.

Ví dụ với cái tin tìm thấy cổ vật từ ngàn năm trước thì sẽ dùng chữ như thế nào để mang được hồn của cổ vật đang ngủ trong bóng tối lên dòng chữ của hiện tại, sao cho, ngoài tin khảo cổ còn như thấy được lung linh cuộc sống sau một màn sương được ánh ngày hé lộ. Cho nên, tôi hay dùng đôi ba chữ có vẻ như để trong ấy chút tâm tư của mình, ngoài mục đích nhắc lại người thật việc thật, nó còn mang chút khí văn chương, khơi gợi tình cảm người đọc..., được hay không tôi chẳng biết, nhưng rõ là, vì thế mà tôi đã bị quá khứ cuốn đi.

Mỗi ngày như kẻ lang thang trên bãi cát thời gian nhặt nhạnh những viên sỏi đẹp rồi say sưa bỏ nó vào túi đựng... Quá khứ, người ta có thể quên bởi phải đối diện với vô vàn những cấp bách của hiện tại, nhưng quên thì, quả là đắc tội với những trung trinh tiết liệt, với những hy sinh mà bây giờ nghĩ đến thật đáng cho ta khấu đầu đẫm lệ. Và tôi muốn, Ký Ức Thiên Thu này, đáp đền trong muôn một, Người Xưa.

Thời gian tôi muốn nói là lúc này đây. Vào những tháng 5, 6, 7, 8 năm 2011 này, trên đường phố khắp nơi đang có những cuộc biểu tình của người Việt Nam chống Trung Cộng về chủ quyền Hoàng Sa ở Biển Đông. Nối nhịp với sự kiện ấy, báo chí cũng như trên TV nhắc lại những trang lịch sử chống Tàu lừng lẫy cùng những bài thơ chính khí của tiền nhân. Không lúc này thì bao giờ nữa để tỏ sự tri ân với người xưa, và nhắc nhớ cho người sau?

Mỗi buổi sáng tôi miệt mài với tài liệu và đánh máy những bài thơ, những trang sử. Dần dà tôi đâm ra mê thơ đầy hào khí của những danh tướng. Lời thơ gắn với thân phận bi hùng luôn đẩy tôi đến câu hỏi, sao thế, những người như thế, những thơ như thế mà không được nhắc nhớ, ngưỡng mộ cho đúng tầm vóc của nó? Nhất là, lúc này, trong hoàn cảnh đất nước đang đứng chênh vênh trên bờ miệng đang há mõm của một tham vọng, không biết lúc nào thì cái quang gánh ốm o hình cong chữ S bị nó ngoạm và nhai nghiến ngấu. Cái bóng tối Bắc Thuộc và những vùng vẫy thế cô oanh liệt của anh hùng xưa như bao trùm lên hơi thở của căn phòng làm việc, cũng nhỏ nhoi, cô đơn, nhưng, tôi nghe được, nhịp tim sử thi đang phập phồng trên từng phím gõ...

Những buổi sáng của tôi cứ thế trôi, trên dòng thơ Chính Khí.

... Và. Tôi sẽ không quên chút nào, cho dù sau này có bao nhiêu nắng của mùa xuân tháng 5 đi nữa, tôi sẽ mãi nhớ buổi sáng tháng 5 của ngày mà tôi cảm như ẩn hiện mầu áo trắng khói sương Lý Đông A, trong câu nói đầy hoài niệm của người bạn, -Thơ Đông A toàn là về nước nhà, dân tộc, như Huyết Hoa, Đạo Trường Ngâm... thế này, mà ngày trước không được đem vào chương trình giảng dạy ở trường học-. Chết năm 26 tuổi. Người bạn đọc nhỏ, giọng đầy cảm động, *buổi Sát Thát chàm vai thề đầu mất / ngày Bình Ngô nổi cờ không khuất tất / khi Cần Vương nhổ mặt lũ gian hùng...*

Tôi thấy có tội và mắc cỡ về sự thiếu lưu tâm của mình về - Lý Đông A (1921-1947) - Theo Wikipedia, ông là một nhà triết học, một học giả, một nhà cách mạng và chính trị gia. Và là một nhân vật còn nhiều tranh cãi trong lịch sử, văn sử Việt Nam, cũng như cái chết bí ẩn của ông tại Bến Chương thuộc xã Hiền Lương, tỉnh Hòa Bình. Các tác phẩm của ông được nhà xuất bản Gió Đáy phát hành tại miền Nam Việt Nam từ năm 1969. Một người bạn của tôi ở Canada, có một giọng ngâm thơ tài hoa, Tôn Nữ Lệ Ba, chị tặng tôi một CD ngâm toàn thơ chính khí, trong đó có bài thơ của Lý Đông A. Trên youtube.com /watch?v=IONID8mUAf0, tôi thấy dòng comment "Tổ quốc đang bị ngoại xâm, xin lắng nghe Chính Khí Việt."

Từng phím chữ như lời nghẹn, ... *nước Mê Linh trăng thu còn vằng vặc / sông Bạch Đằng sóng vỗ thuyền cắc cắc / non Chi Lăng gió cuốn rừng cung đao / đồng Đống Đa xương người phơi man mác /... Chính khí Việt suốt đất trời bàng bạc / Chính khí Việt trong máu người Hồng Lạc / gió thê thê quất dậy hồn phục hưng / gươm Vạn Thắng cứu nước nòi giết giặc /... Vượt đau nhục lên sống còn hùng tráng...* (Lý Đông A, Chính Khí Việt, tập thơ Đạo Trường Ngâm)

Nắng sáng tháng 5 hôm ấy là mầu áo trắng huyền thoại của một nhà lý thuyết, nhà thơ, cũng là một chiến sĩ xông pha giữa trận đánh Pháp trên đồi Nga Mi...

... Một buổi sáng đầu hạ, cái nóng như hun đến tận cả tâm tư, tôi đọc Việt Điện U Linh Tập của Lý Tế Xuyên, trong đó, truyện huyền thoại Trương Hống, Trương Hát, có ghi một bài thơ được xem là một bản Tuyên Ngôn Độc Lập đầu tiên của Việt Nam. Bài thơ Nam Quốc Sơn Hà. Thuở nhỏ được học tác giả là danh tướng Lý Thường Kiệt. Theo Wikipedia thì, bài thơ được cho là của thần, giúp Lê Hoàn chống quân Tống năm 981 và Lý Thường Kiệt chống quân Tống năm 1077. Đa số các nhà nghiên cứu đồng quan điểm ghi khuyết danh tác giả bài thơ. Học giả Lê Mạnh Thát trong bài "Pháp Thuận và Bài Thơ Thần Nước Nam Sông Núi" cho rằng tác giả bài thơ là Đỗ Pháp Thuận. Theo các nghiên cứu gần đây thì bài thơ này xuất hiện dưới thời Lê Đại Hành.

Trong kháng chiến chống Tống lần thứ nhất, năm 981, Lê Hoàn đã cho đọc bài thơ trên để khích nhuệ khí tướng sĩ và áp đảo tinh thần quân Tống. Và đã thắng Tống tại trận thủy chiến Bạch Đằng.

Trong kháng chiến chống Tống lần thứ hai, năm 1077, Thái Hậu Ỷ Lan cùng Thái Uý Lý Thường Kiệt đã hòa hợp được các phe phái để cùng nhau chống giặc. Trong trận quyết tử ở gần sông Như Nguyệt (Sông Cầu), Lý Thường Kiệt đã sai người tới đền Thánh Tam Giang (Trương Hống Trương Hát) gần bản doanh của tướng Tống, đọc vang bài thơ Nam Quốc Sơn Hà để phân tán tinh thần giặc. Ngày nay nơi đó vẫn còn một ngôi chùa Xác, nơi năm xưa cầu siêu cho oan hồn tử sĩ. Chắc hẳn từ chiến thắng vang dội đó mà bài thơ này gắn bó với danh tướng Lý Thường Kiệt hơn cả?

Đầu tôi cứ ong ong, *Nam Quốc sơn hà nam đế cư / Tiệt nhiên phận định tại thiên thư / Như hà nghịch lỗ lai xâm phạm / Nhữ đẳng hành khan thủ bại hư.* Âm Hán Việt đọc lên nghe thật hùng tráng, dõng dạc. Đúng là sức mạnh của nhạc thơ.

Lê Thước - Nam Trân dịch: *Sông núi nước Nam vua Nam ở / Vằng vặc sách trời chia xứ sở / Giặc dữ cớ sao phạm đến đây / Chúng bay nhất định phải tan vỡ.*

Nam Quốc Sơn Hà ấy, bỗng một ngày biến mất cái ải nơi xưa Nguyễn Phi Khanh dặn dò Nguyễn Trãi trước khi bước qua mảnh đất lưu đày, ải Nam Quan. Bỗng một ngày dòng thác Bản Giốc bùi ngùi reo nỗi ly hương. Trong một bài báo không ký tên tác giả ở baomoi.com, tôi đọc được mấy dòng này, "Sinh ra trong binh lửa, bất tử cùng chủ quyền non sông, lời thơ "Thần" -Nam quốc sơn hà- chỉ với 28 từ (thất ngôn tứ tuyệt) mà nội dung ý tứ sâu xa. Để bảo vệ đất nước, tất thảy người dân Việt quyết đánh tan ngoại xâm dù chúng có mạnh đến mức nào. Ngày nay, lời thơ "Thần" khắc trên bia trong am thờ ở đảo Đá Tây thuộc quần đảo Trường Sa của Tổ quốc vẫn ngày đêm vọng vang cùng sóng nước."

Một buổi sáng tháng 7, tôi được xem một tấm bản đồ Việt Nam cũ, in từ năm 1838, có tên đảo Cát Vàng, thế, nó lại được đổi tên là Hoàng Sa, bây giờ nó là nơi mà ngư dân mình muốn tới để đánh cá phải trả giá bằng sinh mạng của mình. Như mơ màng bên tai giọng mẹ tôi ru cháu, ... *ai lên xứ Lạng cùng anh, bõ công bác mẹ sinh thành ra em...*, bây giờ thì thế nào, phải xin phép ai để đi đến một nơi đã là đất nước của mình? Cái im lặng sau câu tự hỏi ấy như vị mặn trên môi. Hơn lúc nào hết, dân mình đang cần sức mạnh "Thần" của Tuyên Ngôn Độc Lập ngàn xưa kia.

... Sáng nay, tôi ghi vào Ký Ức Thiên Thu sự kiện tìm thấy hai bãi cọc Bạch Đằng. "Một được tìm thấy vào năm 1953, trong một đầm nước giáp đê sông Chanh, thuộc Yên Giang, thị xã Quảng Yên, tỉnh Quảng Ninh, gồm hàng trăm cọc bằng gỗ lim, đầu dưới vát nhọn, đầu trên đã bị gãy, cắm theo hình chữ "chi" trong đó có 42 cọc gần như nguyên vẹn khi phát hiện. Một tìm thấy vào năm 2005 tại cánh đồng Vạn Muối thuộc Nam Hòa, thị xã Quảng Yên, Quảng Ninh. Như từ giấc mơ quá khứ, nhô lên hàng chục cây cọc *"được cắm xiên 45° theo hướng ngược với dòng nước vì vậy khi đâm vào thuyền địch đang rút lui sẽ tạo thành lực đâm lớn hơn. Phát hiện này khiến các nhà khoa học đã bất ngờ về kích thước bãi thủy chiến xưa, dài khoảng 5km, rộng từ 2-4 km. Và làm thế nào để người xưa đóng một số lớn cọc gỗ xuống lòng sông Bạch Đằng vẫn còn là một bí ẩn..." "cọc Bạch Đằng tượng trưng cho ý chí quyết chiến quyết thắng của dân tộc Việt Nam trước âm mưu bành trướng của các thế lực phong kiến phương Bắc."* (Hà Dũng / soha.com), chúng là những ngưng cao đầu trong lịch sử nước ta.

Bạch Đằng, một dòng sông như một bài thơ chính khí hùng tráng, những chiếc cọc là tiết tấu quyết liệt đòi độc lập tự chủ, vỗ hoài vào bến bờ sử Việt Nam ba chiến công:
- Trận Bạch Đằng năm 938: Ngô Quyền thắng quân xâm lược Nam Hán, chấm dứt hơn nghìn năm Bắc thuộc, mở ra thời kỳ độc lập tự chủ của dân tộc.
- Trận Bạch Đằng năm 981: Hoàng đế Lê Đại Hành đánh tan quân Tống xâm lược.
- Trận Bạch Đằng năm 1288: Hưng Đạo Vương Trần Quốc Tuấn đại thắng Nguyên-Mông, trong cuộc kháng chiến chống quân Nguyên lần thứ ba.

Dạt dào trong nắng sớm Little Saigon âm thanh tiếng sóng Bạch Đằng, một Ngô Quyền lừng lững trên chiến thuyền, và, mơ hồ hơi lạnh những cọc sắt bẫy quân Hán nằm bao năm dưới lòng sông sâu phả vào căn phòng đầy ánh nắng tự do, nơi, có tôi, một người vừa để lại quê nhà phía xa, có những bạn, mà bao nhiêu năm đất nước thay chủ là bấy nhiêu năm xa xứ... Khi gõ từng phím chữ những bài viết về cuộc đời những danh tướng, những trận chiến lưu danh thiên cổ, những lời thơ bất khuất, tôi đã có cảm giác như đang góp thêm bước mình vào những bước chân của anh em khắp nơi đang biểu tình trên đường phố...

... Cũng vẫn là buổi mai..., tôi không biết tình yêu nước trong tôi rưng rức lên bởi cái hùng khí thơ xưa, hay cả bầu không khí làm việc đang sôi câu thơ *non nước ấy nghìn thu*, câu dịch quá hay! Tôi thốt lên sảng khoái khi đang gõ chữ. Cùng lúc cảm thấy lạnh bàng hoàng, trạng thái ưng ức của sắp vỡ, *non nước ấy nghìn thu*, chỉ Trần Trọng Kim dịch mới ra được hết cái thần mênh mang của câu nguyên tác, *Vạn cổ thử giang san*.

Rồi là những phút giây, tôi lặn vào thời gian của một tướng quốc trẻ trung văn võ song toàn, Trần Quang Khải, nổi tiếng trận thắng Chương Dương với quân Nguyên Mông, bài thơ Tướng viết lúc theo vua xa giá ca khúc khải hoàn.

Bài Tòng Giá Hoàn Kinh: *Đoạt sáo Chương Dương độ / Cầm hồ Hàm Tử quan / Thái bình tu trí lực / Vạn cổ thử giang san*
Trần Trọng Kim dịch: *Chương Dương cướp giáo giặc / Hàm Tử bắt quân thù / Thái bình nên gắng sức / Non nước ấy nghìn thu*.

Non nước ấy nghìn thu, trầm hùng mênh mang của bao nhiêu sông bao nhiêu núi bao dặm dặm đường dài, mà mỗi ngọn cỏ, mỗi tấc đất đều mặn máu và nước mắt. Dường như nối dài, nắng nơi miền nam Calif. này đang là một dải nắng máu thịt trong cái nghìn thu của giang san kia.

Non nước ấy nghìn thu, không hiểu sao lời và âm của nó làm tôi rưng rưng. Đêm hôm ấy, tôi nằm mơ thấy Trần Quang Khải, đứng trên chiến thuyền, đẹp hùng vĩ của một pho tượng. Hôm sau, tôi đọc lại tiểu sử và sử ghi như vầy, *ngài là một vị tướng rất đẹp trai!*

Cứ thế, mỗi ngày nơi căn phòng nhỏ, nắng sáng được phản chiếu bởi gương nên nó long lanh như ánh nước nhẩy múa trên những kệ sách, để rồi một vạt tôi, chìm nổi với dòng thơ chính khí...

Một buổi sáng tháng 8, tôi đi làm việc mang theo một cuốn sách để trả lại thư viện, tập thơ Hồn Việt của Đằng Phương. Ông là một giáo sư Chính Trị Học tại Học Viện Quốc Gia Hành Chánh Sài Gòn, một nhà chính trị, một nhà thơ, tiêu biểu là thi phẩm Hồn Việt, xuất bản 1950, trong đó có bài thơ Anh Hùng Vô Danh: ... *Họ là những anh hùng không tên tuổi / sống âm thầm trong bóng tối mông mênh... / ... Họ là kẻ khi quê hương chuyển động / Dưới gót giày của những kẻ xâm lăng / Đã xông vào khói lửa, quyết liều thân / Để bảo vệ Tự Do cho Tổ Quốc...*

Anh Hùng Vô Danh, là chiều mênh mông tím, là cánh chim bay vút lên không, là ngọn núi cao vòng hoa tuyết phủ, là cánh bướm khuya đập vọng âm đêm, là hạt sương mai chứa cả bình minh... Hình ảnh những chiếc lá khô hiu hắt trên nấm mộ loang lổ gạch vỡ trong một nghĩa trang hoang phế, làm tôi bi phẫn. Nhìn xem, sau cuộc nội chiến ở Hoa Kỳ, tử sĩ của cả hai miền Nam Bắc đều được vinh danh. Không có cái chết nào vì đất nước mà phải bị quên lãng. Họ đã là Anh Linh. Máu thịt dân hai miền đều đã thấm hòa vào mảnh đất quê hương, để cho triệu con dân Việt đang bước đi, ngày hôm nay...

... Một ngày tháng 9, khí trong nắng sớm đã váng vất hơi thu, đó là mùa tôi thích vì cái mềm mại của nắng y như chiếc khăn lụa tôi quàng trên vai, đựng đầy nỗi nhớ, thắc thỏm mắc vào những con gió đi qua, gió, hình như đã nhẹ thơm mùi lá đã muốn đổi mầu. Tháng 9, tôi ghi vào Ký Ức Thiên Thu cái chết của Nguyễn Trãi và Nguyễn Thị Lộ, ... *Đỏ thẫm bản án tru di / Ngậm oan nghìn năm mây trắng / Ngậm đau nghìn thu sử thi...* (NTKM)

Bản án tru di ấy xẩy ra vào ngày 19.9.1442, dưới triều Lê, gọi là Án Lệ Chi Viên. Một vết chàm trong lịch sử Việt Nam về giết hại Khai Quốc Công Thần Nguyễn Trãi và vợ là Lễ Nghi Học Sĩ Nguyễn Thị Lộ.

Bình Ngô Đại Cáo của Nguyễn Trãi, một thiên cổ hùng văn, được xem là bản Tuyên Ngôn Độc Lập thứ hai của nước ta. Người viết vào năm 1427, thay lời Vua Lê Lợi, tuyên cáo chấm dứt kháng chiến chống Minh, và tuyên bố Đại Việt độc lập.

Tôi tưởng tượng, Người quắc thước giơ ngón tay trỏ lên mà rằng:

... Duy ngã Đại Việt chi quốc. Thực vi văn hiến chi bang. Sơn xuyên chi phong vực ký thù... (Như nước Việt từ trước, vốn xưng văn-hiến đã lâu. Sơn-hà cương-vực đã chia...)

Hẳn lòng Người đã đau khi viết:
... Vì họ Hồ chính-sự phiền-hà, để trong nước nhân-dân oán bạn. Quân cuồng Minh đã thừa cơ tứ ngược, bọn gian-tà còn bán nước cầu vinh. Nướng dân đen trên ngọn lửa hung-tàn, vùi con đỏ xuống dưới hầm tai-vạ...

Rồi dõng dạc bảo với phương Bắc:
... Ta đây: Núi Lam-Sơn dấy nghĩa, chốn hoang-dã nương mình. Ngắm non sông căm nỗi thế thù, thề sống chết cùng quân nghịch-tặc. Đau lòng nhức óc, chốc là mười mấy nắng mưa; nếm mật nằm gai, há phải một hai sớm tối. Quên ăn vì giận, sách lược-thao suy-xét đã tinh; ngẫm trước đến nay, lẽ hưng-phế đắn-đo càng kỹ. Những trăn-trọc trong cơn mộng-mị, chỉ băn-khoăn một nỗi đồ-hồi. Vừa khi cờ nghĩa dấy lên, chính lúc quân thù đang mạnh.

... Đem đại nghĩa để thắng hung-tàn, lấy chí nhân mà thay cường-bạo.

... Giang-san từ đây mở mặt, xã-tắc từ đây vững nền. Nhật-nguyệt hối mà lại minh, càn-khôn bĩ mà lại thái. Nền vạn thế xây nên chăn-chắn, thẹn nghìn thu rửa sạch làu-làu.

... Vẫy-vùng một mảng nhung-y nên công đại-định, phẳng-lặng bốn bề thái-vũ mở hội vĩnh-thanh. Bá-cáo xa gần, ngõ cùng cho biết.
(Trần Trọng Kim dịch, vi.wikisource.org)

Lời bài thơ khiến tôi vui như vừa được cho một món đồ gì rất ưng ý. Hôm ấy tôi làm việc với nỗi im lặng dìu dịu của nắng trời và, vạt nắng độc lập của Bình Ngô Đại Cáo bay ra từ pho sử xưa bập bềnh theo dòng nắng lòng những đứa con ly hương.

Thời gian trôi yên bình trong không gian chứa đựng hiện tại lẫn quá khứ, và, chưa biết đến lúc nào thì tôi thôi nghe nhịp tim chính khí âm vang...

Trời thu, dịu thơm về hơi biển xa. Tôi bước vội ra cửa. Bầy quạ đen đậu trên thềm sầm sập cánh bay lên. Đàn lá khuynh diệp xanh bạc trong nắng trưa. (Mùa thu 2011)

oOo

Năm 2014. Vào tháng 5, 6 lại hừng hực lên những cuộc biểu tình của người Việt Nam khắp nơi trên thế giới, đặc biệt lần này xảy ra rất mạnh mẽ tại Việt Nam, chống Trung Cộng đặt giàn khoan HD-981 tại Hoàng Sa.

Giờ tôi đã nghỉ làm việc. Sáng nay, cũng mùi cà phê Starbucks, tỏa đầy phòng khách và khi mở laptop tôi bỗng nghe như nắng hắt vào dậy sóng những áng thơ hùng khí còn nóng trong ký ức.

Thời gian và hình ảnh như âm vang đám bụi bay lên khi tôi vỗ bụi một cuốn sách để lâu ngày không dùng tới. Bây giờ cũng đang thu, tôi nhìn qua cửa sổ, ngõ nhà đầy lá khô, thấy lòng vắng như vừa mất cái gì, có con quạ đen đập lá, rơi vọng câu thơ của Lý Bạch, *Lạc diệp tụ hoàn tán / Hàn nha thê phục kinh... Lá rơi tụ rồi tan / Quạ đậu lạnh giật mình* *...

Nguyễn Thị Khánh Minh
*Bài thơ Thu Tứ của Lý Bạch, Trần Trọng Kim dịch

CUNG TÍCH BIỀN
Khánh Minh, Chữ Nghĩa Nơi Tấc Lòng

Một số ít các nhà thơ nữ, không cứ là trong sáng tác, ngay đời thường của họ, đã là một bài thơ, là Thơ. Đó là sự thuần khiết về tâm hồn, sự hiền hòa, thơ mộng, thanh cao trong ứng xử. Họ là một cành dị thảo trong vườn hoa vốn đã đầy hương sắc.

Một hôm, được mời dự một buổi ra mắt một tập thơ của Khánh Minh, được mời phát biểu đôi lời, tôi nhớ tôi chỉ nói đúng mấy từ, "Nói về thơ Khánh Minh ư? Khánh Minh, đã là Thơ rồi".
Khánh Minh là nhà thơ, viết cả văn.

Thường, một người làm văn, khi mần thơ, thường không được hay. Ngôn ngữ thô cứng. Chỉ rặt lý luận. Khen thơ ấy hay, chỉ vì nhà văn ấy đã khéo léo lôi kéo người thưởng ngoạn, thay vì thơ, đã đi đường tắt theo cái lý lẽ, lý luận về "cái sự đời" tương đối chặt chẽ do ông đưa ra. À, thơ hay, đúng vậy. Kiểu tam đoạn luận.

Nhà thơ mà viết văn? Cũng chẳng hay ho chi, trừ một vài tài năng hiếm hoi. Thi sĩ viết văn? Đó là cuộc sa đà vào tràng giang mơ mộng, cái chữ lênh đênh trôi giạt. Không cô đọng. Vì văn quá thơ, nên văn quá hiền. Rêu nhạt. Không có cái sắc sảo, ác, gọn, tỉnh táo như nhà văn.
Xem Tản Đà, một người mần thơ linh kiệt, như thần trời nói hộ chỗ thần tiên:
"Cửa động
đầu non
đường lối cũ
Ngàn năm thơ thẩn bóng trăng chơi
[đoạn cuối, thơ Tống biệt]

Mà/ nhưng văn của ông? Thật là con đường rừng quanh co rối rắm, lẫn lộn lá xanh lá vàng, bờ cao, suối nước. Nói gọn, một khu vườn bấy lâu thiếu chăm sóc.

Khánh Minh, thơ và văn. Cô chưa đứng trên đỉnh. Cô chỉ lơ lửng chỗ sườn non. Nhưng, thế cũng là hân hạnh cho người đọc. Ở đây thấy được đồng bằng dưới kia, thấy biển, thấy cái nhân gian xanh lơ bàng bạc. Ở đấy, đã đầy đủ những biểu tượng của hiện thực, và bao la là biểu cảm với cái thế giới hư vô, huyền ảo của tâm hồn. Thơ và văn của Khánh Minh rất đều. Không cái nào là tay trái. Khánh Minh, người có hai tay mặt.

oOo

Những ai là người Việt, từng sống trong thời gian dài dặc ba mươi năm, dài hơn hai mươi năm nội chiến từng ngày. Trà trộn với chiến tranh, hòa bình, chia cắt, tù đày, mỗi người trong chốn nhân gian rủi ro ấy, không ai trốn khỏi những hoạn nạn, thương tích. Thương tích thể hình, thương tích hủy hoại sâu thẳm trong tâm/ linh hồn.

Đủ kiểu thương tích. Mỗi người có, một, hai. Như ta có sẵn vài cái xương sườn trong cơ thể.

Khánh Minh không thoát ngoài. Khánh Minh đứng trong cái Bóng dĩ vãng. Thơ văn của cô là trĩu nặng nỗi cảm hoài, lắng trầm ký ức.

Hãy đọc *Một nhịp dừng* của Khánh Minh, Dừng ở nơi đâu? Nơi chốn sâu nỗi lòng. Dừng trong cơn mơ xanh biếc, rất long lanh những phận người.

Khánh Minh nhớ Cha. Ở ngoài ánh sáng, cô nói hộ cái hoàn cảnh tối tăm, cái tâm tư xám màu, của thân phụ mình đang trong trại tù Gia Trung.

MỘT NHỊP DỪNG
Khoảnh khắc những vòng tay. Hụt hẫng
Một vuông trời đêm, thức giấc
Bóng tối so dài hạt lệ...

Khoảnh khắc những đêm thầm, nỗi sợ
Nín cơn mơ, canh chừng lời nói mớ
Bình minh bật trắng âm u

Khoảnh khắc những bước chân, bóng hút
Đôi mắt ngó con đường đi, bỗng cụt
Mầu san hô đỏ dưới chân ngày

Khoảnh khắc dài theo tiếng gọi
Rốt lại một chiều câm tiếng nói
Đợi chờ đuối một giấc mơ

Khoảnh khắc vói theo mùa xuân trôi
Mầu hoa tím ở trên đồi
Thường về lao xao trong giấc ngủ

Khoảnh khắc những vòng xe lăn mãi
Biết đâu một nhịp dừng thơ dại
Tôi lại về kịp giấc tôi mơ...
2012
(Viết theo nỗi niềm của cha tôi, những năm tháng ở trại tù Gia Trung)

Một bài thơ gây nhiều xúc động cho người đọc. Tâm sự, nỗi cảm hoài riêng tây ấy cũng là một tâm cảm chung của mọi người Miền Nam trong buổi kết thúc cuộc chiến chinh Nam Bắc.

Một sớm mai thức giấc, bàng hoàng nhìn ra, "Chúng ta mất hết cả rồi". Tan nát đời thường. Cạn kiệt những hy vọng. Chúng ta bị bao vây bởi những sợ hãi, khốn cùng trong tuyệt vọng. Một trại tù chung, bao la từ con đường đi phố thị đến những ai sống trong lũy tre làng. Không cứ là chốn Gia Trung, có rào kẽm gai cổng sắt, ngoài đời này, chúng ta cùng một cảnh chung, *"Một vuông trời đêm, thức giấc. Bóng tối so dài hạt lệ..."* Và, ngay trong giấc ngủ, vẫn *"Khoảnh khắc những đêm thầm, nỗi sợ. Nín cơn mơ, canh chừng lời nói mớ"*

Trong tháng ngày thẳng thốt ấy, một cơn gió lạnh, thoảng, người đã rùng mình như lưỡi gươm đưa. Trong nắng, đã chảy đầy bao vết thương. Ráng chiều, lệ đỏ.

Một Nhịp Dừng. Bài thơ hay. Cấu trúc lạ. Ngôn ngữ đẹp, sâu lắng. Mỗi chữ/ từ, đã rõ lộ sự cần thiết trong Thơ, là *"Ý tại ngôn ngoại"*. Xác Chữ ở đây, mà Hồn chữ nơi Cõi ngoài, nơi lai láng mối giao hòa giữa tác giả và người thưởng ngoạn. Một tâm tình chung, trong hoàn cảnh, lịch sử chung chịu.

Và, hãy đọc một đoạn văn, Khánh Minh viết:
"Về, là về lại một nơi mình đã chia xa, một chốn cũ, nơi mình được ngồi yên lặng để bầu thân thuộc truyền cho mình những dưỡng chất

đã tiêu hao theo những dặm dài, để được nhìn thấy mình cùng không khí ấy mới mẻ thế nào, cũ kỹ ra sao. Hẳn sẽ là bước về nôn nao hối hả.

"Về, là về cõi thời gian, một dòng chảy mơ không bờ bến, nếu không dành tâm tới lui với nó, khuấy lên hiện tiền một tiếng gọi, vén chút mù sương của ký ức, dợm một bước những phút giây sẽ tới, thì dòng chảy ấy sẽ hư vô. Nên bước về như thước phim quay chậm.

"Và sẽ chập chùng trên đó những bước chân của xác phàm lẫn tâm thức. Nơi chốn ấy là Sài Gòn, thời gian ấy là Sài Gòn. Vâng, Sài Gòn...

"Ngôi nhà ba mẹ tôi ngày trước, có hàng trâm bông vàng bên kia vệ đường, tới mùa hoa gieo phấn thì bụi vàng xác hoa li ti đầy trước ngõ.

"Tôi đứng yên trước cổng, nếu có bấm chuông cũng sẽ không có ai mở cửa. Tần ngần cầm chiếc chìa khóa, tôi mở, tiếng lách cách nghe lạ như lâu lắm chưa từng... Tôi đi thẳng lên lầu nơi có bàn thờ, mùi gỗ cầu thang âm ẩm, tôi nhìn hình cha, một chút sợ sợ, không biết vì sao, có lẽ tại âm dương nghìn trùng trong căn phòng thờ im lặng, tôi đặt tay lên khuôn hình, ba ơi, con về với ba đây.

"Phất phơ mầu áo lụa mỡ gà bộ bà ba xô giật tôi. A, tôi đã theo mầu áo này mà về.

"... Mầu áo tôi không quên cha tôi mặc tối hôm ấy. Buổi tối, như vậy thôi, đừng nhớ thêm gì nữa về thời gian..., một toán lính xông vào nhà tôi như một trận bão, túa lên những phòng và dồn 8 người gia đình tôi xuống phòng khách. Một tờ giấy được giơ lên, một lời được đọc. Đêm đóng lại theo từng bước chân của mỗi người được gọi lên phòng của mình.

"Tất cả phòng đều bị niêm phong. Có ai nghe tiếng một chùm chìa khóa quăng mạnh xuống mặt bàn gỗ như thế nào không, có thể không là gì nhưng đêm đó âm thanh ấy đã làm cả nhà tôi giật nẩy người. Đó là chùm khóa nhà. Và sau đó là tiếng loảng xoảng của những chiếc còng tay. Ba tôi đi, hai em trai tôi đi, bước lên một cái xe bít bùng. Họ đang bước vào bóng tối. Cùng đi là tất cả sách vở trong nhà. Tiếng những chiếc xe nhà binh như tiếng rú...

(Trích Lần Theo Mộng Ảo Mà Về)

Đoạn văn này khá sâu sắc. Lối hành văn và chữ nghĩa là của một tay dụng chữ già dặn. Cô đọng trong diễn tả nỗi đau thầm, nhưng thanh thoát, xanh lơ cái bình thản, của một người hiểu đời.

Chữ nghĩa thấy ra đơn giản, thực sự chúng bị xé bức, công phá bởi ký ức đau đớn, một dĩ vãng xám ngắt trong mù mưa thời thế.

Hà cớ gì người trở lại thềm nhà xưa với trọn niềm đau? Không hề là mộng ảo. Đây là Cõi đời thật. Về lại nơi cố quận, chỉ vì nhớ Cha mà về. Nhớ màu áo xưa. Nhớ Bóng tối phận người.

Một ngôi nhà xưa. Một nơi thờ phụng chừng vắng khói hương. Một người nhớ người, trong cái sầu lắng của nguyên-màu-ký-niệm.

Bùi Giáng xưa cũng nhớ người. Hỏi người mai sau, nhưng chính là nhớ người trong ngày tháng cũ:
"Em về mấy thế kỷ sau
Nhìn trăng có thấy nguyên màu sơ nguyên".

Một bài thơ lạnh. Nhưng Nhà thơ đáo để là chỗ này. Cái chuyển luân của kiếp người, và cái bất biến từ tự nhiên. Trăng, là trăng vạn đại. "Em" là em một kiếp khác. Không phải người khác. Sao vậy? Nguyễn Công Trứ đã từng cảm khái *"Kiếp sau xin chớ làm người / làm cây thông đứng giữa đời mà reo"*. Nếu hậu kiếp được là một chủng loài khác, thuyết lý của nhà Phật cũng đồng ý vậy, thì "Em" của Bùi Trung niên Thi sĩ có thể là "Con nai vàng ngơ ngác". Bùi Giáng đã từng nói, *"Đứng ngã ba nhìn ra ngã bảy, nhìn xe cộ hóa hươu nai".*
Cùng văn phong ấy, Khánh Minh đã viết: "Về, là về cõi thời gian, một dòng chảy mơ không bờ bến, nếu không dành tâm tới lui với nó, khuấy lên hiện tiền một tiếng gọi, vén chút mù sương của ký ức, dợm một bước những phút giây sẽ tới, thì dòng chảy ấy sẽ hư vô"

Cuộc xoay vần, chuyển luân kiếp người, tựu trung, chỉ trong cái đứng im, và lặng yên của Nguyên Màu. Vạn sự tự nhiên. Vạn vật như nhiên. Thiên hà ngôn tai. Trời đất nào có nói gì đâu. Chỉ lòng ta bối rối.

Một căn nhà cũ. Khánh Minh đã trở lại.
Thơ văn của cô, ra đi từ tấc lòng, trở về trong tấc lòng.

oOo

Tôi chỉ đọc một ít thơ văn của Khánh Minh. Và Cái nhìn của tôi có thể giới hạn trên ngần ấy. Nhưng chỗ chữ nghĩa cổ kim có cái lạ. Văn là người. Gặp người chỉ nhìn qua đôi mắt nụ cười có thể biết... rõ người. Dân gian thường bảo *"Coi mặt mà bắt hình dong".*

Đọc vài trang chữ biết chữ nghĩa ấy thế nào. Là, dâm tình Kim Bình Mai. Rộn ràng binh đao Tam Quốc chí. Hay đầm đầm cái vị hương tình Hồng Lâu mộng.

Đọc dăm ba chục chữ đã biết là văn Mai Thảo, với chữ nghĩa mới mẻ, dồn dập hoa mỹ, hay Bình Nguyên Lộc lời chậm rãi tỉ tê, hồn nhiên của trời mây Nam bộ. Đọc dăm câu thơ, biết ngay thơ Nguyên Sa hay thơ Tô Thùy Yên.

Tất nhiên phải có cái tài mới có cái Mới, cái Lạ. Cái mới phải đa diện. Cái lạ phải thật sự là Lạ, khác thường, chỉ một, mới đóng dấu ấn vào trí não người.

Tôi hiểu, Khánh Minh cũng có cái ý thức "Đứng riêng mỗi mình". Đây là thái độ chân thiện, cần thiết trong mỗi người cầm bút.

Rất mừng, trong chừng mực, thơ văn Khánh Minh có một chốn riêng. "Mình không giống ai". Và, mong sẽ không ai giống mình. Cô đã thành công.

Cảm ơn Khánh Minh đã cho tôi đọc một số tác phẩm của em. Và, viết những dòng này. Một tương phùng gió thoảng, trong tình văn hữu.

Cung Tích Biền
Garden Grove một ngày cuối năm,
31 tháng 12 – 2022.

VŨ HOÀNG THƯ
Khánh Minh, Những Bóng, Mơ, Đêm Huyền, và Thoại

Ngày nguyên đán, ngày khởi đầu, nguyên xuân gọi hoa nở màu ban sơ. Có gì đúng điệu hơn ở ngày Tết, bình minh lên thắp ánh thiều quang gọi bừng thế giới hoa nở rộ. Như thể xuân lóe, như thể Tuệ Trung bắt gặp ánh quang,

> *Nhất điểm xuân quang, xứ xứ hoa*
> (Thị học – Tuệ Trung)

Và buổi sáng phiêu nhiên, cái gì đang trôi trong không gian, điệu nhạc? Không nghe âm, chỉ một ngất ngưởng chuyển mình, không nói ra, tôi đang trôi, tôi lờn vờn trong từng âm điệu.

> *Mở cửa*
> *Dòng nhạc trôi ra ngoài. Ban mai dậy sóng*
> *Nắng lụt tôi trong căn phòng nhỏ*
> *Và tôi. Đang ngộp thở ban mai*
> *Bạn cảm thấy sao khi vừa mở cửa*
> *đã rơi ngay trước mặt mình tiếng chim hót*
> *Và bạn sẽ làm gì với những nốt nhạc ấy?*
> (Những Nốt Nhạc)

Như thế, Khánh Minh vẽ. Không bằng cọ và màu. Khánh vẽ bằng mực và viết. Cơn lụt nắng nâng cô lên, ban mai bừng đè nặng nhà thơ xuống, Khánh nhìn ngang, ồ cánh cửa. Hãy tung cánh rộng cho sóng dậy vào lòng. Chỉ mấy câu thơ mà thu tóm không gian ba chiều, trên, dưới và ngang, hội tụ vào hình tượng thi ca.

Cũng như thế Khánh Minh hòa âm. Nhạc khúc không viết bằng ký hiệu nhạc nhưng bằng mặt chữ đời thường.

Và như thế tôi nghe âm nhạc thoát thai từ bức tranh trong tiết điệu thơ. Thi ca. Tài tình là thế. *Và bạn sẽ làm gì với những nốt nhạc ấy?* Thi sĩ hỏi, có ai cất tiếng trả lời? Có lẽ không còn cần thiết. Những buổi sáng của Khánh Minh trong khu vườn của cô khiến tôi nhớ đến khu vườn Amherst gần hai thế kỷ trước, nghe ra tiếng đồng vọng giữa hai tâm hồn mẫn cảm,

What Mornings in our Garden – guessed –
What Bees – for us – to hum –
With only Birds to interrupt
The Ripple of our Theme –
(Emily Dickinson, *I learn – at least – what Home could be*)

Sáng chớm vườn ta – biết ý
Cánh ong – cho ta – ngân nga
Chỉ có chim được ngắt lời
Nhịp rì rào hoan ca ta
(VHT phỏng dịch)

Hay ở một bài khác khi Khánh Minh rơi, tan trong nắng và thơ.

Khoảng thời gian im lặng
Là không gian mình đánh mất
Nơi rơi xuống của lời

Thủy chung nào
Ngưng được thời gian
Không gian nào
Giữ những lời đi...
(Đường Mật, Ngôn Ngữ Xanh)

Lời rơi xuống ở khoảng thời gian im lặng, cũng là khi ta mất chốn về, được phía này thì biển dâu giằng co phía ấy? Lựa chọn thành ngã ba trầm thống của đoạn trường. Thủy chung chết cứng dưới nhịp bước thời gian, phôi pha ước hẹn khi lời đã cất và bay đi, không gian rộng đến muôn phương nào giữ lại được. Như mây bay về vô xứ? Lời trở thành chiếc bóng? Như nhạn của Hương Hải? *"Ngôn" vô di tích chi ý?*

Một liên tưởng không tránh khỏi khi đọc thơ của Khánh Minh và Dickinson. Tôi chẳng làm sự so sánh vì một sự so sánh như vậy vô nghĩa ở đây. Chữ nghĩa họ cuồn cuộn hồi sinh trở về trong nguyên ngữ tối hậu. "Đường mật" và "A word is dead" là chốn hội tụ anh thư tài tử, đề huề giao hưởng.

A word is dead
When it is said,
Some say.
I say it just
Begins to live
That day.
(A word is dead, Emily Dickinson)

Chữ chết đi
Khi vừa thốt,
Người bảo vậy.
Tôi cho rằng
Lời sống dậy
Lúc rời môi.
(VHT phỏng dịch)

Tôi bắt gặp sự tương lân đồng điệu trong thơ của Khánh và Emily ở chỗ hai cô nương suốt cuộc bình sinh sống chết với Thơ, cật lực hít thở Thơ, chữ thơ ở đây phải được viết hoa cho đúng niềm trân trọng. Một trong những cách định nghĩa thơ của Khánh như thế này,

Thơ
Là dòng sông. Cho tôi trôi đi
Là tiếng khóc. Cho tôi rơi lệ
Là dấu mốc. Nhắc tôi trở về
Là bàn tay. Cho tôi nắm lấy
Nhưng thường khi. Nó là bóng đám mây bay
(Thơ, Ngôn Ngữ Xanh)

Như vậy hội ngộ với Nàng Thơ quả là bất khả, như thể nhắn nhủ với nhân quần, này, tưởng là vậy mà không phải vậy. Cho đến khi ngươi chưa tan hòa trong tinh thể, đừng nghĩ sẽ nắm lấy được tay ta.

Trong mật của Nắng
Hoa hướng dương nở
Trong say câu Thơ
Tôi đắm

Nắng và Thơ
Đường mật
Tôi và hoa hướng dương
Buông mình. Rơi. Và tan
(Đường Mật, Ngôn Ngữ Xanh)

Thi ca như một vụ mùa, dù Khánh chỉ nhặt được *"đôi ba hạt lúa chín"*, chìm vào thơ tựa ngụp lặn ở giòng sông mát mẻ, cho dù *"không mang về một hạt nước nào của nó"*, cô còn giữ mãi *"dư âm cái trườn mình của dòng chảy"* (Phút mong manh giữa những từ, tập thơ Ngôn Ngữ Xanh) Từ đó, thơ luồn phong ba dồn dập, thơ ghé bầu khí hậu bàng bạc cô đơn, thơ đưa người vào mơ. Để làm gì? Để mơ với mình thành một.

Em vào giấc mơ anh
Nơi, em được là một giấc mơ...
(Tôi Đang Mơ, Tản Văn Thi)

Biết bao người tự cổ chí kim vẫn bảo thế gian trường mộng nhưng đó chỉ là mơ màng, mơ theo những ham muốn cuồng vọng cá nhân. Mơ của Khánh có một tên khác cùng vần. Mơ tương phùng phong vận thơ, và hí lộng giữa cuộc mơ khôn cùng. Nói mơ là một cách nói khác về thế giới thơ mà nhà thơ hằng sống. Thế giới diễm ảo đó còn có tên nào khác, đúng và hay hơn Thơ?

Đó là bức tranh sắc màu cuộc sống. Nên tôi quý những điều tôi đã nhận. Nên tôi tận lòng với những điều đang ở. Và tôi đem những điều không thể, phó thác vào chiêm bao. Mơ mộng. Mở con đường trú ngụ hơi thở tịch lặng nơi tôi được tỏa hết mình bằng ánh sáng của lời, dù chỉ một lần...
(Khoảnh Khắc Giấc Mơ, Tản Văn Thi)

Nghĩa là, chào nhân gian ân sủng dành, và xin gửi mộng một thành khẩn riêng. Khoảnh khắc mơ, chốn rừng thiêng, gọi hồn hương Lời tiếp miền lung linh. Hay Thơ ở nỗi quanh mình, từng hơi thở cả bình sinh dâng đời?

Thơ về ở, tịch lặng trú ngụ, hay thơ là tiếng vọng, gọi bóng về nhảy múa như Carl Sandburg có lần nói, "*Poetry is an echo, asking a shadow to dance*"?

Mỗi chiều
Thích ngồi khuất vào bóng cây nơi góc thềm
Phóng túng chút mình vào tôi mơ mộng
Không ánh nhìn ranh giới
Không phải trái so đo
Con dơi thoải mái treo ngược
Bệ phóng cho những ý nghĩ
(Mỗi Ngày, Đêm)

Ừ nhỉ, con dơi treo ngược, con dơi thoải mái, người treo ngược, người dồn máu mắt hoa. Thế thì ai "ngược", ai "xuôi", ai "phải", ai "trái" trên cõi đời này? Ôi những cái nhìn phiến diện, những đối đãi luận bàn, những phân chia đen trắng, thi sĩ ngồi vào một góc khuất, dàn rộng mộng mơ, thế là hóa giải, thế là xuyên suốt tầm nhìn. Vô ngại.

Từ đó hình dạng mất tăm, từ đó sương ảnh lờ mờ. Người thành bóng. Có khi mất tăm như giữa trưa, bóng nằm ngay đỉnh đầu người không thấy. Có lúc bóng dài hun hút ở đêm khi ánh đèn lầm lủi xa hút. Tứ chi người lêu khêu mọc cánh. Bóng níu lấy đêm. Bóng làm nên cớ sự. Có những cái bóng đầy ám ảnh, ngộ nhận của chàng Trương; cái bóng Trương Chi nằm đáy cốc My Nương cho tương tư về đậu. Và bóng nhạn không để dấu trong ảnh hình tâm cảnh của Hương Hải, *Nhạn vô di tích chi ý*... như đã nhắc đến ở trên. Bóng của Khánh mang ta về thực tại. Rất người. Kiếp người. Trầm lắng cô đơn giữa hai cái bóng: bóng đêm và bóng của chính mình. Một bài thơ rất ngắn, trích từ tập Đêm (chưa xuất bản), chỉ hai câu mà làm rúng động thần hồn. Không dùng chữ cô đơn mà gọi tuyệt mù khắc khoải, không nói đến thức đêm mà nghe hun hút đêm sâu. Thức đêm mới biết đêm dài, thi sĩ có nội công thâm hậu không nói nhiều. Nhịp liên tưởng làm tố chất của thi ca, bóng đi và bóng về gợi khêu một căn đề giữa cá nhân và đại thể, trong cái này có cái kia. *Ai vẽ được bóng khuya đi/ Cho tôi độ với bóng về. Của tôi.* (Hai Bóng)

Khi con người mờ nhạt thành những bóng ở đời thật, ngày là một âm bản khác của đêm, cho dù tỉnh hay mộng.

Bóng dẫn về con đêm
Bóng dẫn về con mộng
Phơi ngày âm bản đen
(Dưới Chiều, Ký Ức Của Bóng)

Vì sao vậy? Có phải, *Ở đây sương khói mờ nhân ảnh/ Ai biết tình ai có đậm đà?* (HMT), nên cõi nhân gian đó, chỉ có chiếc bóng là người bạn đồng hành, cuộc hôn phối với hoang vu. Còn loài người xa lạ kia, ta mất người đã từ lâu.

Ném buồn vào phố đông
Nhìn người ta bỗng thấy
Mình đi giữa đồng không
Ném buồn vào tôi vậy
Trăm gai cây xương rồng
(Ném Buồn, Ký Ức Của Bóng)

Khánh Minh nói rất nhiều đến bóng. Bóng ở đây phải hiểu là một ẩn ngữ. Bóng chính là vai áo nhà thơ mặc vào để nhảy ra khỏi chính mình. Ta thành người quan sát về chính chủ thể. Ta hiện hữu trong khiếm diện. Bóng là hóa thân để tầm nhìn tổng quan hơn trong biển dâu hàm hỗn dưới ánh mờ nhạt của phong trần.

Bóng vẫn thế, đứng một mình
Làm như thể không có hình tôi xưa
Lạc vào một đêm mộng vừa
Gặp tôi, bóng ngỡ tình cờ, mộng du...
(Bóng – Hình, Ký Ức Của Bóng)

Bạn hãy bước lên bậc-tam-cấp-thời-gian, quá khứ-hôm nay-và ngày mai. Và chọn một giấc mơ. Tôi chỉ giữ lại cho mình, một thôi. Giấc mơ của một cái bóng. Đang gửi một lời hẹn. Không thời gian. (Ai Cần Giấc Mơ? Tản Văn Thi)

Thế nhưng đừng vội tưởng Khánh là con người của ảo vọng, đi đứng ở một chốn mênh mông xa rời thực tế. Trong vai áo đó, cô vạch ra cái trò hề của đời sống máy móc, vô cảm, những con múa dưới sự điều khiển của guồng máy, những con người vong thân quay cuồng đồng bóng. Chúng ta đã thật sự thành những chiếc bóng vô nghĩa mà không hề biết.

Chúng mình như những giọt nước tung tóe vừa bị tát ra khỏi dòng nước quen. Mặt lạ làm tấm gương quen giật mình muốn vỡ.
Chúng mình chạy như những con thỏ trong tầm ngắm. Con chuột giả chết kịp trốn đi khi con mèo tinh quái ngủ quên.
Chúng mình như những mũi tên bị bắn đi bởi kẻ cuồng trí.
Chúng mình như những viên gạch lát đường, nhà, phòng vệ sinh. Như những con robot được đặt vào ngôi nhà đó đi trên con đường đó làm bây nhiêu công việc đó.
Và chúng mình rất thản nhiên thở, cử động dưới những bấm nút.
(Chạnh Lòng, Tản Văn Thi)

   Dù thất vọng, Khánh Minh vẫn tinh tế thấy một xếp đặt, luôn luôn ở đó. Sự xếp đặt mang tên hạnh phúc hay khổ đau. Hãy tin đi, có thể gọi là bất ngờ, nhưng thật ra không phải, bởi chưng mọi hiện hữu đều có lý do của nó. Không nói ra, Khánh nhắn nhủ đến một chữ duyên chăng?

   Tôi nhóm lên một ngọn lửa
   Gió thổi tắt đi

   Tôi nhóm lên một ngọn lửa nữa
   Gió lại thổi tắt đi

   Khi tôi không còn hy vọng
   Thì gió
   Lại làm những que tàn kia bắt lửa…
   (Trước Gió, Đêm)

   Có đêm trăng buồn Khánh Minh nhìn sự vật bằng một con mắt khác, đục thủng ước lệ cho mông lung bưng vỡ. Tôi nhớ đến Nguyệt ca của Trịnh Công Sơn như nhạc nền đang tấu khúc.

   Dằng dặc đêm. Trăng hoài không rơi
   Vắng trong tôi. Tôi hoài không lời
   Chịu không nổi. Một cành cây đập gió

   Trăng buồn
   Lỗ thủng trắng
   Trời đêm

Tôi buồn
Một bóng vá
Thềm im
(Bóng Sáng Trong, Đêm)

Thế giới này con người chú trọng đến cái nhỏ nhoi của hiện tượng bên ngoài. Cái không "thấy" vốn to lớn hơn nhưng thường bị quên lãng. Ta chỉ thấy mặt trăng như là mặt trăng trên nền trời cao. Như ta chỉ thấy nụ cười mở dọc trên môi. Cái phía sau nụ cười, hay cả tấm màn phía sau cuộc khóc đang bao trùm lấy nhân sinh. *Từ khi em là nguyệt* tôi chỉ thấy trăng như một vầng sáng soi hết thế giới tôi. *Từ em thôi là nguyệt*, tôi mới nhận rằng trăng chỉ là lỗ thủng trắng trong đêm huyền. Còn gì ngoài bóng tối? Bóng tối vẫn ở đó khi tôi vui nhưng tôi nào thấy? Trăng và tôi thành lõm nhỏ mất hút, nhỏ nhạnh trong cái toàn thể. Và nỗi buồn vây kín im sững trên thềm bây giờ tôi mới nhận ra. Khánh có một lối nhìn thật mới và lạ.

Cũng có khi tôi im lặng
Chỉ vì tôi sợ
Chạm vào giá băng của biên giới
Đó có phải là nghĩa của Xa Xôi?
(Xa Xôi, Đêm)

Xa Xôi được viết hoa. Như một nhấn mạnh. Như dải Ngân Hà ngoài kia, sáng xanh từng đêm, một cõi riêng, rất riêng, gây lạnh rúng người của xa thẳm vô biên. Thi sĩ ớn mình, làn da mọc u. Chỉ có cảm và biết, và thấm hiểu ý nghĩa sau cùng của cách xa. Xa như quê hương nghìn trùng phía bên ấy.

Trăng ngõ nhà ta xưa
Gần hơn trăng nơi này
Mộng hơn trăng nơi này
...
Đêm ngó trời. Cao quá
Hỏi trăng gần, trăng xa
Đâu là chốn quê nhà...
(Trăng Xưa, Đêm)

Thơ Khánh Minh dùng đủ thể điệu, từ thơ tự do đến thơ lục bát, thơ 5 chữ, thơ 7 chữ, v.v... qua đến tản văn thi.

Một bài lục bát ngắn đầy nữ tính Đông phương, dễ thương chết người tưởng có thể kéo ngã cả trăm ngàn đàn ông vạm vỡ macho, bọn họ đọc bài lục bát này rồi cũng phải quỳ dưới chân nàng.

Anh nghe không
Em đứng đây
Màu xanh nắng vẫn mỗi ngày phủ lên
Như chẳng nơi nào bình yên
bằng nơi em đợi anh, thềm ban mai
Nơi ngoài em chẳng còn ai.
(Thềm Xanh)

Tản văn thi có thể là nơi dụng võ đắc ý và thoải mái của Khánh Minh. Biên giới giữa văn và thơ không còn, mạch thơ quấn quít lấy câu văn, bao nhiêu nội công cô ra chiêu vận dụng được hết mười thành. Đó là những thảo nguyên êm ả tình xanh, chỉ có thơ và mộng bay về quyến rũ. Và tra vấn hiện sinh, và khơi nguồn hiện hữu. Một vài khúc trích dưới đây để thấy ta không cần vần điệu, thơ vẫn man mác bay, mênh mông ý dẫn về, và đẹp đẽ khoảng lặng trầm tư ...

Ngày ấm áp. Em sẽ đến. Bằng tiếng chuông hoa. Mở cánh cửa màu trắng Muguet. Em tặng anh một mùa cổ tích. Đến bao giờ còn có thể, những tháng 5, của ngày mai.
(Hoa Mùa Cổ Tích, Tản văn thi)

Em có thể sống cuộc đời bằng hơi thở giấc mơ. Của tương lai?
Không có con gió nào đóng được ô cửa sổ. Để em nghe nắng mùa xuân. Hát gió phương Nam mùa hè rộng. Quyến rũ diệu kỳ nào cho em rơi theo nhịp vàng thu nuôi một ánh nhìn. Gom sức ấm của mầu lá úa nhóm mùa đông đốm mắt thức gọi bước ai về. Và, anh có tìm em theo dấu chiếc khăn lụa hai mươi chưa từng nguôi nhịp vẫy?
(Ký Ức Của Ngày Mai, Tản văn thi)

Bay đi. Bay đi. Vỡ tôi hạt tím. Rơi như mơ. Bên những đóa lilies. Tiếng cọ Monet phết những vạt màu bay bổng. Thiêm thiếp tôi. Hồ mộng
(Và Gió Nói Với Tôi Rằng, Tản Văn Thi)

Mầu trắng của ngày. Mầu đen của đêm. Đôi khi ranh giới giữa trắng và đen nhập nhòa. Ánh Sáng và Bóng Tối. Ở lời tôi. Ở lời anh. Ở những lời không ở cùng sự thật.

Nếu. Bảo tôi vẽ bóng tối. Tôi sẽ vẽ

Những đôi cánh của chiêm bao mọc ra từ nước mắt. Vầng trăng trên gối ngủ bài thơ. Ngọn đèn cô đơn bên những trang bản thảo. Những bóng đôi trong cuộc khiêu vũ diệu kỳ của hạnh phúc trong veo hạt sương hoan lạc. Những hạt lệ đang lau khô nỗi buồn trả lại tiếng cười ban sơ. Những hạt máu đang hoài thai cội nguồn trong ngần hơi thở. Những giấc mơ êm đềm trôi vào thực tại.

Tôi sẽ vẽ cả tôi đang vượt qua đêm dài. Tôi sẽ vẽ làm sao để người xem tranh thấy được. Bóng tối chỉ là ảo ảnh.
(Bóng Tối, Tản Văn Thi - Đêm)

Hành trình thơ là một hành trình tìm về tuyệt đối đối với Khánh Minh. Không chấp nhận dễ dãi, chữ nghĩa chọn lọc vì thơ là mạch sống của chính bản thân cô. Tưởng là với đến được, ngỡ là đã đến đích, nhưng không, Khánh luôn luôn tự khó tánh với chính mình, thấy điểm hẹn với thi ca vẫn tiếp tục di chuyển ngoài tầm tay. Nên mãi hoài vẫn là phút giây vươn mình và tay với…

> Khi viết xong bài thơ
> Đôi khi. Tôi khóc
> Có phải vì lời đã nói về hạt nước mắt chưa rơi
> Bị giam giữ
> Trong lòng đêm ma mị
>
> Lạc giữa bài thơ
> Tên tò. Như vừa bị phỏng tay trên. Những chữ
> Mộng giữa bài thơ
> Nghe mình lam nham nói mớ
> Thức giấc cùng bài thơ
> Tôi và chữ giật mình
> Bóng bay bay. Cao cao. Rồi vỡ
>
> Khi viết xong bài thơ
> Tôi thường hay xóa
> Dường như tôi sợ bóng tôi
> Giãy chết giữa những con chữ đói
> Bầy ý nghĩ tử thi
> Làm tôi buồn như vừa đưa ai về huyệt mộ
>
> Khi chấm hết bài thơ
> Tôi hụt hẫng. Như chưa thể xong lời

oOo

Tôi đã đọc sáu tập thơ của Khánh Minh, ba tập đã xuất bản (Những Buổi Sáng, Bùa Hương, Ký Ức Của Bóng) và ba tập còn trong dạng bản thảo (Ngôn Ngữ Xanh, Đêm, Tản Văn Thi). Đó là một tập hợp thơ đồ sộ, dày rậm tâm thức trong ý và suy tư. Những gì tôi viết ở trên chỉ là phóng ảnh của phơn phớt lá bìa rừng. Đi vào thư lâm đó, tôi bắt gặp những cơn mơ tôi-cõi-thật-lội-mê-nhừ của Tsurayuki sương đẫm ướt vai giữa mộng và thức, lắm khi tôi trở thành chiếc bóng bên lề nhìn nhịp đời quay cuồng đồng bóng của ảo và thực. Tôi nghe niềm hy vọng xanh và lời thầm thì giữa đêm, thoại. Rất nhiều thoại. Độc thoại, giao thoại, đồng thoại với cái bóng của chính cô. Giữa đêm huyền tan chảy.

Tạm kết ở đây, tự hứa nhất thiết sẽ trở lại khu rừng thơ ấy, và biết đâu sẽ quên lối ra như Khánh Minh,

Một giấc mơ. Tôi sống
Một giấc mơ ăn đời
Một giấc mơ ở kiếp

Đừng mong tôi về nữa
(Kho Đêm, Ký Ức Của Bóng)

Vũ Hoàng Thư

NGÔ SỸ HÂN
NGƯỜI VỢ MỘT ĐÊM

Thân tặng Phi đoàn 118 Bắc Đẩu

Tôi tình nguyện đi lính bởi nghĩ thời chiến trước sau gì cũng không khỏi khoác áo nhà binh. Khoảng một năm sau, ra trường được ưu tiên về phục vụ ở Biên Hòa, khỏi phải bắt thăm. Không biết có quy định từ Bộ Tư Lịnh hay luật không thành văn của các sếp mà làm việc chừng vài ba năm bắt buộc phải đổi ra vùng ngoài cho những người khác về miền trong. Trước khi đồng minh rút quân, vì nhu cầu phát triển quân lực cho chiến trường sôi động nên một đơn vị mới được thành lập tại vùng Cao nguyên Trung phần.

Trước khi tôi mang ba-lô lên đường đáo nhậm nhiệm sở mới thì ở đơn vị cũ trong Vùng III Chiến thuật mọi chuyện đã vô nề nếp: làm ba ngày được nghỉ một ngày. Các quan có gia đình ở địa phương thì về nhà vui với vợ con, còn ai độc thân hoặc nhà ở Sài Gòn thì phóng về dưới chơi. Trái lại, ở đơn vị mới này lạ nước lạ cái không biết chỗ đi chơi nên các sếp đặt quy định làm một lèo nguyên tháng được nghỉ mười ngày. Nhờ vậy mà các quan gốc ở các vùng khác có thời gian xả hơi đủ dài muốn làm gì cũng tiện.

Lúc ấy Quân khu II có hai phi đoàn quan sát chia bao vùng lãnh thổ Vùng II chiến thuật. Phi đoàn tân lập của chúng tôi thường biệt phái Kontum, Ban Mê Thuột, Tuy Hòa, và Qui Nhơn. Qui Nhơn thì ai cũng thích vì thành phố lớn nhiều chỗ đi chơi. Biệt phái thường thì hai chiếc máy bay *đầm già* - đôi khi ba chiếc thì phi hành đoàn gồm sáu quan bay - thay đổi luân phiên vài ba tháng đi một lần. Ngoài ra, tại chỗ còn có Đại úy Chánh làm Sĩ quan Liên lạc Điều không và các hạ sĩ quan cùng lính chuyên viên trong toán.

Sau khi họp bàn giao tình hình quân sự, tình báo, và tiếp vận, Biệt đội Qui Nhơn do Đại úy Ngô Minh Châu làm biệt đội trưởng đóng luôn trong sân bay ngay đầu phi đạo, chia nhau tạm trú trong ba phòng dã chiến là ba-rắc cũ của đồng minh và được sư đoàn giao cho một chiếc xe Jeep có tài xế riêng. Ai cũng biết thời chiến mà, các quan độc thân thường đưa người tình vô phòng tâm sự. Thấy tôi đơn thân độc mã không có đào kép gì - tôi bị *thiểu năng trí tuệ* mà, bữa nọ Đại úy Chánh kêu tôi ra chỗ riêng bỏ nhỏ:

"Có chỗ này hay lắm."

"Hay là hay làm sao?" tôi tưng tửng.

"Người vợ một đêm," Chánh tỏ vẻ bí mật.

"Vợ một đêm là sao?" tôi tò mò hỏi.

"Cô này phục vụ từ A tới Z..." Đại úy Chánh ngừng chút xíu nhìn tôi thăm dò. "Cổ phục vụ y như một người vợ thiệt của mình vậy."

"Nghe có lý," tôi đồng lòng, thử tìm cảm giác một người đàn ông có gia đình xem sao.

"Chắc ăn lắm. Để đi bậy bạ đâu có an toàn," Chánh nói thêm vô.

"Mày có *đi* chưa?" tôi hỏi lại.

"Vợ con tao ở đây mà," Đại úy Chánh phân bua, nói tiếp. "Mày thấy hạp ý và mày thích thì tiếp tục. Còn nếu không thì kết thúc giao kèo. Không có gì ràng buộc hết!"

"Tao thử một đêm coi sao đã. Mà cổ tên gì?"

"Mỹ Lệ."

"Tên đẹp quá há!"

"Người cũng đẹp lại duyên dáng nữa."

Tôi nghe mà khoái trong lòng, lại hỏi:

"Mày có tiền dư hôn cho tao mượn đỡ một ít đi đặng chung trước cho cô ta?" tôi cười cầu tài.

"Tiền là tiền chớ tiền gì dư là sao?" Đại úy Chánh vừa cười vừa móc bóp ra.

"Mày có gia đình vợ con mới có dư chớ mấy thằng độc thân như tao tiền lính tính liền!"

Tôi không biết Đại úy Chánh liên lạc ngoại giao thế nào. Lúc chở tôi tới trước cửa nhà cô Mỹ Lệ bỏ xuống, nó nói:

"Nhiệm vụ của tao tới đây là hết. Từ đây về sau mày tự biên tự diễn," nó nói thêm, "Nhưng đại úy nhớ vui chơi không bao giờ quên nhiệm vụ nha!"

Từ khi đảm nhận *căn cứ* mới, biệt đội trưởng Ngô Minh Châu đóng đô ở đây luôn. Đấy cũng có thể gọi là nhà mà không phải là *cái nhà* hay *căn nhà* mà là một cái phòng thuộc khu cư xá công chức nối liền giống hịch nhau tới mười cái. Hàng rào kín phía trước bao quanh cái sân chung kê bàn ghế cho bốn năm người ngồi chơi. Bên trong có phòng khách, phòng ngủ, nhà bếp, và phía sau có sàn nước chảy ra ống cống chung. Tuy nhỏ nhưng nó cũng đủ chỗ sanh hoạt cho một cặp vợ chồng son hay cùng lắm có một đứa con nhỏ.

Nàng tâm sự:

"Hồi đó em mới học đệ tam. Ông xã em cũng chuẩn úy ra trường Thủ Đức làm trung đội trưởng Địa Phương Quân của Đại đội ba trăm mấy em không nhớ đóng ở tỉnh ly Tân An. Ảnh ở cùng xóm là bạn học của anh Tư em. Hai đứa em yêu nhau. Ban đầu má em có vẻ không bằng lòng, 'Lính sống nay chết mai. Bộ mày muốn làm quả phụ sớm hả?' Ba em nói, 'Thời chiến kiếm đâu ra một thằng hổng phải lính, bà.' Cuối cùng thì mọi chuyện suôn sẻ. Tính đợi tới khi em thi tú tài xong mới làm đám cưới. Đùng một cái... tự nhiên em có bầu!"

"Sao tự nhiên được?" tôi cười.

"Thì cứ cho là vậy đi," nàng cũng cười. "Vậy mà anh cũng bắt bẻ em!"

"Nói chơi vậy mà."

"Anh nghĩ đi, cha mẹ phải xấu hổ biết chừng nào."

"Anh biết. Thế hệ mình xã hội vẫn còn bảo thủ nhưng cũng đỡ hơn thời cha mẹ mình."

"Thời may - em không biết may hay rủi - đúng lúc chánh phủ đôn quân, ảnh đổi ra Sư đoàn 22 Bộ Binh," ngưng một lát nàng có vẻ cảm động. "Không có đường lựa chọn, em theo ảnh ra ngoài này luôn. Ảnh mướn cái nhà này hai đứa ở tới giờ. Hồi đó chừng nửa tháng, có khi một tháng ảnh về một lần. Rồi ngày mùng Chín tháng Mười ảnh đi luôn. Sắp tới giáp năm ảnh rồi!"

"Ảnh tử trận ở đâu?"

"Đâu ở mặt trận Tây Nguyên, Kontum hay Pleiku gì đó."

Phi đoàn Bắc Đẩu có dự mặt trận này. Anh em *đi không ai tìm xác rơi* của tụi tôi cũng rớt một chiếc tại đây nhưng may mắn cứu được phi hành đoàn. Tôi chăm chú lắng nghe Mỹ Lệ kể cuộc đời mình.

"Em sanh thằng Thọ ở quân y viện. Ảnh tên Trường đặt tên con là Thọ mà ảnh đâu có trường thọ. Nay nó được mười bốn mười lăm tháng rồi." Nàng ngoắt thằng nhỏ đang chơi trên nền gạch bông, "Lại đây Thọ. Ba con nè." Thằng nhỏ đi chập chững nhào tới ôm tôi. Nàng quay sang, "Anh muốn nó kêu anh bằng ba hôn?"

"Ờ... thì ba," tôi ú ớ trả lời, quá đỗi thình lình trước đề nghị của nàng.

"Anh nhớ, mình là vợ chồng thiệt đó nha."

"Anh chưa có vợ lần nào nên hơi lọng cọng hổng biết đóng kịch có ngon lành hôn!"

"Nếu anh thích em thì mình tiếp tục. Nếu không thì..." Mỹ Lệ ngập ngừng bỏ lửng câu nói. "Đời em bây giờ coi như bỏ rồi."

"Em còn trẻ mà sao bi quan vậy?

"Nhưng ôm con nhỏ làm gì sống bây giờ?"

Tôi phân vân không biết làm sao giải quyết giùm cho nàng.

Tự nhiên thằng bé Thọ đeo tôi. Tôi ôm nó vô lòng mà có cảm giác ngỡ ngộ. *Có con là vầy sao ta?* Nó bập bẹ *ba ba* khiến tôi sướng run người. Từ trên trời rớt xuống có đứa con ngang xương bụ bẫm đẹp đẽ dễ thương. Hai bàn tay nó nhỏ nhỏ như món đồ chơi. Nó rờ rờ cái an-sin trên ngực, rờ rờ cái lon vải trên vai trong lúc mẹ nó nhìn tôi rất hạnh phúc khiến tôi không thể không ôm hun nàng. Lúc thiếu niên mới lớn tôi vẫn mơ một tình yêu lý tưởng với hai vợ chồng có một đứa con thì đây là hiện thực.

Mãi một lúc sau, khi cơn khoái cảm dịu xuống, tôi mở lời:

"Lát nữa mình đi chợ mua đồ về nấu cơm."

"Anh muốn ăn món gì?"

"Món ruột miền Tây của em là món gì?" Tôi hỏi lại, không trả lời thẳng.

"Canh chua cá kho tộ."

"Đúng gu Nam kỳ của anh rồi."

"Bộ anh hổng đi bay sao?" Nàng chợt hỏi.

"Sáng bay rồi, thay phiên nhau," tôi trả lời. "Chiều mới bay nữa. Tụi nó sẽ đem xe lại rước biệt đội trưởng."

"Anh làm lớn dữ ha!" Nàng cười.

"Tại anh thâm niên hơn mấy đứa nó. Biệt đội trưởng đây như anh em, phi đoàn đặt ra cho có người chịu trách nhiệm nếu xảy chuyện gì chớ không quyền uy như trung đội trưởng hay đại đội trưởng bên đơn vị tác chiến."

Lúc hai đứa tôi đang ra xe - chiếc Honda Dame của nàng - đi chợ thì các phi hành đoàn lái xe tới:

"Sư đoàn mời tụi mình ra nhà hàng ăn cơm trưa."

"Tụi bây đi đi," tôi từ chối. "Lát nữa tao ăn cơm với bà xã."

Tôi vừa nói câu này, nàng cảm động ôm tôi một cách thân thiện khiến tôi như lên thiên đường, có cảm giác và cảm nghĩ như mình có vợ thiệt.

Chiều mấy anh em đem xe lại rước đi bay, nàng đứng cửa vẫy tay chào:

"Bay xong về liền. Em đợi cơm."

Bấy giờ tôi có một người vợ tiễn mình đi làm rồi đợi mình về ăn cơm chung. Hạnh phúc đầu đời bây giờ mới được hưởng.

Nửa tháng qua tôi cảm giác như sống với người vợ chưa cưới. Hình như tôi yêu nàng.

"Anh đừng xí gạt em," nàng thở dài. "Nhiều người cũng nói với em như vậy."

"Không chắc, nhưng hình như là tình yêu."

"Anh trai tân còn em lỡ thời lại có một đứa con mà."

"Chuyện đó đâu quan trọng, em!"

"Nếu yêu em thì em bỏ cái nghề này và anh đưa em lên Pleiku sống với anh," nàng nhóng chừng rồi nhắc lại, "Mai mốt anh đưa em về Pleiku sống với anh được hôn?" nàng rưng rưng. "Làm cái nghề này chỉ là bất đắc dĩ thôi."

Có phải trời xuôi đất khiến mà lúc ấy khoảng cuối thu đầu mùa đông rét mướt, mùa của tình yêu trai gái, mùa của hôn nhơn. May mắn là thời đó Căn cứ Cù Hanh có nhiều dãy nhà trống do quân đội đồng minh rút đi. Ly khai với đám quỷ sứ độc thân, tôi xí một phòng đưa người vợ một đêm về ở thử. Ai đã từng sống ở cái xứ nắng bụi mưa bùn Pleiku ắt có kinh nghiệm về cái lạnh cắt da mà có đứa nói hơi quá đáng, đái vừa ra là nước tiểu đông đá liền!

Hai đứa tôi sống hạnh phúc còn hơn tất cả các cặp vợ chồng thiệt trong đơn vị vì họ nhiều khi còn cãi vã nhau. Thời gian trôi qua cả năm trời tôi không về thăm cha mẹ và con nhỏ em trong Nam, chỉ thơ từ qua lại.

"Tình hình chiến sự găng quá, hành quân liên miên. Để mai mốt hơi yên yên rồi con về chơi lâu," tôi phân bua trong thơ.

Mẹ tôi trách:

"Bộ mày quên hai ông già bà già này rồi sao, con?"

"Con xin lỗi ba má. Thời chiến mà. Ba má thông cảm cho con đi!"

Không biết từ đời nào dòng họ tôi có cái lệ trong gia đình đứa lớn lấy vợ gả chồng rồi mới tới mấy đứa em. Mẹ tôi gài:

"Mày có vợ thì con Loan mới lấy chồng được. *Đầu xuôi đuôi mới lọt*. Tao đã nhắm con Thúy-chị cho mày rồi."

"Em con nó lấy chồng trước cũng được. Đời bây giờ đâu cần phải anh trước em sau," tôi lờ đi vụ con Thúy-chị, nói liều, "Sao không là con Thúy-em?"

"Nó còn nhỏ xíu mà!"

"Nhưng con thích con Thúy-em hơn," tôi giả bộ nằng nặc đòi yêu con Thúy-em. "Mười lăm tuổi mà nhỏ xíu gì, má?"

"Cái thằng này," mẹ biết tôi nói giỡn. "Ba mày với tao tính ra ngoải."

"Không được đâu. Tụi nó pháo kích hà rầm. Nguy hiểm lắm," tôi bác ra.

Phi đoàn không nhiều người đã lập gia đình mà có nhiều đứa vẫn để vợ con trong Nam. Quanh đi quẩn lại quen biết nhau hết, rành còn hơn cảnh sát điều tra hay an ninh quân đội nữa. Thỉnh thoảng vẫn nghe các bà *lái phi công* bàn ra tán vô xàm bậy nào là "con này chồng chết có một đứa con," "thằng khờ bị con nhỏ xỏ mũi," và nặng nhứt là "lấy đĩ làm vợ," tôi cũng suy nghĩ nhiều về chuyện tình yêu của hai đứa tôi. Sợ nàng nghe được mà buồn lòng, tôi an ủi, "Em biết anh yêu em và hai đứa sống hạnh phúc là được rồi."

Tôi không khai với gia đình mãi tới khi khoảng một năm sau Mỹ Lệ sanh cho tôi một đứa con gái. Không có cái vụ *con mày con tao*. Thiệt tình tôi coi thằng Thọ là con chớ không phân biệt con riêng hay con chung. Vấn đề ở đây là *biết* hay *không biết* mà thôi. Thậm chí có bà vợ lăng loàn đẻ con người ta mà mình vẫn coi là con mình và nuôi tới lớn thì sao? Tôi nghĩ tới câu thành ngữ của ông bà xưa, *Cá ai vô ao Qua là cá của Qua*.

Con nhỏ em gái phản đối:

"Anh con trai mới lớn sao lại lấy con gái nạ dòng?"

"Không được hỗn với chị dâu," tôi *quạt* con nhỏ. "Tao có vợ rồi đó, mầy lấy chồng được rồi, em!"

"Con nhỏ đó," nó kịp dừng lại. "*Chỉ* bao nhiêu tuổi?"

"Sanh năm 1950."

"Tuổi Dần?"

"Ờ, bằng tuổi với mày. Đừng nói với tao là mày tuổi Dần khó lấy chồng nha!"

Mẹ tôi lại kỵ cái tuổi, cho rằng:

"Mày tuổi Thân nó tuổi Dần, *Dần Thân Tị Hợi tứ hành xung*, biết hôn?"

"Coi vậy chớ đâu có đúng, má."

"Mày không tin thì Một là mất mạng, Hai là chia tay."

"Những người theo đạo Thiên Chúa đâu có coi tuổi coi ngày mà vẫn ăn đời ở kiếp đó sao?"

Hù tôi cái vụ *tứ hành xung* không được, mẹ tôi xoay sang dọa cái tên:

"Mày tên Châu, nó tên Lệ làm sao lấy nhau được?"

"Sao hổng được?" tôi chưa hiểu ý bà.

"Châu hay Lệ gì cũng là nước mắt."

Tôi không tin.

"Điềm xui nha con. Cuộc tình đầy nước mắt."

"Mày lên tới đại úy và gần ba mươi tuổi chớ đâu phải còn nhỏ nữa, tự quyết định cuộc đời đi con," cha tôi nói. "Hên nhờ rủi chịu." Ông già nói với mẹ tôi, "Cái tên cái tuổi thì có ăn thua gì, bà."

"Tui muốn nó cưới vợ ở quê mình. *Trâu đồng nào ăn cỏ đồng đó* mà. Hơn nữa sui gia gần gũi tới lui thường mới thân thiết chớ rủi gặp người miền ngoài làm sao hiểu nhau được!" mẹ tôi nói thêm.

Cuối cùng ông già tôi hỏi:

"Ba má nó còn sống hôn, ở đâu?"

"Dân Long An xứ mình mà. Hổng *Trâu đồng nào ăn cỏ đồng đó là gì?*"

Tôi nghĩ dĩ vãng là những gì đã qua và quyết định chánh thức kết hôn với Mỹ Lệ.

Mỹ Lệ sanh thêm cho tôi hai đứa nữa, một trai một gái. Nếu trời không sập chắc nàng còn đẻ dài dài. Nhưng! Ngày giặc về tôi không vọt một phần vì khờ dại không biết đi Huê Kỳ làm gì, hơn nữa đã đi du học rồi, văn hóa của họ không giống của mình. Vả lại, vì chẳng ưa người Mỹ mặc dầu không đến nỗi *chống Mỹ cứu nước*, cũng như phần khác vì không nỡ bỏ vợ con và gia đình có cha mẹ già. Cuối cùng tình nguyện - đi lính cũng tình nguyện - đi *học tập mười ngày* - cùng với tất cả dân quân cán chánh miền Nam.

Ban đầu ai cũng nôn nóng muốn đi sớm về sớm đặng lo làm ăn. Qua cái thời chinh chiến rồi! Nghe lời thằng quân quản thông báo sĩ quan cấp úy đem tiền theo đủ mười ngày ăn cùng một ngày đi và một ngày về, ai không nghĩ *học* mười ngày. Một ngày trên cõi tiên hay dưới địa ngục bằng... bằng... dài lắm ở trần gian, sách truyện viết là một trăm năm! Hóa ra, mười ngày của chế độ mới không phải là con số nguyên mà là một cấp số cộng bắt đầu bằng *Ba Năm*.

Lúc đầu *học viên* được bộ đội nón cối dép râu *quản lý* ở trong hàng rào kẽm gai bốn góc có lồng cu canh gác. Chuyển qua nhiều trại, tới khi vô ở biệt thự nền đúc tường ạc-mê 30 li do công an áo vàng cai trị là biết xa ngàn trùng. Sau móc thời gian ba năm đầu tiên, tôi nhắn vợ "Em tính cuộc đời em đi chớ chưa chắc anh có ngày về đâu. Ba năm coi như em mãn tang chồng. Như vậy cũng quá đủ rồi. Anh không trách mà càng thương em hơn. Chỉ mong em lo chu đáo cho mấy đứa con."

"Nhứt phi, nhì pháo, ba sát cộng, bốn rằn ri" mà sau chừng chưa tới ba cấp số cộng nó thả tôi về. Vợ tôi vẫn ở vậy giữa bầy lang sói nuôi bốn đứa con nên người nhưng hai đứa lớn hết lớp Mười Hai đều khựng lại, không được lên đại học. Gia đình tôi đi tị nạn chánh trị mà bọn nó nói tránh là Nhơn đạo H.O. Vợ chồng tôi mới vừa tổ chức cuộc hấp hôn năm mươi năm và sống rất tình nghĩa. Bốn đứa con chẳng biết ổ gà có một trứng khác. Chúng tôi không có ý định tiết lộ lý lịch của thằng Thọ nhưng tôi cứ phân vân rằng "Như vậy thì mình có lỗi gì không, nhứt là đối với 'ba thằng Thọ.'"

Nếu không có cuộc đảo đời, tôi cũng chỉ tin *Người Vợ Một Đêm* chưa tới một trăm phần trăm./.

Ngô Sỹ Hân
241116

TIỂU NGUYỆT
ĐÔI BÀN TAY

Đi bộ thể dục buổi sáng về, Sa vội vàng lấy quần áo trong máy đã giặt xong mang ra phơi. Vừa làm chị vừa hát, cái thói quen cũ không bỏ được từ thuở còn nhỏ xíu, dù nhiều lần mẹ chị la rầy, nhắc nhở. Dường như niềm vui trong chị căng tràn, dù chị có kềm nén cũng cứ mặc tuôn ra, nó chan hòa theo tiếng ca của chị - nhịp nhàng, trầm bổng.

Bầy chim sẻ bay lượn ríu rít như chào mừng chị trên cây khế trước sân nhà, làm chị càng vui tươi hát lớn hơn, như muốn nói với mình rằng, hãy hân hoan đón chào ngày mới đang về với niềm tin yêu và hy vọng. Còn gì vui bằng, mỗi sáng thức dậy thấy mình còn hít thở, còn biết yêu thương, còn làm được việc mình muốn làm. Chị hòa vào niềm vui, hòa vào sự bừng sáng của cỏ cây hoa lá, hòa vào sự mênh mang của đất trời một ngày mới tinh khôi đang về.

Những chùm hoa khế tim tím, trăng trắng rung rinh theo ngọn gió mai khiến tâm hồn chị thêm rộn ràng, hạnh phúc. Chị nhìn đàn chim sẻ đầy yêu thương và nhớ nghĩ. Không biết chúng đến từ đâu, chị chỉ biết rằng, lần đầu tiên nhìn thấy chúng bay lượn, ríu rít về đậu trên cây khế vào mùa hè năm trước. Chị nhớ có lần, có mấy người đàn ông ở ngoài thị xã đến vùng này bắn chim (bởi có lẽ vùng này dân cư còn thưa thớt chim về đậu nhiều) thấy bầy sẻ trên cây khế trước nhà chị họ định giơ súng bắn. Chị hoảng hốt năn nỉ họ để cho bầy sẻ được yên, đừng động đến những sinh linh nhỏ bé đáng thương như vậy. Chim không do chị nuôi, nhưng chúng đã ở đây bầu bạn với chị, mỗi sáng nghe chúng ríu rít làm chị nhẹ nhàng vui theo. Có lẽ, họ thấy chị tội nghiệp nên bỏ ý định bắn chim và bỏ đi. Chị thở phào nhẹ nhõm như vừa trút bỏ đi một cái gì ghê gớm lắm.

Phơi đồ xong, Sa lại ngồi ở chiếc bàn đặt cố định bên gốc cây khế thư giãn và tắm nắng. Chị nghĩ rằng, tia nắng buổi sáng giúp chị an vui, còn giúp cho xương được chắc khỏe nữa.

Sa xòe đôi bàn tay trước làn nắng sớm. Những ngón tay thô ráp, gân guốc gợi nhớ trong chị bao nỗi truân chuyên của một thời gian khó đã qua. Và chị chợt thấy tâm hồn mình xao xuyến, chênh vênh theo sự nổi trôi của cuộc đời mình khi lên rừng, lúc xuống biển, vui buồn, hoài niệm của một thời xa xưa như trở về trước mắt.

Sa hít thở đều đặn ngọn gió trong lành, hít thở cái ấm nồng, tươi mát của đất trời vào buồng phổi, vào tận cùng trái tim chan hòa yêu thương. Và chị nhìn thấy tình yêu thương như dòng suối trào tuôn khi ngẫm lại cuộc đời mình; trải qua bao thác ghềnh, bể dâu của cuộc đời, của thời cuộc. Bởi chị nhận ra tình yêu thương giúp chị sống vui khỏe, nhẹ nhàng, cuộc đời tươi đẹp, ý nghĩa hơn.

Nhìn những ngón tay khô ráp, sần sùi dưới nắng sớm, chị mỉm cười thầm nghĩ; bàn tay mà thuở còn đi học, ai cũng ngợi khen xinh đẹp, ngón tay "ngòi viết", đấy sao? Thuở ấy, đôi tay chị mềm mại, trắng trẻo, mười đầu ngón tay đều có hoa văn, ai cũng nói sẽ tài hoa vẽ đẹp, chữ tốt. Sa không biết mình có tài gì không, tương lai sẽ như thế nào, nhưng nghe vậy, chị vui và hạnh phúc vô cùng.

Rồi đôi bàn tay Sa, ngày một sậm màu bởi nắng gió, bởi những ưu phiền chồng chất theo tháng ngày phơi cùng ruộng rẫy, lo toan. Sa nhớ, thuở ấy chị buồn lắm, khi nhìn những ngón tay, ngón chân mình vàng khè, tanh tanh mùi bùn, mùi phèn, mùi của lao động gian khổ. Chị gượng vui theo cùng ruộng đồng, cùng cỏ cây, thích nhìn ngắm ruộng lúa xanh thì, tươi mát, thích nhìn bông lúa trổ trong nắng sớm. Chị thấy ở đấy sự kỳ diệu của tạo hóa và cho chị thêm niềm tin, hy vọng về phía trước. Dù vậy nhiều đêm dưới ánh đèn dầu leo lét, Sa nghẹn ngào vuốt nhẹ đôi chân, đôi tay mình rợp phồng đen đúa nghĩ suy; đôi tay tài hoa vẽ đẹp chữ tốt đây sao và chị khóc phận mình hẩm hiu, bế tắc.

Không cam chịu số phận, chị chạy tới chạy lui ký cái lý lịch hy vọng được trúng tuyển vào ngành nghề chị yêu thích dù niềm hy vọng đó mờ xa. Nhưng dường như ông Trời còn thách thức chị, bắt chị phải trải nghiệm, phải sống và làm cho hết những công việc bằng tay chân lam lũ; để chị hiểu cho rõ, thật rõ niềm đau, nỗi cực khổ tận cùng như thế nào?

Sa vuốt nhẹ đôi bàn tay nhớ nghĩ, chỉ mới đây thôi, đôi bàn tay này còn khỏe để đập nát những tảng đá, còn nhặt nhạnh những viên đá bốn sáu, dồn đống lại để bán, khi khu Hòn Khô mở rộng, ủi đất núi san bằng làm khu đô thị. Chị nhớ thật rõ những khoảnh khắc lo âu, hồi hộp, mỗi khi có điện thoại ngoài quê gọi vào, nhờ mợ của chị báo tin. Đôi chân chị run rẩy, hối hả chạy từ trên núi về nhà cậu, khoảng cách chỉ hơn trăm mét mà chị thấy xa thật xa; chị lo các con chị có gì bất trắc ở quê nhà?

Sa chợt đưa đôi tay ôm vòng vào khoảng không, như ôm lấy một điều gì vô cùng quý giá của cuộc đời mình. Vòng tay chị không có gì cả, chỉ là nắng gió vô hình, vô bóng. Chị nghĩ tay trắng tay đen, rồi cũng tay đen tay trắng trong cuộc đời đầy rẫy khổ đau này mà thôi. Một chút ray rứt, đớn đau âm thầm trong chị, để chị nghĩ rằng đôi tay mình quá nhỏ bé không ôm nổi một tình yêu, để anh chạy theo tiếng gọi của một tình yêu khác; dù thuở yêu nhau, anh hứa hẹn thề nguyền, sẽ bên nhau suốt đời, suốt kiếp. Sa tự trách mình không dám trách ai, bởi cái tâm chị quá thiện lành, quá chân thật. Nhiều khi chị thầm hỏi, liệu anh có hạnh phúc không, đã bằng lòng chưa hay còn tìm kiếm? Chị cảm thấy tội nghiệp hơn là hờn trách.

Sa mỉm cười nhìn những ngón tay gầy guộc và tự hỏi, đôi tay này cũng biết vá lưới sao? Và chị nhớ thật rõ ràng những tháng ngày gia đình chị mới chuyển về sống nơi đây; nhờ có cái rớ của người em nghĩa tình giúp cho, chị biết được nỗi khổ của những ngư dân sống với cái nghề sông nước như thế nào? Và cũng nhờ như vậy chị mới có tiền nuôi các con trưởng thành, học hành đến nơi đến chốn như ngày hôm nay.

Sa tự đặt cho mình câu hỏi, rồi tự mình trả lời thật ngô nghê, dễ thương. Đôi bàn tay nào là cơn gió mát, để chị đưa các con vào giấc ngủ thơ trẻ, hồn nhiên những đêm hè nóng rát? Đôi bàn tay nào đã ôm ấp, sưởi ấm con thơ những đêm đông lạnh giá? Cũng đôi bàn tay gầy guộc, sần sùi này đây sao? Vậy mà các con chị nghe êm ái, dịu dàng, yêu thương chất ngất. Đôi bàn tay này còn là chỗ dựa cho các con chị những lúc buồn phiền, vấp ngã. Chị nhớ có lần, con trai ôm đôi bàn tay chị áp lên má nó, nhìn chị cười, thỏ thẻ: "Con yêu mẹ!". Chị nhìn xa xăm, thầm nói - Thật diệu kỳ!.

Một vài chú chim sẻ bay đến mổ bông khế rụng, nhảy nhót trên bàn thật tự nhiên. Sa xòe tay lại gần, chú sẻ bay lượn vài vòng rồi đậu trên nhành khế nhìn xuống ríu rít. Xa xa, văng vẳng tiếng rao quen thuộc "Bánh mì Sài Gòn đặc ruột thơm bơ năm nghìn một ổ" rồi rõ dần ngoài ngõ. Sa ra ngõ mua ổ bánh mì, quay vào nhà lấy hộp sữa - một bữa sáng thanh đạm, đơn giản.

Vừa ăn, Sa vừa xé nhỏ ít bánh mì cho chim; những chú sẻ nhảy xuống, bay lên ríu rít dạn dĩ bên chị. Một cơn gió thoảng nhẹ, hoa khế rụng vương vãi một góc sân, Sa nhìn bầy sẻ đầy thương yêu và hạnh phúc.

Sa đứng dậy vươn vai bước vào nhà.

Chị mở máy và chợt nhận thấy đôi tay mình bỗng trở nên mềm mại, nhanh nhẹn, thoăn thoắt để những trang bản thảo của chị được dày thêm, với sự hiến dâng tận tụy.

Tiểu Nguyệt

HỒ ĐÌNH NAM
LÁ ĐINH LĂNG

Riêng với cháu Giang Dinh

Giữa năm 1966, sau những biến động chính trị gây xáo trộn đời sống vốn êm ả bình lặng ở Huế, một hai tháng sau thành phố đã trở lại nếp sinh hoạt bình thường. Thời gian này chị tôi vừa sinh đứa cháu trai đầu lòng tại một nhà Bảo sanh đường Chi Lăng Gia Hội. Tôi đã đi thăm chị tôi một lần trong căn phòng ẩm thấp, tối tăm để được nhìn thấy đứa cháu bụ bẫm gọi tôi bằng cậu đang ngo ngoe bên cạnh chị.

Hai năm sau khi tôi về Huế thăm nhà trước những ngày Tết thì xảy ra biến cố Mậu Thân. Gia đình tôi lợi dụng đêm tối, cùng với đoàn người chạy lánh nạn từ Cầu Đất men theo bờ thành Tịnh Tâm đến trú ẩn nhà người quen gần khu Mang Cá, nơi đặt bản doanh Bộ Tư Lệnh Sư Đoàn 1 cho an toàn.

Lúc này tôi có dịp bế đứa cháu nhỏ vỗ về, dỗ dành giấc ngủ trưa. Lần nào tôi cũng ngửi mùi thơm thoang thoảng trên tóc cháu. Hương dìu dịu nhưng cũng có lúc nồng như mùi thuốc bắc. Đêm ngủ trên sàn xi-măng, quanh tôi chật ních những người lạ mặt nằm ngốn ngang. Bên ngoài trời lạnh, mưa phùn. Chăn đắp không đủ ấm, tôi nhìn lên bầu trời qua khung cửa sổ thấy hỏa châu lơ lửng trên không cùng tiếng đại bác bắn đều đặn trong đêm. Giữa lúc này mùi thơm từ đứa cháu bám vào người khiến tôi thấy dễ chịu rồi chìm dần vào giấc ngủ hồi nào không hay.

Vài tháng sau trong khung cảnh tan hoang đổ nát của thành phố, cùng với tiếng khóc than dậy trời dậy đất của hàng ngàn gia đình có người thân bị VC thảm sát, chị tôi lại đến trường Nữ Trung Học Thành Nội tiếp tục dạy học. Có hôm chị mang về nhà một bó lá tươi đem phơi nắng. Hỏi thì chị cho biết đó là đinh lăng. Chị phơi dưới nắng, đợi đến lúc lá đã khô, chị độn cùng với bông gòn làm gối cho cháu. Tôi vò lá trong tay ngửi đúng là mùi thơm từ tóc đứa cháu tôi lâu nay. Tuy còn tươi mà vẫn có mùi dìu dịu, thoang thoảng, khiến lòng bâng khuâng. Nhìn kỹ lá có hình dáng giống lá phong Nhật Bản, thoạt nhìn còn tưởng cần sa. Mùi thơm của đinh lăng bám theo tôi cho đến một ngày...

Ngày lễ Giáng Sinh năm 1970 đứa con gái đầu lòng của tôi ra đời. Đơn vị trưởng cho tôi được nghỉ bảy ngày phép. Hết hạn, lại trở về đơn vị tiếp tục hành quân như trước. Ba lô, súng đạn dính trên người.

Khi qua vùng cỏ non trên những con đê chật hẹp trong làng hai bên mọc đầy lúa, khi băng rừng, khi lội suối. Nhiều đêm dưới cơn mưa tầm tã, trùm poncho ngủ trên những ngôi mộ đá ong để tránh ướt, tôi nhớ vợ con như linh hồn vật vờ của người nằm khuất dưới mộ. Những lúc đó không hiểu sao quanh tôi lại có mùi thơm dạt dào của đinh lăng phảng phất bên mình.

Hôm đó đơn vị được lệnh hành quân tảo thanh ở xã Hòa Đa thuộc quận Hòa Vang, tỉnh Quảng Nam. Vào làng, nhà không cửa trống, không một bóng người. Không nghe tiếng chó sủa, tiếng chim hót. Tôi chỉ huy tiểu đội tình báo phối hợp với đại đội ĐPQ của Chi Khu Hòa Vang. Tham dự cuộc hành quân có viên Thiếu úy Mỹ tên Hennessy, trưởng Section 2 của nhóm cố vấn Quận. Buổi trưa ngồi bên ngoài căn nhà tranh sát bụi tre, tôi đã nhìn thấy một khóm cây đinh lăng mọc gần thành giếng. Tôi nhỏm dậy tiến lại gần hái một ít lá vò trong tay thì đúng là cây đinh lăng. Định bụng thế nào cũng hái thêm một ít nữa cho vào ba lô để nay mai khi về nhà độn vào trong gối đứa con gái đầu lòng vừa được sinh chưa bao lâu. Vừa đúng lúc đang cho một ít lá vào túi áo trận, tôi nghe có tiếng súng nổ về hướng Đông. Tiếng chát chúa AK47 và tiếng súng Carbine M1, Garant bắn trả dữ dội về phía đối phương. Một tiếng nổ đinh tai của trái lựu đạn ném về phía tôi khiến đất cát văng tung tóe khắp nơi. Tai tôi ù đi một hồi lâu mới nghe tiếng rên của Thiếu úy Henessy. Nửa giờ sau một chiếc trực thăng đáp xuống bãi đất trống gần đám ruộng lúa sau khi thấy có đám khói màu vừa tung ra. Tôi được bốc lên chiếc trực thăng cùng với Thiếu úy Henessy đáp xuống một Quân Y Viện dã chiến của Mỹ tọa lạc trên đồi Hòa Phát. Bệnh xá này là một dãy nhà tiền chế, giường bệnh kê san sát nhau theo chiều dài. Y công và y tá đều là những thiếu nữ người Mỹ. Bên cạnh tôi là một thương binh Mỹ còn trẻ da trắng, tóc vàng hớt cụt. Y chào tôi, miệng nhoẻn nụ cười. Chân trái của y được treo lên cao, quấn băng. Y chồm qua tôi, bắt tay và tự giới thiệu tên Will. Nhìn trên đầu giường, bộ quân phục rằn ri y máng trên đầu nằm thêu cấp bậc đại úy màu đen, phía bên phải túi áo có chữ USMC (Thủy quân lục chiến). Bên trái túi áo là tên y William. Ban ngày y vui vẻ đùa cợt với mọi người nhất là nói liến thoắng với mấy cô y tá nhưng có đêm tôi nghe y khóc rấm rứt như đứa trẻ. Mồm y phát ra tiếng nghẹn ngào Mom mm, Mom...mm trong tiếng nấc đứt đoạn từng hồi. Thì ra y nhớ mẹ. Người mẹ đang ở xa y ngàn vạn dặm nẻo đường. Còn tôi thì trăn trở với giấc ngủ chưa đến với nỗi nhớ vợ con, nhưng khác y vì vài ngày nữa tôi sẽ gặp lại những người thân yêu. Tôi nằm xoay người tránh nhìn y lúc đó. Tôi thương y với tất cả nỗi lòng chung của người lính chiến. Qua sáng hôm sau, trời nắng chan hòa, cô y tá mang bảng tên Sylvia dìu tôi ngồi hóng mát trên băng ghế gỗ dưới tàn cây bằng lăng. Cô đứng cách tôi vài thước lấy thuốc hút từ trong túi áo blouse trắng châm lửa. Khói thuốc thơm lừng phả vào người tôi. Nhìn cô, tôi ra dấu xin được hút vài hơi. Cô lắc đầu cùng lúc đưa bàn tay phải xua vào không khí. Cô tiến lại gần bảo cô không được phép làm vậy với bệnh nhân. Nhưng cuối cùng sau khi đã đảo mắt nhìn quanh, cô cũng gắn vào miệng tôi cho được hút ké hai hơi. Nhìn tôi, đột nhiên cô hỏi: "Sir chơi cần sa à?" Tôi bảo, "tao chưa từng biết cần sa là gì". Cô nhíu mày: "Tôi thấy trong túi áo trận của Sir có lá cần sa khi Sir thay đồng phục bệnh viện". Tôi chợt nhớ lá đinh lăng tôi hái cho vào túi áo trận ngày hành quân hôm đó với ý định hái thêm một ít nữa để độn vào gối cho con.

Từ đó tôi không còn cơ hội nào thấy lại cây đinh lăng trong đời. Tôi không thể nào thực hiện ước mơ giản dị lấy lá đinh lăng để làm thơm tóc, thơm mỗi giấc mơ mỗi đêm con ngủ khi nằm kề bên gối.

Nhưng mùi đinh lăng vẫn còn quyến luyến bên tôi sau bao gian khổ cuộc đời.

Hương nào mà chẳng gây mùi nhớ.

Hồ Đình Nam

MỸ HIỆP
KIẾP NGHÈO

Nắng lên dần... Nắng lên cao, cao tận đỉnh đầu. Sức nóng thiêu đốt của mùa hè làm Bảo choáng váng, đê mê, ngất ngây. Đôi mi trĩu nặng mỏi mệt dần dần khép; mặc dầu anh gắng hết sức cố chống đỡ, giương to mở lớn đôi mắt, nhưng cảnh vật cứ dần dần mờ như có làn sương tơ mong manh vây bủa, tất cả nhạt nhòa không phân định được. Tâm trí Bảo hoàn toàn tỉnh táo; mồ hôi anh toát ra đầm đìa ướt cả lưng áo, những giọt nước từ trán chảy xuống ướt cả chân mày. Bảo đưa tay quẹt ngang cũng đủ làm ướt đẫm lòng bàn tay. Một ngọn gió hiếm hoi nhẹ hiu hiu thổi qua làm chàng phát lạnh. Bảo co rúm người hai tay khoanh ôm lấy ngực. Nhìn bóng mình đã ngả phía sau, anh đoán biết đã quá canh trưa. Những người đàn bà mua gánh bán bưng đã thu dọn thúng mủng, quang gánh, các chị hàng rau mặt mày buồn thảm nhìn số hàng còn lại quá nửa đã héo khô, các em bán chanh ớt tỏi ngồi dựa tường ngủ gà ngủ gật vì say nắng hè gay gắt. Họ mong đợi những người đi mua trễ, những công nhân về muộn.

Thế là một buổi chợ đã tan, Bảo không tìm được một mối vác thuê hay gánh mướn nào. Không phải một ngày mà đã ba hay bốn ngày rồi, anh rời khỏi nhà từ sớm tinh mơ, Bảo rón rén ra đi khi vợ con chàng còn say giấc ngủ. Đứa con trai ba tháng không đủ sữa bú, cằn nhằn khóc suốt đêm, anh thật quá xót xa tê tái. Mấy ngày trước, anh còn vào nhà bếp xem có còn cơm nguội đem theo để ăn trưa, nhưng hôm nay anh biết nhà không còn gạo thì làm gì còn cơm dư qua hôm sau. Cho nên anh ra cửa lòng vô cùng buồn bã.

Suốt buổi sáng đến trưa Bảo không có gì để làm, nhưng cơn đói thì vẫn cứ kéo tới cào xé ruột gan, miệng tiết ra chất nước bọt chua lè. Ngôi chợ không còn bóng người chỉ chơ vơ những sạp gỗ, Bảo ngả lưng lên sạp, mắt nhắm nghiền, không phải để tìm giấc ngủ, không phải để tìm phương sách kế hoạch sinh nhai, uể oải thân xác tinh thần anh cũng ngã gục mất rồi, những ý chí đấu tranh cho cuộc sống cũng phiêu diêu đến vùng hoang dã nào...

Giờ đây Bảo nhắm mắt là cốt để tạm quên đi hiện tại. Chợt hình ảnh vợ con anh hiện ra, Bích rạng rỡ vô tư, tay bồng con miệng tươi cười đón anh. Bảo giật nẩy người dáo dác kiếm tìm..." Một giấc mơ đẹp trong giấc ngủ ngắn mà thôi !" Anh lẩm bẩm, "về nhà ư?". Không, chàng không thể chứng kiến cảnh vợ con đói được nữa, mình thật vô tài bất lực...

Bảo lê gót, từng bước, từng bước chậm nặng nề. Anh tự hỏi phải đi đâu hay về đâu. Anh không biết ai đã làm cho gia đình anh bước vào cái ngõ bí nầy. Cái mốc thời gian như rất gần mà dường như cũng thật xa. Mới ngày nào dân chúng áo lành quần lặn, trường học đầy ắp tiếng hát tiếng cười, chợ búa tấp nập kẻ mua người bán, mà nay kẻ áo vá người mặc vải thô, chợ búa chỉ thấy kẻ bán mà vắng người mua, trường học bao trùm bầu không khí nặng nề khó thở, trên khuôn mặt các thầy cô hiện rõ sự e dè khép kín và ai cũng lặng lẽ trong một nỗi niềm riêng tư

oOo

Bảo, một hạ sĩ quan tại quân trường pháo binh Dục Mỹ, vợ anh có sạp bán thực phẩm tại chợ. Đời sống đang êm đềm thoải mái, bỗng đâu tin dữ đưa đến. Mất Cao nguyên Ban Mê thuột, Pleiku... Đồng bào xôn xao di tản. Bảo cũng đưa vợ con vào Cam Ranh tạm trú nhà người bạn học cũ. Vợ Bảo đang mang thai đứa con thứ nhì. Anh lo lắng nếu có biến động gì xảy ra vợ anh không lo toan kịp.

Trở lại đơn vị, Bảo nghe nhiều tin đồn lan nhanh sẽ có hiệp định chia cắt đất từ vĩ tuyến 13 trở ra cho MTGPMN, các vị sĩ quan cấp cao, họ đã cùng gia đình biến đâu mất dạng, đơn vị chỉ còn vài sĩ quan cấp úy và binh sĩ, họ lo lắng nhìn nhau, họ cũng lần lượt đưa vợ con lánh cư xa vùng quân sự. Lạc lõng Bảo trở về nhà, lại nghe tiếng súng nổ lưa thưa, càng lúc càng gần...

Mở cửa nhìn ra Bảo bắt gặp vài toán người, năm ba anh, kẻ mang giày, người đi chân đất, kẻ áo trận người áo thun, kẻ quần đùi người quần dài, nhưng trên tay ai ai cũng đều có súng, họ đang xông vào những tiệm buôn thực phẩm. Bảo vội vàng lên ra khỏi nhà để mặc tình cho họ vào vơ vét, họ mở toang cửa và chuyên chở gồng gánh hết từ hàng hóa đến vật dụng, trong nhà Bảo không còn chiếc đũa con. Họ là ai ? Nào ai biết được ?

Ngày hôm sau máy bay từ hướng Nam ra thả bom xuống vùng này vì tình nghi có địch chiếm đóng. Dục Mỹ giờ đây không còn nghe tiếng hát vang vang của các quân nhân học khóa sinh lầy Núi Đeo, không còn là nơi quy tụ của ba quân trường BĐQ, Pháo Binh và Lam Sơn nữa. Người người ra đi trả lại không khí âm u cho núi rừng cây số 14 đầy chướng khí...

Lúc này Bảo như cây thịt không hồn, anh không rõ nguyên nhân nào đưa đến thảm họa này, dân tình điêu đứng. Hàng ngày anh dõi mắt theo từng đoàn xe vận tải đầy nhóc người lần lượt di chuyển về hướng miền Nam, trực chỉ Sài Gòn. Anh liên tưởng đến đứa con thơ hai tuổi và người vợ thai nghén, nàng có đủ sức để chen chúc như thế không? Hay lại lâm vào cảnh chết ngộp, chết khô như những trẻ thơ mà anh đã được nghe kể về những chiếc xà lan còn lênh đênh trên biển trên đường di tản. Hay những người chạy theo lộ 7 từ Pleiku, trong cơn đói khát và chết hàng loạt tại thung lũng Củng Sơn...

Bảo quyết định ở lại, cho dù phải gặp cảnh khó khăn, anh nghĩ, chiến tranh đã kết thúc, cởi áo lính về với gia đình, sống cuộc đời bình an bên vợ con! Người ta cũng đã lũ lượt trình diện chế độ mới để được "tập trung cải tạo" vì họ là những sĩ quan. Anh vốn là hạ sĩ quan thường, nên chẳng có gì phải chạy, phải trốn... Vợ chồng Bảo dắt dìu nhau lập nghiệp vùng kinh tế mới. Anh đem hết sức lực để xây dựng lại những gì đã mất mát, nhưng trời như không chiều lòng người. Con bão số Bảy đã đi qua địa phương anh, mùa lúa chưa kịp thu hoạch đã chôn vùi dưới làn nước lũ. Hoa màu từng mẫu đậu nành đậu phộng cũng bị nước cuốn trôi...

oOo

Trong gió như có thoảng mùi thơm thịt nướng, Bảo ngẩng mũi đánh hơi, càng lúc như càng gần. Mặc dầu không chủ đích, bước chân anh vẫn tiến và thấy mình đang đi ngang qua cửa tiệm bán thịt cầy bảy món. Liếc nhìn vô tiệm, anh thấy có năm ba thực khách. Bảo sải những bước chân dài hơn như muốn trốn chạy. Mùi thơm quái ác kích thích ruột gan và đọa đày khứu giác anh. Lần này cơn đói lại trỗi dậy hoành hành, cổ khô lưỡi đắng, anh nuốt ực như cố đẩy chất đắng xuống dạ dày, nhưng cổ khô rốc, đôi môi dính chặt bởi chất nước miếng đặc quánh như keo. Anh vận sức lực chạy nhanh ra khỏi vùng cám dỗ, chạy và chạy mãi... Anh chạy đến lúc không còn sức và khuỵu xuống bên một lùm tre đầy bóng râm.

Lúc tỉnh lại, Bảo hết sức ngạc nhiên. Ô kìa! trước mặt anh không xa là một dãy nhà khang trang nằm giấu mình trong vườn cây ăn trái. Quanh vườn bao bọc bởi hàng rào kẽm gai thẳng tắp với những cọc sắt mới toanh. Dưới bóng mát lùm tre, anh cố tình quan sát để tìm hiểu đây là khu vực nào. Nhà nhà im lặng, thanh vắng như không có người ở, nhưng vườn tược cỏ cây lại như được nhiều người chăm sóc tỉ mỉ.

Một giờ trôi qua, Bảo không thấy có người qua lại. Họ đang ngủ trưa chăng? Anh chú ý đến hàng rào kẽm gai, đôi mắt dán chặt vào những cọc sắt mới tinh. Khu vườn quá rộng, nhiều cây ăn quả che khuất căn nhà. anh thầm nghĩ, mình có thể nhổ vài cọc sắt mà chủ nhà có lẽ sẽ không hề hay biết. Ý nghĩ trộm đạo lóe lên, niềm hy vọng đem bán cọc sắt để lấy tiền mua vài ký gạo, dù chỉ để đủ sống qua một ngày, một ngày thôi, và lại chờ đợi một phép lạ nào đó sẽ cứu vớt gia đình anh. Bảo trở nên hăng hái như có ai đó chuyền thêm sinh khí, anh thi hành ngay dự tính.

Nhưng khi tay chạm vào cọc sắt, Bảo cố sức lay mà cọc sắt không hề nhúc nhích, đất cứng quá, đôi tay anh trở thành vô dụng. Chán nản, Bảo trở lại lùm tre để nghĩ kế hoạch. Chợt đôi mắt anh nhìn thấy một cái cuốc cũ đã gãy cán mà một người nào đó đã vứt vào bụi tre đang nằm lăn lóc. Thật là "buồn ngủ gặp chiếu manh", anh vội gỡ gai tre bám quanh, lấy cái cuốc cũ không mấy khó khăn. Với chiếc cuốc mòn và ý chí quyết tâm, anh dùng hết sức lực còn lại, bẩy khỏi mặt đất được một cọc rồi hai cọc, ba cọc...

Bỗng, bốp bốp bốp... như có một khối nặng rơi ngay trên đỉnh đầu, Bảo chưa kịp nhận ra sự việc thì mặt mũi tối sầm lại, bên tai anh có nhiều tiếng bước chân chạy dồn dập và những tiếng tru tréo "trộm, ăn trộm". Tiếng người nọ tiếp tiếng người kia, anh mới kịp hiểu thì ra người ta đã phát giác được anh. Nhiều người túa ra, kẻ đánh người đập, anh như một trái banh, kẻ đá qua người đạp lại. Đôi mắt nhắm nghiền, mặc kệ cho thiên hạ xử mình tùy theo ý thích của họ. Thế gian này không còn là chỗ đứng của anh, anh sắp từ giã nó đây rồi. Bỗng lại nhìn thấy bóng của Bích, vợ anh, lúc ẩn lúc hiện đi vụt qua mặt lướt nhanh như nương theo gió, Bảo liền gắng hết sức đuổi theo, chạy lên một đồi cao, vừa bắt kịp thì nàng lại lao xuống đòi...

- Nó tỉnh rồi kìa! Tưởng nó theo ông bà ông vãi thì cũng phiền phức!

Bảo cố giương to mắt, cảnh vật lờ mờ, anh định thần là mình vừa trải qua một cơn mê. Lát sau anh phải theo chân gã công an về trụ sở xã. Nơi đây anh viết tờ khai lý lịch và buộc làm bản kiểm điểm. Qua một đêm ngủ đói nơi nhà giam, anh được vợ đến viết giấy bảo lãnh về nhà. Bảo muốn mở miệng kể chuyện với Bích để nàng hiểu rõ nguyên do, nhưng mặc cảm tự ái làm anh không thể hé răng được. Bích lạnh lùng như phiến đá lạnh. Anh chờ đợi vợ nói một lời trách móc, nhưng nàng vẫn im lặng. Anh nhìn thấy trên môi vợ như rướm máu, nàng cúi gầm mặt và đôi mắt ngấn lệ. Hai vợ chồng lặng lẽ về nhà không nói với nhau một lời, lòng anh rưng rưng buồn. Một đôi lúc Bích nắm chặt tay chồng và Bảo cảm thấy bàn tay nàng run run...

Khi no đủ, người ta vẫn thường triết lý " tiền bạc không mang lại hạnh phúc"! Nhưng trong hoàn cảnh của anh, hạnh phúc có còn hiện hữu không? Anh cuộn tròn trong chiếc mền cũ rách trên chiếc giường tre và cố nhắm mắt, nhưng anh vẫn thao thức, có lẽ đói không làm anh ngủ được.

Có tiếng lẹt xẹt kéo lê dép trên nền đất, tiếng khàn khàn đục của bà Hai hàng xóm hỏi vọng vào:

- Vợ chồng thằng Bảo có nhà không?

- Dạ! con đây. Tiếng Bích trả lời.

Bảo vờ ngủ, anh không muốn tiếp chuyện với bất cứ ai vào lúc này. Tiếng bà Hai lại vọng đến tai anh:

- Tao đem cho mày mượn mấy lon gạo, thằng Út tao vừa mới mang về!

Không nghe tiếng Bích trả lời, anh lại nghe tiếng bà Hai tiếp theo:

- Thôi, con đừng buồn, Thượng đế sẽ giúp cho gia đình con.

Bảo nghe Bích lí nhí trong miệng, có lẽ nàng đang khóc. Tiếng dép của bà Hai xa dần rồi mất hẳn. Anh nghe tiếng khua nồi từ nhà bếp, đoán chừng vợ đang nấu cơm hay cháo gì đây, anh lặng lẽ xuống bếp làm lành:

- Em đưa con anh ẵm!

Đứa con là nhịp cầu hòa giải, cởi mở những uẩn khúc tâm tư của hai người. Trong túp lều tranh đôi vợ chồng như cùng cố quên biến cố vừa qua. Bên bếp lửa bập bùng cháy của loại củi tre thỉnh thoảng nổ lách tách... Đứa bé cười theo tiếng nổ của củi, tiếng cười vô tư của con thơ như xua tan phiền muộn, lửa reo vui như khuyến khích họ ngày mai trời lại sáng. Đứa con lớn đang chơi đất ngoài sân chạy sà vào ôm lấy cha hôn tới tấp. Con chó mực nằm xếp de trong xó nhà, nghe tiếng động nơi nhà bếp cũng bò dậy vươn vai ve vẩy đuôi, cà lưng vào hông chủ...

- Sáng mai là Tết Đoan ngọ, có lẽ chợ đông hơn mọi ngày anh ạ.

Tiếng vợ anh nho nhỏ bên tai. Bảo cũng hy vọng anh sẽ có cơ hội được thuê mướn gánh những hàng hóa chuyển từ bến xe ra chợ. Bảo ngồi bật dậy. Tiếng gà eo óc gáy từ thôn xóm vọng lại báo hiệu trời sắp sáng. Nhưng anh ngã lăn ngay ra giường, anh như không điều khiển cái đầu mình được nữa, nó đau đớn, tê buốt nặng trĩu. Bích lo sợ hỏi dồn dập:

- Sao vậy anh?

Bảo im lặng, anh cũng thật sự sợ hãi không dám đoán, không dám nghĩ xa hơn, tai họa đến dường này sao? Không nghe trả lời, Bích đưa tay sờ trán chồng:

- Anh bị sốt rồi, nóng quá!

Rồi tất cả rơi vào im lặng, mỗi người đang đeo đuổi những ý nghĩ riêng tư. Bích kiểm tra theo sự ước tính của nàng xem nhà ai trong xóm có thuốc cảm sốt để đến xin vài viên. Ai ai trong xóm này cũng nghèo, làm rẫy vườn phải mấy tháng mới thu hoạch hoa màu. Nhà nào cũng bữa cháo bữa rau, hy vọng có được mấy viên thuốc quá mong manh.

Tờ mờ sáng Bích bồng con đi đến trưa vẫn không tìm được viên thuốc nào. Mọi người cùng nghèo như gia đình nàng. Việc dự phòng thuốc men trong nhà, vẫn biết là cần thiết, nhưng gạo chưa có thì làm gì có thuốc. Thất vọng mỏi mệt, Bích ngồi bệt bên lùm bụi dúi ven đường, vạch áo cho con bú. Thằng bé từ sáng đến trưa mẹ bế trên tay, tuy đói nhưng không la khóc gì. Thấy mẹ vén áo nó mừng quýnh chụp ngay bầu sữa, nó nút mạnh nhưng không có giọt sữa nào, miệng nó khô quánh. Giận dỗi, nó đẩy vú ra xa và òa khóc. Thấy con khóc nàng cũng bật khóc. Bích ôm chặt con vào lòng và chạy nhanh về nhà, chưa tới cửa nàng đã gọi:

- Bảo ơi! Anh ơi...

Nhưng không có tiếng trả lời. Đẩy tấm phên tre dùng làm cửa, Bích đi nhanh về phía giường ngủ, Bảo mê man không cựa quậy. Bích nhìn chồng co quắp trên chiếc giường tre, nàng không biết phải làm sao, trong nhà hiện không có một xu. Thằng bé con lại khóc đói. Nàng lấy chén gạo nấu cháo và chợt nhớ lại câu chuyện mà nàng đã nghe mẹ kể thuở nàng còn con gái: Có một gia đình không còn gạo nấu cho con ăn, cha mẹ lấy đá bỏ vào nồi, bảo các con đun bếp và canh lửa rồi hai vợ chồng trốn vào rừng tự tử. Hiện giờ gia đình nàng cũng có vài lon gạo của bà Hai vừa cho mượn, có lẽ nàng chưa cần đến những viên đá đau thương đó. Nàng bỗng nhớ đến một gói giấy mà chồng nàng vẫn nâng niu và cẩn thận cất trong thùng đồ ở góc nhà. Lâu nay, Bích chẳng tò mò mở ra xem thử, cũng chẳng hỏi chồng, vì nàng biết có lẽ nó không có gì liên hệ đến nàng. Giờ đây, trong những phút thất vọng tột cùng, nàng bỗng nhớ tới gói giấy đó như thể một người đang chới với giữa dòng nước, thấy đám lục bình trôi cũng chụp lấy hy vọng thoát nguy. Trong nhà chỉ còn gói giấy là nàng chưa biết cái gì chứa bên trong. Nàng hy vọng cái gì trong đó có thể đem bán được, dù đây chỉ là hy vọng mong manh, nhưng nàng vẫn cố bám víu vào.

Chiếc thùng gỗ đã long đinh, nắp thùng gỗ nghiêng lệch, nàng mở ra và thấy gói giấy vẫn còn đó. Tấm giấy đã cũ, vài chỗ sờn rách, Bảo cẩn thận bọc thêm bên ngoài bằng giấy ni-lông. Có lẽ nhờ gói kỹ mà vật chứa bên trong được bảo vệ hơn. Nàng cố nhẹ tay để chồng không thức giấc, Bích êm ái mở từng lớp gói và cuối cùng nàng vui mừng khi món đồ bên trong hiện ra trước đôi mắt đẫm lệ của nàng. Đó là bộ lễ phục ngày Bảo tốt nghiệp tại quân trường Đồng Đế. Nàng ngồi bệt xuống nền nhà, ôm lấy bộ quân phục, mặc cho những xúc động đang tràn ngập trong lòng.

Hình ảnh Bảo ngày xưa bỗng trở về trong trí nhớ. Ngày ấy Bảo thật oai dũng, thật huy hoàng trong bộ lễ phục này. Hôm Bảo ra trường Bích cũng diện thật kỹ, nàng chọn chiếc áo dài hồng phấn có điểm thêm một ít cánh hoa vàng, cầm ví hồng, mang giày hồng. Nàng đến dự lễ ra trường của Bảo như một công chúa kiều diễm. Nhìn nét mặt sung sướng hãnh diện của Bảo trước các bạn bè khi giới thiệu nàng, Bích thấy lòng rộn ràng vui. Giờ đây những phút giây hạnh phúc qua nhanh trước một thực tế quá phũ phàng... Nàng gói bộ quân phục lại bằng một tờ giấy báo mới hơn và quyết định đem ra chợ. Thật đau lòng, nhưng đành vậy chứ biết sao hơn. Bích cho hai con ăn vội chén cháo rồi lặng lẽ ra khỏi nhà sau khi gởi hai đứa nhỏ cho bà Hai hàng xóm.

Bích đến dãy hàng bán quần áo, tại đây nàng thấy những sạp hàng chỉ bán toàn quân phục cũ. Quần áo kaki trong giai đoạn này vẫn được người ta ưa chuộng vì sự bền chắc. Khách mua phần lớn là những người làm nghề nông hay vào rừng làm rẫy. Bộ lễ phục của chồng giúp nàng cầm được một khoản tiền nhỏ. Cầm tiền trong tay, nàng phân vân không biết phải mua loại thuốc nào. Suy tính hồi lâu, nàng quyết định mua thuốc cảm sốt, số lượng đủ uống một tuần. Tiền còn lại mua một ít gạo và nước mắm. Không chậm trễ, nàng vội về ngay...

Tuần lễ nặng nề trôi qua, thuốc đã hết nhưng bệnh tình của Bảo vẫn không thuyên giảm. anh nằm liệt giường, thường vẫn mê man, lúc tỉnh thì rên thành tiếng. Cuối cùng Bảo không thể nhìn vợ con được nữa dù chỉ với cặp mắt lờ đờ. Anh lặng lẽ âm thầm ra đi không trăn trối một lời. Thế là Bảo đã thoát kiếp trâu cày, không còn phải dùng mồ hôi đổ xuống ướt đẫm thân gầy để chỉ đổi lấy không đủ miếng ăn hàng ngày. Bích thấy mình như thế bị lạc vào một vùng sa mạc hoang vu hay một vùng xa lạ đìu hiu quạnh quẽ. Nước mắt không làm vơi đi sự trống vắng cô liêu. Chiếc giường, chăn gối như cũng xa lạ với nàng. Suốt ngày Bích và hai con cứ quanh quẩn bên mộ chồng ngoài nghĩa địa. Và thường khi, mãi đến lúc hoàng hôn qua đi, trong bóng tối chập choạng người ta mới thấy ba mẹ con lần bước về nhà. Còn con chó mực hình như nó chỉ muốn nằm bên mộ chủ.

Trong thầm kín tâm hồn, Bích cũng muốn được cùng chồng đi đến một thế giới nào đó, nơi không còn đói khổ buồn phiền nghi kỵ, nhưng còn hai đứa con dại nàng không biết tính sao. Đắn đo suy nghĩ cạn nguồn, nàng quyết định nhường mái lều tranh lại cho bà Hai hàng xóm bồng con về quê ngoại.

Bích thao thức nôn nao... vẫn cái cảm giác như ngày nào nàng hăm hở theo chồng đi lập nghiệp, nhưng giờ đây nàng mới tin nơi số mệnh! Tuy nhiên, Bích vẫn nghĩ rằng, ở một cõi mơ hồ nào đó mà nàng không nhìn thấy được, chồng nàng lúc nào cũng dõi mắt theo bước chân mẹ con nàng.

Sáng nay, Bích là hành khách sớm nhất nơi bến xe đò. Bỗng nàng nghe tiếng ngâm của một phế nhân:

- Chiều chiều ra đứng ngõ sau,
Trông về quê mẹ ruột đau chín chiều!

Người hành khất không còn đôi chân, mặt mũi đầy vết thẹo, nhưng đôi mắt thì sáng quắc. Anh ta cất tiếng hát như muốn đem tâm tư, niềm hoài cảm của mình gởi gắm tha nhân. Nàng có cảm tưởng như nàng và người hành khất kia đồng điệu... Có ai quan tâm đến sự mất mát mà anh ta đang gánh chịu? Có ai lắng nghe và san sẻ nỗi chua xót này của một kiếp người nhiều bất hạnh cuộc đời?

Từng trụ cột cây số dần dần lùi phía sau khi chiếc xe đò di chuyển... Phong cảnh quen thuộc dần hiện ra trước mắt nàng như cuộn chỉ thời gian quay ngược. Đây là ngôi trường cũ nằm giấu mình sau hàng cây dương xỉ. Xe dừng lại, một hành khách xuống nơi đây. Nhờ đó Bích có đủ thời gian quan sát mái trường xưa cũ kỹ, hàng dương xỉ đã cao hơn, rủ nhiều tàn lá như mỏi mệt chẳng khác gì nàng. Thời gian đã đè nặng lên thân xác người và cảnh vật nhiều nỗi ưu tư. Tại ngôi trường này ngày xưa, Bích cùng bè bạn tay nắm tay hát vang bài "... *Dây thân ái lan rộng muôn nhà... Tuy cách xa nhưng tim không xa...*" Những tiếng hát ấy bây giờ khi nhớ lại lòng Bích cũng thấy bùi ngùi. Hồi đó nước mắt người nào cũng chan hòa khi sắp xa thầy xa bạn. Nàng tự hỏi không biết từ đó đến nay có ai trở lại trường và bắt gặp cảm giác bồi hồi như nàng hiện tại. Giọt nước mắt mà nàng không cố kiềm giữ tự do lăn xuống má, nỗi buồn xen lẫn vui mừng vì chốc lát đây nàng sẽ được gặp lại mẹ.

Mẹ già như chuối ba hương,
Như xôi nếp một như đường mía lau.

Tiếng ca từ một quán cà phê bên đường làm Bích đang trong suy tưởng trở về thực tại, quay hỏi một hành khách bên cạnh:
- Thưa Bác, hôm nay là ngày gì mà cháu nghe toàn bài ca về mẹ vậy?
- Tháng này là mùa Vu Lan, cháu còn mẹ không?
- Dạ còn!
- Phúc đức quá! Đóa hồng này Bác tặng cháu nhân ngày báo hiếu.
- Bác mang hoa hồng đi đâu mà nhiều vậy?
- Đem lên chùa Tổ, hôm nay Phật tử về đông lắm!
- Cám ơn Bác đã tặng cháu đóa hoa này. Chúc Bác sức khỏe.

Bích về quê ngoại vào độ mùa lúa đã thu hoạch, cánh đồng chỉ còn trơ gốc rạ, những đám ruộng khô biến thành sân vận động cho trẻ con đá banh cùng những trò chơi đuổi bắt reo hò của đám trẻ quanh vùng. Tiếng cười vô tư tươi mát làm Bích vơi đi phần nào phiền muộn, nhất là giờ đây nàng đã về bên mẹ. Bàn tay mẹ có sức nhiệm mầu xoa dịu nỗi cay đắng cuộc đời nàng...

Con chó Mực nằm canh chừng mộ chủ đã lâu, nó lệnh khệnh lần mò về nhà mong kiếm chút gì đỡ dạ. Nhưng khi đến cửa, nó bị nhóm trẻ con cầm cây, vác gậy xua đuổi. Nó vừa hiểu ra nơi đó không còn là nơi nó được trở về nữa rồi. Mực quay trở lại nằm phủ phục bên mộ chủ. Trên cao mây đen ùn ùn kéo đến phủ kín khoảng không gian chung quanh. Những vệt sáng xẹt xé màn đêm, vài tiếng sấm nổ lớn ngay trên đầu Mực, mưa trút ào ào, liên tục và liên tục, nó nép vào tấm bia mộ chủ... Qua ba hôm mưa dầm, nước đọng lại nhiều vũng lớn, đường làng trở nên lầy lội. Dân làng vác cuốc đi thăm rẫy, vun lại những luống khoai, vệ đường những cành cây rơi rải rác. Vài thân cây trốc gốc nằm chênh vênh. Trên cành cây những con chim sẻ rũ lông kêu hót líu lo. Một vài người vào nghĩa trang thăm mộ, vun lại nắm đất bị nước xói mòn. Họ thấy một đàn quạ đen, con bay con lượn kêu chí chóe quà quạ, rồi chụm lại một chỗ. Họ phát giác ra con Mực đã chết, lũ quạ đang xúm lại làm một bữa tiệc cầy tươi...!

Mỹ Hiệp

ĐẶNG XUÂN XUYẾN
Viết Sách Như "Trò Đùa" Của Số Phận

Tôi bắt đầu viết sách để kiếm tiền từ năm 1994 cũng thật tình cờ, do sự "xúi giục" của tác gia Trần Hữu Thực, hệt như một "trò đùa" của số phận.

Đầu năm 1993, Viện Sử Học nhận tôi về làm Hợp đồng ở phòng Tư Liệu với mức lương khởi điểm là 90.000/tháng nhưng chưa được 30 ngày, Viện Sử Học đã điều tôi sang làm bảo vệ kiêm bán sách cũ của Viện Sử Học vì *"ông bảo vệ già yếu xin nghỉ việc mà cơ quan chưa tìm được người"*. Lương thì Viện Sử Học chỉ trả cho một người nhưng công việc tôi phải đảm nhận phần việc của 2 người. Lúc đó, tôi đã định bỏ việc về quê nhưng nghĩ tới số nợ gần 100 triệu, (tính theo lương khởi điểm lúc bấy giờ thì số nợ đó bằng tiền lương của khoảng 1.075 tháng), do bị đối tác lừa đảo, khách hàng bùng nợ (ngày học Đại học tôi vừa học vừa buôn hàng chuyến), và do tin người mà đứng ra vay hộ tiền rồi trở thành "con nợ" vì không đòi được tiền... nên ngậm ngùi tiếp tục công việc để dùng danh nghĩa là người của Viện Sử Học mà từ từ kiếm tiền trả nợ.

Ngày đấy, kinh tế mới được *"cởi trói"* khỏi các khái niệm: *kế hoạch*, *chỉ đạo*, *phân bổ*, *chỉ tiêu*... nên các doanh nghiệp nhỏ vẫn hoạch định chiến lược kinh doanh theo kinh nghiệm của kinh doanh truyền thống, đặc biệt là thị trường kinh doanh xuất bản phẩm rất ì ạch trong khâu đổi mới chiến lược tiếp thị sản phẩm. Với 4 năm kinh nghiệm buôn hàng chuyến (tạp hóa: xà phòng, thuốc lá, bánh kẹo, quần áo,...) từ Hà Nội về Hà Tây, Hưng Yên và ngược lại, tôi nghĩ, thị trường kinh doanh xuất bản phẩm có thể là thị trường siêu lợi nhuận để tôi kiếm tiền trả nợ.

Lần đầu gặp tôi ở Viện Sử Học, anh Trần Hữu Thực, lúc đó là Trưởng phòng Kinh doanh của Nhà xuất bản Thống Kê (chuyên về mảng sách kinh tế), có vẻ không tin vào khả năng bán hàng của tôi vì cửa hàng sách Viện Sử Học chỉ lèo tèo vài cuốn sách cũ nhưng "nể" lời giới thiệu của Giáo sư Mai Ngọc Cường (giảng viên Đại học Kinh Tế Quốc Dân) khá ấn tượng về tôi (là tôi đoán vậy) nên anh "tặc lưỡi" giao vài đầu sách cũ để tôi bán thử. Sau gần một năm quan hệ làm ăn, với sức bán vài nghìn bản/ 1 tựa sách mà không yêu cầu độc quyền, tôi trở thành "*đối tác đặc biệt*" của anh. Một lần, ngồi nhâm nhi rượu tại cửa hàng sách Viện Sử Học, vô tình đọc Nhật ký của tôi, anh gật gù: -"*Nhật ký mà chú toàn viết về tâm lý kinh doanh?! Chú viết hay quá! Viết sách đi, bán được đấy.*". Tôi cười thoái thác thì anh quả quyết: -"*Anh tin sách chú viết sẽ bán được vì chú viết rất dễ hiểu.*". Rồi anh kể chuyện tác gia Lê Thụ làm giàu từ viết sách như thế nào để động viên tôi. Thấy anh nhiệt tình và rất chân tình nên tôi gật đầu soạn THỊ TRƯỜNG VÀ DOANH NGHIỆP từ những trang Nhật ký đó.

Cuốn sách đầu tay "**Thị trường và Doanh nghiệp**" xuất bản năm 1995, in lần đầu 5.000 cuốn bằng giấy Trung Quốc, lại sửa morat trực tiếp trên bản can nên cuốn sách nhìn không được đẹp. Khi đến Nhà xuất bản Thống Kê nộp sách lưu chiểu, anh Trần Hữu Thực cau mày: -"*Sách của mình mà chú làm ẩu thế? Về in gấp mấy chục cuốn sạch đẹp chứ sách in "bôi bác" thế này anh không nhận.*". Tôi về ra lại bản can rồi in gấp 3.000 cuốn bằng giấy Việt Trì (ngày đó chưa có giấy Bãi Bằng). Cứ ngỡ phải 2 hoặc 3 năm mới bán hết 8.000 cuốn "**Thị trường và Doanh nghiệp**", nhưng chưa đầy 12 tháng tôi đã phải xin tái bản "**Thị trường và Doanh nghiệp**" vì các đầu mối cung cấp sách cho lực lượng bán sách báo dạo đặt hàng. Thấy viết sách thu lợi dễ quá, tôi hăm hở viết một loạt đầu sách về tâm lý - kinh doanh như: "*Mưu lược giành chiến thắng*", "*Kinh doanh những điều còn ít nói*", "*Điều cần cho thanh thiếu niên*", "*Nghệ thuật thành danh với đời*", "*Giới tính và giáo dục giới tính*"...

Thật tiếc, năm 1998, thị trường bán sách báo dạo bị "vỡ trận", tôi buộc phải chuyển hướng sang mảng sách văn hóa tâm linh nên "duyên sách" giữa tôi và anh Trần Hữu Thực chỉ "nồng ấm" được vài năm.

Đặng Xuân Xuyến

NP PHAN
VÀI NHẬN XÉT VỀ HAI BÀI THƠ CỦA QUÁCH TẤN

Cách đây không lâu, tôi đọc được bài viết *"Ảnh hưởng của thơ Đường đối với thơ mới"* của hai tác giả NXD và TVT trên Tạp chí Hán Nôm số 3 (36) năm 1998, trang 46-53.

Phải nói đây là một bài viết công phu, tuy chưa lý giải thấu đáo đến mọi khía cạnh của vấn đề. Một số vấn đề cần có sự trao đổi thêm. Trước mắt, tôi xin có một vài nhận xét.

Trong bài trên, các tác giả viết: *"Hai bài Đá vọng phu và Đêm thu nghe quạ kêu của Quách Tấn dường như chỉ là dịch từ Hán sang Việt hai bài thơ Vọng phu thạch của Vương Kiến và Ô dạ đề của Lý Bạch".*

E rằng nhận định này là không thỏa đáng.

Lý Bạch (701- 762), được xưng tụng là bậc "thi thánh" trong văn học cổ điển Trung Hoa và Vương Kiến (751 - 835) cũng là một nhà thơ nổi tiếng thời nhà Đường đã để lại cho hậu thế những vần thơ bất hủ của thời Thịnh Đường.

Bài thơ "Ô dạ đề" là một trong những bài thơ nổi tiếng của Lý Bạch, viết theo lối cổ thể, là tiếng lòng thổn thức của cô gái Tần Xuyên trong chốn buồng thêu nhớ người ngoài ngàn dặm khi nghe tiếng kêu thê thiết của con quạ bay tìm chỗ ngủ, dễ khiến ta liên tưởng đến tâm trạng của người thiếu phụ trong chốn khuê phòng trong bài "Khuê oán" của "Thi thiên tử" Vương Xương Linh (698 – 756), người cùng thời với Lý Bạch.

> Đình thoa trướng nhiên tư viễn nhân
> Độc túc cô phòng lệ như vũ.

Tản Đà dịch:
> Dừng thoi buồn bã nhớ ai
> Phòng không gối chiếc giọt dài tuôn mưa.

Bài thơ "Vọng phu thạch" của Vương Kiến là một trong những bài thơ nổi tiếng, cũng được viết theo thể cổ phong. Bài thơ dạt dào cảm xúc, bật lên thành tiếng khóc não lòng, không biết là của người hay đá vẫn ngàn năm đợi chồng bên bến sông.

Vọng phu xứ
Giang du du
Hóa vi thạch
Bất hồi đầu

Hải Đà dịch:

Bên sông ngồi ngóng trông chồng
Trăm năm khắc khoải một lòng sắt son
Hóa thân thành đá mỏi mòn
Gió mưa vần vũ... đầu không ngoảnh về

Còn hai bài thơ "Đêm thu nghe quạ kêu" và "Đá vọng phu" là hai bài thơ của nhà thơ "cổ điển" nổi tiếng của nền thơ ca Việt Nam đương đại: Quách Tấn.

Quách Tấn (1910-1992), người gốc Minh Hương, cùng với Hàn Mặc Tử, Chế Lan Viên và Yến Lan được mệnh danh là "Bàn thành tứ hữu". Ông quê ở Bình Định nhưng sống, làm việc chủ yếu ở Khánh Hòa như quê hương thứ hai của ông, và ông mất tại Nha Trang, Khánh Hòa. Ông là tác giả của tác phẩm "Xứ trầm hương" nổi tiếng. Ông làm thơ, viết biên khảo, dịch thơ Đường... Thơ ông chỉ thuần nhất là thơ Đường luật, nổi tiếng nhất là các tập "Một tấm lòng" (1939), "Mùa cổ điển" (1941), "Đọng bóng chiều" (1965)...

Giữa lúc phong trào thơ mới (1932-1945) rầm rộ, Quách Tấn chỉ làm thơ luật và đã dựng nên cả một mùa cổ điển trong vườn hoa đầy hương sắc của thời kỳ này. Ông chủ trương "bình cũ rượu mới". Ngoài Tản Đà, ông là tác giả duy nhất đại diện cho phái "thơ cũ" có mặt trong "Thi nhân Việt Nam" của Hoài Thanh - Hoài Chân (1942). Trong "Thi nhân Việt Nam", Hoài Thanh đã trích đến 9 bài thơ luật của Quách Tấn, chủ yếu trong tập "Mùa cổ điển", trong đó có bài "Đêm thu nghe quạ kêu" được tác giả phân tích khá sâu sắc trong phần bài viết [1].

Bài thơ "Đêm thu nghe quạ kêu" là một trong những bài thơ hay nhất của nhà thơ Quách Tấn, được sáng tác vào năm 1939. Bài thơ tuy viết theo thể Đường luật, dùng nhiều điển cố nhưng ý tứ mới và dễ hiểu. Cả bài thơ là một mạch tràn đầy cảm xúc của tác giả.

Vào năm 1963, trong một bài viết [2], Quách Tấn đã kể lại khá kỹ về "tiểu sử", tức là quá trình sáng tác bài thơ. Theo tác giả, bài thơ được thai nghén từ năm 1927 lúc còn ở quê nhà Bình Định trong một hoàn cảnh khá đặc biệt. Mãi đến mười hai năm sau, vào năm 1939, trong lúc hồi tưởng về những kỷ niệm xưa ở quê nhà Bình Định tại ngôi nhà mình ở bên bờ đầm Xương Huân, Nha Trang, tác giả đã xúc cảm viết nên bài thơ "Đêm nghe quạ kêu". Những hình ảnh trong bài thơ như xóm Ô Y hạng đan xen giữa thực và hư, hiện tại và quá khứ, hình ảnh bến Phong Kiều, sông Xích Bích là sự liên tưởng từ bến sông An Thái, con sông Côn nơi quê nhà, mang chút hơi thở của thế sự trong tâm trạng "thương kẻ nương song bạc"... Bài thơ được tác giả gửi đăng trên một tờ báo đương thời nhưng tác giả vẫn chưa cảm thấy hài lòng. Mãi đến hai năm sau (1941), khi chuẩn bị in tập "Mùa cổ điển", trong một đêm trăng sáng, tác giả mới có cảm xúc để tiếp tục hoàn chỉnh bài thơ, như câu:

Thắc thỏm chăng ai quả ấn vàng

Được thay bằng:

Lạnh lẽo sầu ai rụng giếng vàng

Hoặc câu:

Tình lan man gợi tứ lan man

Được thay bằng:

Tình hoang mang gợi tứ hoang mang

Ngay cả tên bài thơ ban đầu "Đêm nghe quạ kêu" được Chế Lan Viên góp ý thêm vào chữ "thu" thành ra "Đêm thu nghe quạ kêu" nghe thơ và hay hơn hẳn.

Ở đây cũng xin nói thêm, nhận xét của Hoài Thanh về việc dùng điển cố "Ô y hạng" sai trong bài thơ "Đêm thu nghe quạ kêu" của Quách Tấn thì cũng nên xem lại. Quách Tấn đã từng học Hán văn từ nhỏ, là nhà thơ chuyên về Đường luật thì không lý gì lại không hiểu "Ô y hạng" nghĩa là "Xóm áo đen" của hai họ Vương, Tạ. Theo tôi, đây chỉ là sự liên tưởng của nhà thơ trong mạch cảm xúc mà thôi.

So sánh hai bài thơ, một bài của Lý Bạch, một bài của Quách Tấn, tuy cùng một nhan đề, nhưng hai bài thơ khác nhau hoàn toàn, từ nội dung, hình thức thể hiện đến mạch cảm xúc của cả hai nhà thơ.

Bên cạnh bài "Đêm thu nghe quạ kêu" thì bài "Đá vọng phu" tuy không hay bằng nhưng cũng là một trong những bài thơ tác giả rất thích và cũng thường được trích trong các tập thi tuyển.

Trong nền thi ca cổ điển Phương Đông, hình ảnh đá vọng phu là một hình ảnh ước lệ, tượng trưng cho tấm lòng chung thủy của người chinh phụ chờ chồng. Các nhà thơ nổi tiếng của Việt Nam hay

Trung Hoa đều có thơ về đề tài này như "Vọng phu sơn" của Lưu Vũ Tích, "Vọng phu thạch" của đại thi hào Nguyễn Du, "Núi vọng phu" của Hồ Dzếnh... Và thậm chí trong âm nhạc, nhạc sĩ Lê Thương cũng đã để lại cho chúng ta 3 bài "Hòn vọng phu" bất hủ.

Trên đất nước Việt Nam chiến tranh liên miên từ đời này sang đời khác có hai nơi có hình ảnh đá vọng phu gắn liền với những sự tích trong dân gian. Một là đá vọng phu ở Lạng Sơn được tả trong bài "Vọng phu thạch" của Nguyễn Du. Hai là đá vọng phu ở huyện Phù Cát, tỉnh Bình Định, quê hương của nhà thơ Quách Tấn. Bài thơ "Đá vọng phu" của Quách Tấn gắn liền với truyền thuyết và hình ảnh Đá vọng phu ở Bình Định. "Đá vọng phu" của Quách Tấn là một cặp hai bài thơ, gồm "bài chị" và "bài em". Hai bài thơ tả cảnh chờ chồng của người thiếu phụ với tấm lòng chung thủy, sắt son. Mặc cho dâu bể đổi dời, mưa sa, gió cuốn, người thiếu phụ dù khô đôi dòng lệ, vẫn một lòng kiên trinh, ghi tạc lời thề, ôm con đứng đợi trong cảnh thảm sầu, bất chấp tất cả thời gian... "Bài chị" có đôi câu thực tả cảnh kết hợp tả tình thật hay, thật thần tình, từ dùng rất mới, đầy hình ảnh:

Lụy nhớ mưa ngàn tuôn nượp nượp,
Tóc thề mây núi bạc phơ phơ.

Tôi đã đọc những bài thơ này của Quách Tấn từ rất lâu. Đây là những bài thơ rất hay, rất riêng của ông, so với những bài thơ của Lý Bạch, Vương Kiến là những bài thơ có nội dung, cảm xúc hoàn toàn khác nhau. Không lẽ các tác giả chỉ căn cứ vào tên của các bài thơ mà kết luận rằng các bài thơ của Quách Tấn chỉ là những bài thơ dịch từ Hán sang Việt của các tác giả Trung Hoa thôi sao?

Xin chép lại những bài thơ này để các bậc thức giả đọc lại và nhận xét.

Ô dạ đề
(Lý Bạch)
Hoàng vân thành biên ô dục thê
Qui phi á á chi thượng đề
Cơ trung chức cẩm Tần Xuyên nữ
Bích sa như yên cách song ngữ
Đình thoa trướng nhiên tư viễn nhân
Độc túc cô phòng lệ như vũ.

Quạ kêu đêm
Mây vàng chiếc quạ bên thành
Nó bay tìm ngủ trên cành nó kêu

Tần Xuyên* cô gái buồng thêu**
Song sa khói tỏa như khêu chuyện ngoài
Dừng thoi buồn bã nhớ ai
Phòng không gối chiếc giọt dài tuôn mưa.
(Bản dịch của Tản Đà)
* Câu này dùng nói về điển tích vợ Đậu Thao là nàng Tô Huệ dệt gấm hồi văn.
** Tần Xuyên: thuộc Trường An

Quạ kêu đêm
Quạ tìm chốn đậu bên thành bụi
Bay về kêu quang quác khắp cành cây
Cô gái Tần Xuyên đang dệt gấm
Nghe tiếng ngoài song, qua rèm mây
Ngừng thoi mong nhớ người muôn dặm
Phòng không hiu quạnh lệ tuôn đầy.
(Nguyễn Xuân Diện dịch)

Đêm thu nghe quạ kêu
(Quách Tấn)
Từ Ô Y hạng rủ rê sang
Bóng lẫn đêm thâu tiếng rộn ràng...
Trời bến Phong Kiều sương thấp thoáng
Thu sông Xích Bích nguyệt mơ màng
Bồn chồn thương kẻ nương song bạc
Lạnh lẽo sầu ai rụng giếng vàng
Tiếng dội lưng mây đồng vọng mãi
Tình hoang mang gợi tứ hoang mang...
(Mùa cổ điển - 1941)

Vọng Phu thạch
(Vương Kiến)

Vọng phu xứ
Giang du du
Hóa vi thạch
Bất hồi đầu
Sơn đầu nhật nhật phong hòa vũ
Hành nhân qui lai thạch ưng ngữ

Đá Chờ chồng
Bên sông ngồi ngóng trông chồng
Trăm năm khắc khoải một lòng sắt son
Hóa thân thành đá mỏi mòn
Gió mưa vần vũ... đầu không ngoảnh về
Phải chăng nàng giữ lời thề
Đến khi đá nói... lúc nghe chàng về!
(Hải Đà phỏng dịch)

Đá vọng phu
(Quách Tấn)
(Bài chị)
Chồng đi biệt tích tự bao giờ,
Đất đổi trời thay cũng cứ chờ.
Lụy nhớ mưa ngàn tuôn nượp nượp,
Tóc thề mây núi bạc phơ phơ.
Non chồng nghĩa nặng cao vòi vọi,
Nước vướng tình sâu chảy lững lờ.
Dâu bể đã bao đời kiếp trải,
Lòng son một tấm mãi trơ trơ.

Đá vọng phu
(Quách Tấn)
(Bài em)
Người đã không về tin cũng không,
Đầu non dắt trẻ đứng trông chồng
Nước mây quạnh vắng tròng khô lệ,
Mưa nắng phôi pha má lợt hồng.
Lời thệ vững ghi lòng sắt đá,
Khối tình riêng nặng gánh non sông.
Nỗi niềm ai biết ai không biết,
Gương nguyệt nghìn thu rạng biển đông.
(Một tấm lòng - 1932-1939)

NP Phan

TÀI LIỆU THAM KHẢO

[1] Hoài Thanh - Hoài Chân, *Thi nhân Việt Nam (1932-1941)*, NXB Văn học, H., 1998
[2] Nguyễn Tấn Long - Nguyễn Hữu Trọng, *Việt Nam thi nhân tiền chiến*, NXB Sống Mới, Sài gòn, 1968
[3] http://www.thivien.net/
[4] http://vi.wikipedia.org/
[5] http://www.vuonghaida.com/VAN/VongPhuThach.htm

NGƯỜI SÔNG HẬU
Cuối Năm Lại Nghe Tin Bão

Cuối năm lại nghe tin bão tới
Yagi vừa mới qua - Trà Mi lại tràn tới
Khúc ruột miền Trung bao đời hứng mình đón đợi
Gánh nặng oằn vai giữa hai đầu đất nước
Giông bão nhọc nhằn nào ai biết trước
Mảnh đất khô cằn quá đỗi tai ương
Chan sạn nửa đời lầm li đau thương
Ngày thong thóc đón gió Lào rát mặt
Đêm vật vờ cấn bão lũ sau lưng
Biển nước mênh mông trời đất khôn cùng
Phận người mong manh
Trôi như tàu lá mỏng.

*

Cuối năm lại nghe tin bão tới
Lòng bồn chồn nghe đắng chát vành môi
Đất nước tôi! Đất nước tôi
Đôi mắt hẳn sâu mẹ già thao thức
Nghe gió rít em thơ nào yên giấc
Cầu nối đôi bờ đêm qua đã gãy
Mất mát đói nghèo chạy chờ gieo neo
Chiếc áo rách lại lành em ơi
Lòng người thêm tình sâu nghĩa nặng
Màu nắng đẹp vô cùng
Đất mẹ lại lên xanh.∎

NGUYÊN CẨN
Ngẫu Hứng Không Đề

Ngày phiêu bạc lòng người đang giáp hạt
Những niềm vui mưa bụi hắt qua đời
Cánh chim đi đêm lạnh hướng chân trời
Gọi chút nắng cho bình minh đứng hát

Phố đã reo hồn hoa tươi sắc đỏ
Khuôn mặt nào xanh ngắt giữa nhân gian
Người có về phong kín những tân toan
Vết thương cũ bao năm rồi vẫn hở

Nghe bốn phía đao binh còn vọng lại
Sóng xô bờ biển động vẫn chưa nguôi
Nhìn Bắc phương khép vội nét môi cười
Trời Nam ấm ân tình xưa trẻ dại

Thôi chúc tụng những vầng trăng huyễn mộng
Đáy hồ in bóng nguyệt chết đêm nao
Những nhà thơ hồn hóa những vì sao
Trên ngôi cao hồn bay theo gió lộng

Khi tỉnh thức người nói gì: lẽ Đạo?
Hay con đường hư ảo đã đi qua
Trăm năm về tìm lại giữa lòng ta
Hoàng hôn tạnh mưa ngừng tan gió bão

Ngày phiêu bạc nhớ một thời luân lạc
Những niềm vui như nắng hắt sau hè
Con sông buồn ra biển lại nằm nghe
Câu chuyện kể dấu chân người kiêu bạc

Và dấu kiếm anh hùng trên sóng nước
Mạn thuyền nào vết khắc đã tàn phai
Ai có về khuya lạnh nhớ chăng ai ■

SỸ LIÊM
Bao Giờ Chúa Mới Nghỉ Ngơi

Tôi đi tìm Chúa mỗi ngày
Không đâu nơi khác trong ngoài chính tôi
Thánh kinh ngự sẵn chỗ ngồi
Kế bên tĩnh tọa Ba Ngôi hồn vàng

Chẳng cầu có Đức Giáo Hoàng
Cũng không cha sứ, ca đoàn vinh danh
Tôi chỉ có chút lòng thành
Của người ngoại đạo tâm thanh khiết tình

Tay sờ vào những dấu đinh
Bỗng yêu Thánh Giá lớn mênh mông dần
Giáng sinh nhỏ nhẹ đến gần
Vài ba nô nức xuống trần dạo chơi

Nắm tay Chúa đi ngời ngời
Có thêm Đức Mẹ cười tươi dẫn đầu
Chúng tôi đi giữa nhiệm mầu
Thiên thần chắp cánh bay chầu hộ theo

Hai chân nhún nhẩy vui reo
Lòng son phấn lộng lẫy treo gót hài
Cây thông từng nhánh tiệc bày
Lung linh đèn chớp tắt hoài chẳng ngưng

Chung quanh tiếng hát vọng mừng
Bài thánh ca đó đã từng nghe quen
Hang đá Chúa từ Bê Lem
Núi non lộng lẫy phúc chen chúc về

Tôi đi quên những bộn bề
Theo đôi mắt trẻ mải mê liếc nhìn
Phố phường đất dậy hồi sinh
Nỗi đau năm tháng niềm tin lấp vào

Chúa kế bên cũng xôn xao
Tay buông Thánh Giá vẫy chào thế nhân
Đức Mẹ thăm hỏi ân cần
Theo chuông thánh lễ nguyện ngân nga cầu

Tôi ca ngợi Chúa từ lâu
Không cần vô đạo đã sâu sắc cùng
Quỳ xuống dấu chỉ tháp tùng
Hồn tôi bay khắp Vương Cung Thánh Đường

Chúa ơi! Chúa sẵn lòng thương
Cho con xin hỏi tỏ tường Chúa ơi :
Bao giờ Chúa mới nghỉ ngơi
Để cho nhân loại thảnh thơi cõi này? ■

TÔN NỮ THU DUNG
Trang Thơ

Bài Tiêu Dao
Chim núi cất lời ca
Rồi bay về cõi Bắc
Tiếng ca, ồ tiếng ca
Khốc liệt hơn tiếng khóc.

Rừng bỗng run lá cây
Giông tố nào đã dậy
Đời hiu quạnh tháng ngày
Tìm nhau hoài chẳng thấy.

Có phải từ thiên thu
Lời hẹn nào đã khắc
Trên sỏi đá tuyệt mù
Trên từng thân lá mục.

Có phải từ trăm năm
Lạc nhau rồi mấy kiếp
Vóc hạc gầy đăm đăm
Mở hoài đôi mắt chết…

Đoản Khúc
Có đôi lần gõ cửa
Thiên đàng vẫn chối từ
Hỏi mấy nhành rêu mục
Chắc thiếu phần chân tu.

Đành phân thân trở lại
Trần gian vẫn nói cười
Đừng hoài nghi ái ngại
Đời còn nhiều cuộc vui.

Khoan nói về địa ngục
Lửa chập chờn hoang mang
Chắc gì không sưởi ấm
Cuộc hành trình lang thang…

Khóc cười đều không thực
Buồn vui khi hạ màn
Cố đóng tròn vai kịch
Cuối cùng
là…
loãng tan…

Mật Ngôn
Con chim bay qua vườn mộng
Thả rơi mấy hạt Ngô Đồng
Từ đó tâm mình động vọng
Tìm hoài trang sách mật ngôn

Có một điều gì bí ẩn
Giấu mình trong buổi tịch dương
Bất chợt soi vào bóng nước
Hình như đời quá vô thường.

Chạm Thu
Về lại cổ thành mây xám
Ngô Đồng rơi mấy hạt thu
Gió còn thơm mùi tháng tám
Bến sông chìm khuất sương mù

Vườn rêu xanh hoài nỗi nhớ
Con chim trốn nắng hiên nhà
Tiếng chuông chiều vang tĩnh mịch
Như rơi tận cuối giang hà…

(Và tôi… như người có lỗi
Bỏ quên
lâu quá…
Quê-Nhà). ∎

NGUYỄN HÒA TRƯỚC
Nốt Nhạc Tròn Như Giọt Sương Sớm

1.
Nốt nhạc lim dim như cặp mi còn vướng sợi nhện sau cùng của con mộng
như một giọt nước mắt hạnh phúc là món quà buổi mai ưu ái gửi tặng
buổi mai lác đác vài người đi dạo sớm vẽ loang loáng lên làn sương cánh chuồn;

gió may thoảng vì mùa thu chúm môi chưa được chuẩn
cuộn tơ nhớ tinh tươm khi ký ức sạch lưu ly
nến thắp hai bấc ngắm em qua hai thành phố
thành phố xưa, của mặt trời rực rỡ
và thành phố nay, lãng lặng của trăng.

2.
Trăng vốn ảo còn anh đang rất thật
rất rộn lòng tháo tuần tự bó khế ước trăm năm
những lá thư giấy pelure xé đôi phớt màu hoa chuông khánh hoàng anh
áo dài em anh đánh suốt chỉ sim lao xao mùa én họp
lên gấu quanh nụ cười và rãnh sâu giữa cằm
nơi mùa đông loay hoay mắc cạn và căm căm ngọt rét bám trắng bộ râu bô lão.

Tạm trú tim trũng đồi tháp gù mấp mô an toàn lắm
khung nhạc cao nguyên đũa lộc vừng kẻ trường canh trà móc câu sắc sảo
một nốt đơn nhã tụ quần hết lâm thủy
anh ung dung tản bộ vờ như khách nhàn du
chiếc ô đen che nỗi lúng túng rất đỗi không bình thường
hồn sóng sánh như bàn tay ai trong quá khứ đang khuấy hờ ly sấu chua giải khát

lối về thân quen chợt ngỡ ngàng dưới gót
có vài đoạn anh phải làm kẻ mộng du để ẩn giấc cẩn thận dắt dìu qua từng viên gạch
hoặc quay ngoắt từ đầu để dễ kết se một đường thẳng trọn vẹn
phập phồng chiếc mũ đan nhúm rạ gặt trộm vát đồng làng xóm.

3.
Nốt nhạc bình nguyên ngày cuối tuần thèm ngủ lười nhác bỏ cả buổi thể dục
miết trên vai trần gùi cói lên tàu bánh răng cưa ga tháp-chàm-đà-lạt
chuyến ngao du chỉ để lo lót cho đòi hỏi vô thức của cơn mơ
dây hạ mội thác trầm thanh vĩ hãm nôn nao
ngã tư hồ nữ sĩ gậy đo mực triều thơm chấm tới
giông đã qua và mây cân nhẹ lại
(xưa) hai ta ngồi ngắt nhai cọng rơm đoán ngày ruộng ngô trổ cờ quê nội ngoại
luống đất đỏ ửng như cả lớp con gái chìa má lúm đón xuân lên
bay xa hạt lép vướng hạt ngậy mỡ hành than vỉ nướng.

Tỉa mỗi bắp dốc nương là mỗi hoạt trình diệu vợi
rìa bên này đầm tạ tội anh tát mãi vẫn chưa vơi
trả quả hái cho một kiếp nao chỉ biết ra giếng thả gàu sòng than thở
lý luận ngây ngô là đang xế trưa có nghĩa như sắp vào chiều tình ngữ
là trải chiếu lối về cho bọn sơn ca liến láu vũ rạn đêm.

4.
Đếm tuổi em cho đúng phải tuần chay tắm gội suối thiên tân
xõa tóc xông trầm gối bồ đoàn tâm hư diện bích
sinh tồn với phấn cây mê thay cho thực phẩm thế gian
leo nghìn bậc thang đá tầm âu cơ tiên động
bụi lan rễ cỏ tranh bám ngực hàng bạch hương vòi sữa ấm
mẹ xương rồng in bản sao chồi cau núm xinh xinh
nấm dị hình khoe rưng rức bớt chân chim
đài kiêu sa vẻ dáng càng mệnh phụ
rịn mật keo từ nhiên trinh nhụy nữ
mùa về đeo nhạc đặt trạm dừng chân thứ nhất trên lưỡi nếm của anh, kẻ đặt phòng đầu
tiên nơi quán trọ phàm nhân. ■
11-2024

NGUYỄN VIỆN
Trang Thơ

Phía Ấy, Bầy Ong Làm Mật Trên Đám Mây

1.
Mỗi sáng thức dậy, tôi đều nhìn về phía ấy
sương mù và nắng mai
hơi thở mùi xa vắng
tôi nói với mây trời
anh yêu em

Mỗi tối trước khi đi ngủ, tôi đều nhìn về phía ấy
cơn mưa từ kiếp trước và ngọn gió của ngày mai
nụ hôn đặt xuống cho giấc mơ
tôi nói, anh yêu em

Mỗi khi nhớ em, thật ra lúc nào tôi cũng nhớ em, tôi đều nhìn về phía ấy
ngọn núi mờ xa và bầy ong làm mật trên đám mây
mùi cà phê ngoài cửa sổ
tôi không thể không nói
anh yêu em

2.
Ở phía bầy ong làm mật trên đám mây
em nói tình yêu của Victor Hugo và Juliette Drouet là một cơn điên
tôi đứng dưới gốc cây
nhìn về phía ấy, điên như nắng cháy
làm thế nào, tôi ôm được em mùa hè chiếc bikini màu vàng còn ướt nước
cánh tay em và bầu ngực thanh tân
dòng suối cao nguyên và nguồn cội nỗi thèm khát
đi hết bao la và cạn hết khôn cùng
làm thế nào, tôi vào được em mù sương của chiếc áo len màu lá úa mùa thu còn sót lại
và đến muôn trùng tôi ấp ủ
bàn chân em dưới ngọn đèn đã tắt trên lối về thân thuộc
làm thế nào, tôi được thở mùi trời xanh và gió thắm của em trong căn phòng đầy chật những giấc mơ
nụ hôn của bóng tối
và cơn hoang đàng vô tận

3.
Khi cơn mưa đổ xuống, bầy ong tan tác và những giọt mật cũng bay đi cùng cơn gió
tôi ngồi trong bóng tối của những hoài niệm không thật về một giấc mơ đã đổ vỡ
và tôi biết cuộc sống này đến lúc cần chấm dứt
như một cơn mưa
và bầy ong sẽ phải làm một tổ mới ở một nơi nào đó mà những kẻ lấy mật có thể với tới
và tôi sẽ quên chuyện bầy ong làm mật trên đám mây như sự phóng tưởng của tôi về một hiện thực huyền ảo
có thể những con ong cũng không nhớ gì về một bầu mật trên đám mây
dẫu sao, tôi biết ở phía ấy, đã từng có một người tôi mơ về
và linh hồn tôi sẽ ở lại mãi mãi với đồi sương rừng thẳm

Trong Cơn Mưa

Tôi mua một ổ bánh mì thịt cút nướng và ngồi chờ cơn mưa đến trong một quán café quen thuộc
tôi nói với cơn mộng ảo, chiều nay gió sẽ lộng, em nhớ mặc thêm áo và đừng nhìn mưa như tôi, đừng ảm đạm
nếu có thể được, em cũng nên mua một ổ bánh mì cút nướng, chiều sẽ bớt lạnh
và nhớ pha một ly trà gừng
như chúng ta đã từng uống cùng nhau trên tầng thượng
nếu em thích, cứ đốt thuốc vì tôi cũng cần mây mù cho sự lãng quên
em biết đấy, tôi sẽ đói vào những lúc cơn mưa đổ xuống
và tôi cũng nhớ em da diết nhất khi đói bụng
ừ, nếu không ăn tôi sẽ chết
ổ bánh mì chỉ là một phiếm chỉ
như cơn mộng ảo mà em mang đến
làm thế nào tôi có thể giữ được em? ∎

ĐỨC PHỔ
Mãi Hẹn

mãi hẹn. không về. mà vẫn hẹn
bờ dâu con kén vắng hơi tằm.
sông cắm sào suông. trăng lệch ngõ
thuyền nhầm bến đậu đã bao phen.

cố giấu lòng đau sưng nội tạng
phù tim. nhịp thở nhuốm hư phù.
ngáp vắn nghe dài cơn mộng mị
đêm không tiếng gió gọi mùa sang.

mãi hẹn. lòng xanh chờ hóa thạch
trúc mai rụng hết lá mơ mòng.
khó khuây mấy nỗi sầu lau lách
lạnh gió từng cơn buốt lạnh lòng.

mãi hẹn. mà không chỉ hẹn hò
giai nhân mấy thủa đã tàn tro.
xanh xuân ngọc tuổi mềm chân bước
mỏi sức mòn hơi vẫn hẹn. chờ ■

THY AN
Chân Tình

chân tình khe suối chảy qua đồng bằng thơm mát
núi đồi em nhú lên đỉnh hoang vu
cây lá thật xanh nở nụ âm thầm
không gian nhỏ khoác lên màu hoang dã

nghe tha thiết biển rừng âm thanh lạ
con đường bao la đầy những cụm hoàng hoa
lời hát chim non tâm địa thật thà
thất tuần mấy độ, nắng trong vườn lên vội

nhân tình qua đó gió mùa xuân tóc rối
sợi bâng quơ cười mỉm tiếng trẻ thơ
giọng ai lạc những ơ thờ bên cửa
ngoảnh lại nghe từng ẩn dụ trông chờ

xiêm y bỡn cợt phất phơ mùa giông bão
một trận cuồng phong cào xước châu thân
len thật sâu thấm vào tận góc lòng
nghe trỗi dậy biết bao lời xao động

bên dốc núi áng mây chiều dõi bóng
phố chợ thênh thang trôi nổi những trầm si
qua cầu gió thổi lụa là bay bổng
rồi những ra đi biền biệt trong lòng

chân tình vẫn vậy mùa lá non ca hát
tiếng vu vơ một khoảng trời xanh…■

LÝ NGỌC LÊ THANH
ÁNH MẮT

xẩm chiều từ tiệm về nhà
tôi không lái chiếc honda thường ngày
chiếc xe đạp theo chân quay
tha tôi thơ thẩn cùng mây lững lờ

gió chiều nghịch ngợm bâng quơ
giở tà áo trắng tôi lơ đễnh cầm
khói thổi cơm tạt qua lòng
tôi vui môi hát lầm thầm mấy câu

chân đạp, mắt nhìn đâu đâu
qua bến xe ngựa ngờ đâu hết hồn
ngược chiều một cặp mắt trong
hình như đứng lại trong tròng mắt tôi

lòng nghe rúng động bồi hồi
cánh chân bỗng thả nhịp lơi nhập ngừng
qua mặt rồi cùng quay lưng
nhìn nhau lần nữa ngại ngùng lướt qua

tối về rửa mặt, vào ra
còn vương ánh mắt người xa lạ nhìn
diệu kỳ thay, thật khó tin
anh chàng lính ấy chợt tìm vào thăm

đại đội vừa mới đóng quân
quanh nhà tôi có người hùng lòng tôi
lần đầu lòng biết đổi đời
tôi lớn như thổi giữa vui lẫn buồn ■

LÊ HOÀNH PHÒ
SINH NGỮ 2

Xào xạc mãi hồn tôi
Những ngày xưa thân ái!

Cours de Langue et de Civilisation Françaises I của G. Mauger
Lên lớp 10, đệ nhị cấp xưa, chúng tôi học thêm sinh ngữ 2.
Tuổi mười lăm ham chơi nhưng cũng thích thú các bộ môn mới mẻ
Dù tiếng tây bồi, tôi lõm bõm mẹt xì, ô rờ voa, guốc măng từ người cha từng ở Pháp lâu, về dạy hai chị...
*

Đã hơn nửa thế kỷ từ 1972 mùa hè đỏ lửa bi thương, run sợ, chạy tản cư khổ nhọc,
Dưới mái trường Quốc Tử Giám Hàm Nghi thâm nghiêm thờ Đức Khổng Tử
Chẳng thể nào quên vị Giáo sư có tài làm thơ, luôn chải dầu láng cóng
Thầy dạy kiểu lạ, hấp dẫn về những bài học Ngôn ngữ và Văn Minh Pháp

*

Lớp chúng tôi mơ màng tháp Eiffel cao vút, sông Seine êm đềm, nhà thờ Notre-Dame của thằng gù Ca di mô đô!
Đại lộ Champs-Élysées chạy thẳng tới Khải Hoàn Môn L'arc de Triomphe...
Mươi phút cuối buổi, thầy trò nghêu ngao tập hát những bài cuối sách
Alouette, gentille Alouette

Alouette, je te plumerai
Je te plumerai la tête
Et la tête, et la tête
Alouette, Alouette...
Và rất sung sướng, hát lời đánh thức kẻ ngủ quên!
Frère Jacques, Frère Jacques. Dormez-vous? Dormez-vous?
Sonnez les matines. Sonnez les matines. Ding-ding-dong, ...
Còn gì nữa không, tuổi già tôi quên nhớ, à, bài thơ mưa của Paul Verlaine
Mưa trên phố thị như mưa trong lòng tôi!
Il pleure dans mon cœur
Comme il pleut sur la ville
Rồi bao xao xuyến lời nhạc Paris có gì lạ không em, vườn Luxembourg mùa thu ru tình trai mới lớn, ...
*

Lớp sinh động với món độc là đóng kịch tình huống mỗi giờ dạy 60 phút
Nào Le chef de gare a donné le signal... GS đưa tay phất cờ miệng giả bộ thổi súp lê!
Toc! Toc! Entre!
Cả lớp nín cười thầy bắt trò Hòa, đi ra rồi gõ cửa xin vào, hắn phì cười nên cứ diễn đi diễn lại!
Toc! Toc! Entre!
Thằng bạn thân của băng Lênh Đênh tôi, dính luôn biệt hiệu Hòa "tốc"!!!
Rồi đến Jeter un coup d'œil mới đã đã làm sao
Lớp im phăng phắc, Giáo sư vuốt tóc rồi cười duyên làm mẫu
Ngước mắt điệu đà, mà thầy chẳng có bóng hồng để "ném cái nhìn" mê gái đẹp!
Ôi thầy Tây học của chúng tôi, trường Hàm Nghi có tiếng đồn um là dân "ham nghễ" xưa!
Kỷ niệm càng khắc sâu thêm với cặp trứng ngỗng thầy "biếu" cho
Sau hiệp định đình chiến Paris 3/73, mấy đứa băng tôi liều mạng trốn học giờ thầy nghiêm khắc
Để xin theo xe nhà binh ra sông biên giới Thạch Hãn, Quảng Trị tan hoang tàn khốc, coi trao trả tù binh 2 miền tổ quốc chia đôi!■
6/24 LHP

THIÊN DI SG
Tình Yêu Của Tôi

anh là thế giới và những gì trong đó
là quả táo mà em muốn cắn
là đôi mắt của em
 là ý nghĩa lời thì thầm của gió

em sẽ là mật hoa là ánh sáng
hương thơm dâng anh một đời
con thuyền buồm giữa lòng biển khơi
cùng anh lướt qua ngày giông gió

em - thiên thần ngây thơ khi anh ở đó
trong trái tim yêu da diết trao người
cũng có thể
là nỗi ám ảnh khôn nguôi nếu một ngày anh quay lưng phản bội

sự trùng hợp hay do số phận
khi chúng ta là điều ước của nhau
khi niềm yêu như nắng ấm ban mai
đam mê dệt nên ngày hạnh phúc

em yêu anh,
anh yêu em từng phút...■

PHẠM NGỌC LƯ
LÊN NÚI ĐỀ THƠ

Người xưa lên núi đề thơ
Căm căm nét chữ tỏ mờ bóng rêu
Chữ cau mặt - đá đăm chiêu
Hồn thiên thu lạnh giữa chiều gió lay?

Người xưa rơi lệ núi này?
Lệ xưa thấm lá cỏ cây phơi màu
Rêu buồn ngậm nỗi lòng đau
Đá câm khắc họa nỗi sầu trơ vơ...

Chiều hôm non nước lặng tờ
Lòng tôi gọt đá đề thơ khóc mình
Đau tay khắc đậm chút tình
Mũi dao là lệ nhân sinh ròng ròng

Ngàn sau hồn chữ rêu phong
Miên man thiên địa... tấc lòng du du ... ■

TRỊNH CHU
Phiêu Du Trắng

trong giấc mơ tôi
loang lổ vệt mồ hôi mẹ chảy ngang miền trời gió thét
ú ớ tiếng chim di gọi mùa

ngày cha ngập nguồn
mắt ưu tư phố hoang vào tuổi dại
đêm tấu khúc siêu hình
ru buốt giọt sương trinh

đêm lân tinh dật dờ những ánh gầy bé mọn
bóng giăng đầm thẩm triều sương ∎

TRÂN CHÂU
Nhân Dạng Tự Họa

ai xưa khen mặt trái xoan
chừ sao lộ diện dọc ngang chùng bùng
ngắn dài cung cách chung chung
chẳng quý phái chẳng bần cùng mẫu riêng

có lúc trông khá hiền hiền
đôi khi thoáng chút võ biền xưa xa
phảng phất quý tướng con nhà
bình dân nền nếp chánh tà trộn chung

nghiêm nghị hơn là lạnh lùng
ngó qua là biết vô cùng Việt Nam ∎

KHÊ KINH KHA
Thân Phận Ca

tôi là người Việt Nam
mang giòng máu Tiên Rồng
quê quán đất Hà Tĩnh
đất nghèo như cỏ rơm

sinh ra chưa kịp khóc
đã cất bước lên đường
mẹ cha đùm chiếu rách
sông núi dựng hồn thiêng

Trường Sơn xanh lá biếc
sông Hương chảy vào lòng
tiếng chuông vang tuổi mộng
sóng vỗ tình non sông

bãi cát dài Đà Nẵng
trăng sáng giữa Nha Trang
mộng reo thông Đà-Lạt
tình thấm nước Cửu Long

tôi lớn lên vội vã
lớn lên trong đạn bom
từng tuổi đời héo úa
hồn đầy bao vết thương

bạn bè bao nhiêu đứa
tình nồng chưa dám tỏ
mộng đời chưa đầy tay
sách vở buồn khép lại
bao thằng đã ra đi
máu xương lạnh lòng đất
bao đứa còn nơi đây
tương lai như lá bay

tôi lớn lên vội vã
nhìn quê hương sụp đổ
nhìn quê hương điêu tàn
dân tôi nấc từng cơn
nuốt trôi nghìn gian khổ
lệ nhiều hơn lúa mạ
quê hương buồn ai hay
buồn như tiếng thở dài
mình me trong đêm vắng
trong đêm dài cô quạnh
trong đêm hồn rưng rưng
trong đêm hồn rưng rưng

tôi lớn lên vội vã
trong bom đạn chiến tranh
kinh kha hề nuôi chí
kinh kha hề tráng sĩ
từng ngày hề từng ngày
nỗi lòng này ai hay?

tôi lớn lên vội vã
nhìn quê hương tan rã
bao phận người lưu vong
bao phận người lênh đênh
bao nhiêu xác chôn vùi
vào lòng biển mênh mông
em ơi, anh ơi, mẹ ơi
vào lòng biển mênh mông
cha ơi, con ơi, mình ơi
vào lòng biển mênh mông
vào lòng biển mênh mông

tôi là người Việt Nam
ngàn năm vẫn Việt Nam
máu tôi vẫn Tiên Rồng
màu lúa chín màu da
mộng ta mộng kinh kha
trôi trong kiếp lưu đày
trên mảnh đất mượn vay

ai tan vỡ mảnh hồn
oà khóc theo tháng năm

Việt Nam ơi Việt Nam
sao gọi hoài chưa hết
Việt Nam ơi! Việt Nam hỡi
xin gọi mãi trong đời
ta còn đây, còn đây
một màu da lúa chín
một trái tim câm nín
một giòng máu Rồng Tiên

một trang sử bắt đầu
cho bao triệu con tim. ∎

TRANG THÙY
"CỦA ĐỂ DÀNH" TỪ BA MẠ TÔI

Một ngày nọ, không biết từ đâu ba mạ tôi đem về bốn cây sến cao chừng gần một mét về trồng hai bên cửa ngõ.

Hồi ấy, chị em tôi còn nhỏ lắm và dường như cũng chưa có chút ý thức nào về những cây hoa trong vườn chứ đừng nói là những cây năm này qua tháng nọ chả bao giờ thèm ra cái hoa nào cho chị em chúng tôi chơi đồ hàng hay chí ít cũng để nhìn chút cho vui mắt như những cây sến này. Chị em tôi hàng ngày vẫn chơi đùa chạy nhảy ngoài ngõ, rượt đuổi nhau quanh những cây sến, đôi lúc lại vô tình tiện tay bẻ vài nhánh cây khi chơi trò đánh trận giả, đuổi bắt giật cờ. Mỗi lúc thấy vậy ba mạ vẫn hay la rầy rồi nhìn nhau nói: "Chừ thì rứa đó, chứ mai mốt bây lớn khi nớ mới thấy quý cây ni".

Chúng tôi nghe thì nghe vậy thôi chứ cũng chẳng biết cây này nó quý đến mức nào như lời ba mạ nói. Cây gì mà cái thân thẳng đuồn đuột, chẳng có nhiều nhánh lại cao nghều, chúng tôi chẳng thế nào trèo lên cây hái như những cây mít, cây bồ quân trong vườn. Mà nó có trái đâu, chỉ lâu lâu lại thay những lớp vỏ xù xì trong mùa hè khô khốc và những lúc cần thứ để nhen lửa tôi mới nhớ đến chúng, lột vỏ ra nghe lách tách dòn dòn cũng tạm vui tai.

Cứ thế, những cây sến cứ hồn nhiên lớn lên mặc sự vô tâm của lũ trẻ, mặc những trận lụt lâu lâu lại ngâm vài ngày trong nước và thỉnh thoảng những cơn bão làm ngả nghiêng gốc hay vài nhánh cây bị dập vùi. Những lúc như vậy ba mạ lại chặt tre chống đỡ, lại nói với nhau câu cửa miệng: "Ngó ri chơ khi cần không phải dễ mà có mô!"

Thấm thoắt chị em chúng tôi đã trưởng thành, rồi đi lấy chồng lấy vợ. Thỉnh thoảng nhớ nhà cũ, nhớ ba mạ lại chở con chạy lên thăm. Như vòng tuần hoàn của cuộc sống, lũ trẻ lại chơi đùa chạy nhảy ngoài ngõ, dưới những gốc cây sến. Lúc này cây đã cao gần 4 mét rồi, những cành lá đã vững chãi hiên ngang cao vút và nhìn xuống lũ trẻ qua bóng râm khiêm tốn nhưng đầy bao dung. Lâu lâu những người buôn cây đi ngang lại nhòm ngó vào hỏi mua. Ba mạ chỉ lắc đầu không bán. Họ cố gắng thuyết phục, nhưng ba mạ cứ nói để dành cho chúng tôi. Có lúc nghe ba mạ kể lại tôi cứ bảo sao ba mạ không bán đi, rồi để đất trồng hoa bên hai lối đi, lại có ít tiền thích mua gì thì mua có phải hay hơn không. Ba mạ vẫn cứ câu nói muôn thuở: "Ngó rứa chơ khi cần là không dễ có mô đó!"

Rồi sau những năm tháng dành dụm, chị em chúng tôi cũng tiết kiệm được một ít tiền để cất ngôi nhà cho riêng mình. Ngày nói ra ý định làm nhà với ba mạ, ba lặng lẽ nhấp một ngụm trà xong rồi thủng thẳng: "Đứa mô làm nhà đến lúc thượng lương tao cũng cho một cây sến mà làm đòn tay đó, tất cả là bốn cây chia đều cho bốn đứa!".

Khỏi phải nói là tôi mừng như thế nào. Phải chi tiêu tiết kiệm lắm tôi mới có một số tiền để cất nhà nên lúc này ai cho gì để tiết kiệm chi phí thì còn chi bằng. Thật ra chỉ đến khi làm nhà qua tìm hiểu tôi mới biết thêm về lễ Thượng Lương ngoài những lễ như đặt đá, tân gia... nếu gia chủ có chút ít tin vào tâm linh. Lễ Thượng Lương còn gọi là lễ cất nóc, trong tiếng Hán chữ "Thượng" nghĩa là Trên, "Lương" là xà nhà, là ngày gác thanh giữa của nóc nhà với mái nhà dốc có kèo. Và cây sến với đặc điểm thân gỗ chắc, lại khá thẳng nên sến là loại gỗ lý tưởng để chọn làm đòn tay cho nóc nhà. Chỉ đến lúc đó tôi mới biết đến giá trị của những cây sến, mới hiểu hết câu nói muôn thuở của ba mạ mà tôi vẫn vô tâm lướt qua, mới hiểu tại sao dù nhiều người muốn mua ba mạ vẫn nhất quyết không chịu bán. Gần đến ngày Thượng Lương chồng tôi mới cho người lên nhà xin phép ba mạ cho đốn cây. Hôm đó dù đang bận ở xa ba vẫn cố về kịp để cùng con rể cẩn thận khi đốn cây. Lúc này tôi mới để ý đến mái tóc của ba, ngày nào sến còn non mới đem về trồng tóc ba tôi còn xanh, cơ thể còn tráng kiện, nay mái tóc đã nhuốm màu thời gian sương trắng, chỉ tấm lòng bao dung với những đứa con là không bao giờ thay đổi trong ba. Lòng tôi nghe xao xác trong từng nhành lá sến lần lượt rời cành. Hôm đó là một ngày vui của ba vì tôi là đứa con mà cả gia đình mong cất được nhà nhất vì trong bốn chị em tôi là người có kinh tế ít hơn cả. Nắng chiều nhuộm mái tóc ba khi nhìn theo xe chở vợ chồng tôi về cùng cây sến. Tôi thấy ba tôi nhìn theo, mãn nguyện mỉm cười.

Hôm thượng lương, anh em thợ xây dựng ai cũng tấm tắc khen cái đòn tay quá đẹp. Thân tròn, gỗ chắc lại thẳng băng, ai cũng nói cây xà này kiểu gì cũng sẽ rất vững chãi và tốt đẹp cho gia chủ cho mà xem. Vợ chồng tôi bất giác nhìn nhau, thầm mừng vui trong lòng không kể xiết. Hình ảnh ba mạ tôi ngày mới trồng cây lại ùa về, thổn thức trong tôi.

Vậy là từ nay hình ảnh của ba mạ tôi luôn hiện diện trong tổ ấm của gia đình tôi qua cây sến làm đòn tay, chứng kiến những niềm vui nỗi buồn của gia đình. Chúng tôi ý thức nhiều hơn về tổ ấm mình đang tạo dựng, không chỉ có mồ hôi nước mắt của mình mà còn có tình thương của người thân, của ba mạ. Thứ tình thương được cất giữ, chắt lọc, lớn lao vô điều kiện. Giờ đây trong câu chuyện về những ngày xây dựng ngôi nhà có câu chuyện cây sến của ba mạ tôi. Tôi gọi đó là "của để dành", và đó là câu chuyện ý nghĩa nhất về ngôi nhà tôi muốn kể cho các con của mình nghe, đó là sự tiếp truyền của tình yêu thương trong ngôi nhà của mình.

Trang Thùy

VŨ KHẮC TĨNH
ĐẤT QUÊ

Hồi đó nhà nghèo mà bình dị lắm! Cha chẳng để cho mẹ cực. Mẹ chỉ quẩn quanh trong nhà nuôi dạy mấy đứa con. Cha quần quật bươn chải mà lo cơm ăn áo mặc cho tất thảy. Lắm lúc chỉ là tô cơm trắng với mắm muối chi đó, mà tụi nhỏ háu ăn ngon lành. Cũng có lúc dùng cái nơm đi bắt cá rô đồng, là tụi nhỏ tự biết những đám ruộng nào có cá nhiều, bắt cá về thay thế dần bữa ăn.

Đến mùa mưa lũ, nước trắng đồng, thì tụi nhỏ ra đồng thả lờ, lội bì bõm dưới nước ướt hết áo quần mới chịu về nhà. Cái mùi bùn tanh hôi bám vào áo quần như một phần ký ức khó phai mờ đối với Nga.

Mãi cho tới sau này với những năm tháng bôn ba nơi miền đất khách tha hương Sài Gòn, Nga không thể nào quên cái dư vị ngọt ngào, nghèo nàn thời đó.

Lắm lúc một mình chênh vênh giữa bốn bức tường ngôi nhà trọ nơi xứ lạ, mưa rơi lộp độp trên mái tôn, Nga lại lọ mọ nấu nước sôi ăn gói mì tôm. Chẳng phải Nga đói, mà là thèm. Thèm cái mùi chua chua ngọt ngọt và cay nồng. Nga hít hà rồi nước mắt tự dưng rơi mặn vành môi. Những lúc như vậy, Nga mới biết nhớ cha mẹ, nhớ quê.

Nhớ là nhớ vậy thôi, nhiều người cũng bôn ba tứ xứ, chọn mảnh đất Sài Gòn này làm nơi sinh sống để tiến thân, ngỡ sẽ là một cuộc ra đi để tìm kiếm một cuộc sống khả dĩ hơn, nhưng cái ngày mai ấy vẫn mù khơi mịt mùng xa ngai ngái. Vậy nên, với những người như Nga, nỗi nhớ thành ra một cái gì đó chỉ để vuốt ve để đó. Sớm mai này lại phải tất bật lao vào vòng xoáy cơm áo gạo tiền, có đứa thân thiện, có đứa lọc lừa, có đứa may mắn gặp được quới nhơn, cũng có đứa không may trót lỡ dại mà hẩm hiu phận đời, có đứa đi học... Riêng Nga cố nuốt trôi dòng máu lang bạt với chút nhan sắc và tài ăn nói, chừng đó cũng đủ để Nga tự tin vào khả năng để nuôi sống bản thân nơi xứ lạ quê người.

Dẫu thương dẫu nhớ thì cuộc đời con người ta, vẫn phải có những lúc rối rắm đối diện với sự chi phối bên ngoài. Là những câu chuyện mãi mãi từ biệt nghiệt ngã, khiến cho con người ta ra đi bình yên giấc ngủ, còn người ở lại đắng đót một đời rau răm nồng cay. Nhưng cũng có khi chỉ một cách nói rất giản đơn là một lần ra đi để ngày trở về đủ đầy niềm yêu thương, ngập trời những hạnh phúc đong đầy.

Ngót nghét mười mấy năm, lang bạt Sài Gòn, những lần vội vã trở về nhưng không về quê, đi lang thang dưới phố cổ để nghe ngóng động tĩnh có gì xảy ra gây bất lợi cho mình không, rồi vội vã đi vô lại Sài Gòn. Nga đâu để ý đến cái vùng quê hoang dã ngày càng thay da đổi thịt theo thời cuộc phát triển. Có khi Nga nghe ai đó nói lại sao lâu quá ít về, có khi về mà không về nhà, đến lúc đi thì nhanh như gió vậy. Nga chỉ ấm ớ, công việc làm ăn ở Sài Gòn căng lắm, nghỉ việc lâu ngày là mất việc làm như chơi.

Nhưng mà, cuộc đời như một vòng xoáy ma lực, mãi cuốn hút con người ta miệt mài vào những trái ngang hệ luỵ. Một lần yếu lòng, một lần lầm lỡ là lấm lem cả một một quãng đời. Với Nga thì sao? Luôn vững tin vào chút bản lĩnh và nghị lực, khơi dậy niềm kiêu hãnh tột bực trên nền tảng nghệ thuật thơ ca, mà Nga lâu nay từng ấp ủ, cái sống khác ấy đã chiếm lĩnh qua thời gian, dù không giống một ai. Thời gian qua nhanh như trở bàn tay. Dù thanh xuân Nga đã rơi đâu đó trong cuộc đời lang bạt của mình, hay trong một khu vườn, nhưng tại nơi này hôm nay, Nga đang đứng với suối nguồn tươi trẻ tái sinh trong cái mạch ngầm, lan ra trong từng tế bào. Nga cảm nhận được sức sống mới đang sôi sục trong mình, khi đang đứng rất lâu trước ánh nắng mùa hè đậm đà vàng óng. Những sợi nắng lấp lánh lên thềm ngực còn vương những mùi thơm hương hoa bay thoảng qua, dù không còn tròn đầy như thời thiếu nữ nhưng vẫn nổi lên những đường cong tuyệt diệu

Nga cảm nhận rõ ràng mọi thứ nẩy nở từng ngày trong cơ thể mình, như một thiếu nữ tràn đầy sức sống, và tò mò khám phá những mới mẻ đang dần định hình bên trong thân xác phàm trần.

Những niềm vui nhỏ bé có được trong ngày về lại quê lần này, từ việc nấu một món ăn của người Sài Gòn, nấu một ấm nước sôi pha trà, hay pha chế một tách cà phê ấm nóng riêng cho mình, cho cha mẹ mỗi buổi sáng mai, nhâm nhi trước khi ra đồng. Nga ngồi lặng bên thềm nhà, ngắm những con chim sâu bay nhảy trên cây mận hút nhụy hoa. Nếu chịu khó góp nhặt từng chi tiết mỗi công việc mỗi ngày, thì đến một lúc nào đó chúng cũng dày thêm lên và biết đâu thành kho ký ức vui vẻ. Dù cha mẹ không mấy quan tâm đến những điều vụn vặt. Cha mẹ trồng một vườn hoa nhưng không biết chơi hoa, những bông hoa bung nở rực rỡ, là thời khắc mà bất cứ người làm vườn nào cũng ao ước trông chờ.

Những lúc ấy, Nga thường nán lại hơi lâu bên khu vườn đầy sương mù ẩm ướt, Nga tìm lại cảm giác mùi thơm dịu dàng tiết ra bay thoảng qua trong không gian. Nga vốn nhạy cảm luôn luôn vòi vĩnh những khoái cảm, Nga thường nhảy hẳng lên một cách sảng khoái, hai bàn tay xòe ra tung hứng giữa đất trời. Chỉ chừng đó thôi mà ngực Nga tưng tức từng nhịp đập như sắp nổ tung. Hai gò má Nga hồng lên rồi ửng đỏ, dù không say nắng, buổi sáng mai làm gì có nắng gắt mà say, khi chạm vào giấc mơ hoang hoải, có chăng cũng chỉ là một khoảnh khắc dấy lên trong một chừng mực nào đó thôi. Cuộc sống và mọi cảnh vật ở miền quê lâu nay vốn yên tĩnh.

Nga trở về lại căn nhà. Căn nhà chỉ có cha mẹ và hai cô em gái còn đi học. Căn nhà vắng vẻ yên bình như vốn có. Vườn hoa và chậu hồng nhung để bên hiên nhà vẫn kiêu sa với chùm hoa đỏ tươi rực rỡ, chậu hồng nhung cây đầy gai chìa ra ấy là thứ Nga yêu quí và chăm chút từng ngày, cớ sao mà Nga lại quên. Nga lúc nào cũng tự nhủ rằng mình phải được tươi trẻ như hoa hồng nhung ấy, lúc nào cũng ngẩng cao đầu kiêu hãnh. Nhưng đôi lúc cũng có biến cố xảy ra như mưa bão, lũ lụt ập đến bất ngờ, như một cơn đại dịch chẳng hạn, khiến niềm tin của Nga hụt hẫng, vụn vỡ.

Nga thì thầm trong miệng, giá như lúc này đang ở thành phố cổ, chỉ cần mở app đặt đồ ăn thức uống chừng dăm bảy phút sau đó sẽ có người mang đến đồ ăn còn nóng hổi. Ở nơi đèo heo hút gió, sóng điện thoại quá yếu lúc có lúc không, chập chờn không tưởng được, ẩn hiện không chừng mực, lúc được lúc mất khiến Nga đâm ra quau có nổi quạu, nhưng ngẫm ra cho cùng, có lẽ như thế biết đâu lại hay. Lâu lâu tự quăng mình vào hẻm hóc nào đó, tự rời xa mọi thứ nhốn nháo diễn ra về một cái tin khác thường ở đâu đó, để biết rằng mình cần gì, và còn có ai nghĩ đến mình trong lúc này không.

Nếu không có cú sốc bỏ Sài Gòn về quê lần này, có lẽ Nga vẫn cứ là cô nhân viên hợp đồng với ông chủ giàu có người Hoa, nhờ có một chút sắc đẹp, lanh lợi tháo vát, được ông chủ ưng ý trọng dụng, nếu có một khúc mắc nào đó gây phiền phức thì sa thải, không có gì là chắc chắn. Đời mà, có lắm lúc ta không thể tự làm chủ được, phải tùy thời thế để đối phó nhu cương. Nga tự an ủi mình, và tự mềm lòng khi bưng dĩa khoai lang còn nóng hổi ăn kèm theo muối đậu phộng. Nhưng cái ấm nóng của khoai lang một món ăn ngon miệng khiến cho Nga phấn khởi. Lúc đói, người nông dân ở quê chỉ cần có thứ gì đó ăn lót dạ đầy bụng là được, ngon đâu cần phải cao lương mĩ vị.

Con đường quanh co khúc khuỷu, và một con dốc vừa vặn để đi lên ngọn đồi trong làng xóm này rất đẹp. Cả con đường có nhiều cây dủ dẻ vẫn nở hoa vàng rực rất thơm lúc năm giờ chiều, ngửi mùi thơm của nó không biết chán. Lác đác ven đường là cây trinh nữ, mỗi lần đụng tay vào lá xếp lại ngay ngắn.

Nga ăn xong dĩa khoai lang luộc, nốc một hơi hết ly nước chè xanh, mặt tươi cười rạng rỡ Nga xuống bếp hỏi bà Tám:

- Mẹ có đi đâu không? Đi chợ hay đi ra đồng?

Bà Tám nhìn đứa con gái nói cười xởi lởi:

- Con muốn đi đâu thì cứ việc đi, chỉ cần khép hai cánh cửa gài chốt lại là xong, ở quê bao năm nay vẫn bình yên, không có chuyện ăn cắp vặt.

Nga ngẫm nghĩ một lát rồi nhớ đến cái quán cà phê quen ở gần chợ. Những buổi gặp gỡ quý báu với những người quen trong xóm như thế này, chỉ có ghé quán may ra gặp để ôn lại kỷ niệm một thời. Quán cà phê "Hen" với một thời Nga đi học cùng với Duyên mà không gọi là quen nữa, gần như đó là sự lựa chọn bởi cô chủ quán chính là nhân vật biết tạo được cái sinh khí hợp với lớp trẻ, mở nhạc êm dịu, quán được trang trí hài hoà bắt mắt với một vài bức tranh cổ điển, không bày vẽ màu mè hay nhạc sôi động ồn ào như những quán cà phê khác ở xung quanh đây. Bởi vì cô chủ quán là một con người đi lang bạt tứ xứ mới quay về lại quê.

Nga ngẩn ra hồi lâu rồi nhìn qua bàn bên cạnh, anh Thùy thấy Nga nhìn mình mà chưa dám lên tiếng sợ có nhìn lộn một cô nào đó không?

- Em về hồi nào vậy? Tưởng đâu em bỏ quê này đi luôn rồi chứ

Lúc này thì Nga nhận ra anh Thùy người cùng làng, lúc xưa khi Nga còn ở nhà đi học, anh Thùy hay qua nhà cha mẹ Nga chơi, anh ăn nói dí dỏm hay chọc ghẹo đùa cợt tán tỉnh Nga nửa thật nửa giỡn...

Thế mà, đã qua một quãng đời dài trôi qua nhanh quá. Anh Thùy là một công chức nhà nước đã có vợ con.

- Em vẫn trẻ đẹp, anh có vợ rồi tiếc quá..

Nga cười ngặt nghẽo, như chưa lần nào được cười...

- Anh vẫn tung tẩy đùa cợt, có khác chi như hồi xưa đâu?

Anh Thùy gật đầu, trở lại trạng thái tự nhiên hơn cái ngày xưa ấy.

- Em không giận là được.

Nga trố mắt nhìn bâng quơ

- Lâu lắm rồi chúng ta mới gặp lại nhau mà. Giờ thì ai cũng có công việc để làm, để sống..

Nga đưa tách trà lên uống một ngụm, giọng đầy hứng khởi.

- Anh còn làm thơ không? Những bài thơ học trò anh làm tặng em đó, lâu quá em không còn giữ, chiến tranh đi di tản, loạn lạc mất hết sạch. Sau bảy lăm mọi chuyện đã khác.

- Thơ thẩn gì em, anh đi làm tối mặt tối mày, em đi rồi anh cũng hết hứng thú.

Nga không tin cũng phải tin khi cả hai đã yên vị ngồi đây trong quán cà phê nhìn ra ruộng đồng, đồi núi rất đẹp. Đồng hồ dừng ở con số mười hai giờ hơn. Lúc này Nga mới nhận ra những nếp nhăn hằn rõ trên khuôn mặt anh Thùy. Nga nhìn xuống bàn tay nhăn nheo, có lẽ anh một thời gian chưa xin được việc làm ở nhà làm nông, già trước tuổi vậy thôi, thấy anh vẫn còn phong độ mà.

Anh Thùy cầm bàn tay Nga, thật ra hồi xưa anh quý mến em, thích em, yêu thầm em. Em bình tĩnh để nghe anh nói, cho anh hôn bàn tay em và má em một cái.

Nga cười.

- Đưa bàn tay cho anh Thùy hôn, và nghiêng má cho anh Thùy hôn.

Anh Thuỳ chỉ nói vỏn vẹn có một câu, trước khi chia tay:

- Chỉ cần chừng đó thôi là đủ rồi...

Cả hai cùng cười thành tiếng, sảng khoái như hồi còn đi học..

oOo

Ông Tư Cẩn và bà Tám ngồi đợi Nga và hai cô con gái nhỏ về ăn cơm.

Chỉ có hai cô con gái đi học về trước nhưng cũng phải đợi cho đầy đủ người trong gia đình mới ăn luôn thế.

Bữa cơm trưa quây quần quanh cái bàn tròn thật đầm ấm

- Hồi nãy em đi học về thấy chị ngồi với anh Thùy, mà em không dám gọi...

Bà Tám hiểu chuyện nói xen vào:

- Hồi con bỏ nhà đi Sài Gòn, thằng Thùy đến nhà hỏi thăm con hoài, sau này Thùy có vợ con rồi không tới nữa. Tội nghiệp..

Nga úp mở một lát rồi nói:

- Hồi con còn ở nhà, anh ấy chỉ tặng cho con mấy bài thơ, chứ có nói đến chuyện yêu đương chi mô.

Con bé Loan trong nhà hí hửng nói:

- Có lần em gặp anh Thùy, ảnh nói vừa rồi có đi công tác ở Sài Gòn, mà chẳng biết chị em ở chỗ nào. Em cười, và nói em đây mà cũng không biết, anh làm sao biết được.

Ông Tư Cẩn đi làm ngoài đồng về phần đói, phần mệt nên cúi đầu ăn không tham gia vào câu chuyện, nhưng rồi cũng ngẩng đầu lên tiếng:

- Hoàn cảnh gia đình thằng Thùy rất đáng thương, vợ mất sức lao động không làm việc nặng được, con cái nheo nhóc, thằng Thùy làm công chức lương hướng có bao nhiêu đâu, nó làm tối mặt tối mày nuôi vợ con.

Nga chỉ nghe và nghe và biết vậy thôi. Coi như đây là một câu chuyện trong cuộc sống đời thường có hàng trăm hàng ngàn chuyện xảy ra như thế trên thế gian này. Nga cảm thông và chia sẻ.

- Thôi stop chuyện của anh Thùy đó lại, không nên nhắc lại làm gì, mỗi người đều có một số phận đã được an bài, rơi vào ai người đó nhận trời đã sắp đặt sẵn hết rồi, không cưỡng lại được đâu. Con ở Sài Gòn lúc rảnh rỗi có đọc Kinh thánh hay giáo lý nhà Phật nên biết được đôi chút. Cái nghiệp vay trả trả vay ở đời đơn giản vậy thôi.

Nga ngồi thừ người nghĩ ngợi một lát rồi lên phòng nằm nghỉ. Nga lấy điện thoại ra gọi cho một ai đó, nhưng rồi không gọi được... chỉ nghe ò e... ò e... và giọng bên kia nói xin quý khách vui lòng gọi lại sau. Sao nghe chuông đổ liên tục mà không có người nghe máy. Nếu có đi đâu thấy cuộc gọi nhỡ cũng gọi lại cho người ta chứ, đằng này cũng không, mà chỉ nghe tổng đài mobilfone thông báo quý khách gọi lại sau...

Nga ngẩn ra hồi lâu rồi nhìn bâng quơ hỏi thầm thật khó hiểu...

- Đùa cợt nhau à?

Nga cũng ngẩn người ra, không hiểu chuyện gì thật. Nga nói lại một câu quen thuộc của thời còn đi học mà chúng bạn hay nói:

- Đùa cợt vậy không vui thú lắm đâu...

Nga úp mặt xuống gối, như chợt nhớ ra một điều gì đó. Nga cảm thấy choáng váng, như có luồng điện vừa chạy xẹt ngang qua đầu vào trung tâm não. Giống như cảm giác mỗi khi thức giấc ở trong trạng thái cơ thể mệt mỏi. Nga đã không thể nhận ra mình là ai đang ở đâu. Bây giờ cũng vậy, não Nga tiếp thu rất nhanh từng lời nói của điện thoại viên tổng đài, nhưng vẫn không tin đó là sự thật. Hai anh chàng viết vẽ bảng hiệu quảng cáo ở thành phố cổ đi đâu mà không nghe máy, không lẽ bận làm...

Nga không thèm gọi điện thoại nữa mà quyết định vài ngày nữa đi thành phố cổ chơi. Chỉ cần chừng đó thôi cũng đủ lắm rồi.

Nga nằm thiếp đi lúc nào cũng không hay. Khi Nga thức dậy chỉ còn là buổi chiều đã tắt nắng. Buổi chiều ở quê rất đẹp, núi đồi bảng lảng màu khói mù mờ chìm nổi lung linh.

Cuối cùng, điều Nga quan tâm nhất chính là mẹ, người mẹ chịu nhiều thiệt thòi nuôi dạy chị em Nga khôn lớn.

Đó, đất quê đã nuôi dưỡng mấy chị em bằng đời sống hiền hòa và mộc mạc. Đất quê như mẹ nhân từ, âm thầm mà trao hết cả một đời lam lũ cho tất thảy những đứa con...

Thinh không lặng im. Gió từ cánh đồng xa tít thổi về nghe mát lạnh. Nga đóng vội cánh cửa, rồi đi dạo lòng vòng quanh khu vườn hoa....

Vũ Khắc Tĩnh

PHAN NI TẤN
Uyên Ương Gãy Cánh

Năm đó, tôi và Nhược Thủy ăn Giao Thừa tại nhà vợ chồng cô em vợ vui đến độ say khướt hồi nào tôi không hay. Khi tiếng pháo Giao Thừa đua nhau nổ giòn khắp các đường phố Sài Gòn, tôi giựt mình, ngơ ngác nhìn quanh mới hay mình đang ngồi trước sân nhà Nhược Thủy và ngạc nhiên bắt gặp mình đang... khóc nức nở trong vòng tay người yêu. Tiếng khóc say rượu lúc đó, anh ơi – nghe sao mà tỉ tê, thê thiết. Tiếng khóc vật vã, kể lể sự tình chẳng hề giống ai trên cái cõi đời ô trược này. Rõ ràng là tiếng khóc sụt sùi dụi đầu vào ngực Nhược Thủy nên âm thanh như bị... gói kín trong chiếc áo màu hoàng kim người yêu tôi hay mặc. Rồi, chắc vì gió, tôi lại mơ màng chìm vào cơn say. Cho tới một lúc nào đó, đột nhiên tôi cảm thấy hụt hẫng, mất thăng bằng, mở mắt ra mới hay Nhược Thủy đã bỏ vô trong nhà từ lúc nào. Khi tiếng khóc mất điểm tựa, không còn ai dỗ dành, an ủi tôi đâm ra chới với, tủi thân và hoàn toàn tỉnh rượu. Lúc đó trời đã quá khuya. Nhịp sống Sài Gòn hầu như lắng xuống. Chỉ còn lại thoáng gió lành lạnh trên nhánh cây xoài mọc trong sân nhà. Khi say tôi hoàn toàn không ý thức được mình đã kể lể, than khóc những gì, nhưng chắc khuya quá Nhược Thủy sợ mấy đứa em trong nhà hoặc hàng xóm nghe thấy nàng đâm ra ê chề, ngán ngẩm bỏ vô nhà cũng phải.

Nửa đêm nửa hôm ngồi một mình giữa đất trời hiu quạnh tôi không còn chỗ dung thân, cũng không còn ai chấp chứa, cùng đường bèn trèo lên cây vú sữa... ngủ qua đêm. Nói là ngủ chớ tài nào chợp mắt nổi. Phần vì lạ chỗ không quen, phần vì lạnh, bị muỗi chích, phần vì sợ công an nên tôi nằm trằn trọc cho đến sáng. (Nói rồi Hoài tằng hắng sửa giọng, mắt lim dim đọc).

Ai biết đời tôi có ngày này
Người ở thành lại ngủ trên cây
Nửa đêm xuân xiếc về ngang hỏi
Hết chỗ rồi sao ông ngủ đây?

Tờ mờ sáng mùng một Tết vừa nghe có tiếng người đi ngoài đường, tôi vội vàng tuột xuống tìm đôi dép nhưng không thấy nghĩ là trộm đã chôm mất, bèn đi chân không ra quán cóc đầu đường uống cà phê. Cũng may, hôm qua Nhược Thủy đã cẩn thận dúi vào tay tôi vài đồng bạc lẻ cười nói ra đường lỡ đụng bánh tráng của người ta còn có tiền mà đền. Quán mới lên đèn, hơi sương còn ướt ghế. Khách thưa thớt vài ba người. Đầu năm đầu tháng gặp phải phường khố rách áo ôm như tôi, chị chủ quán đã tỏ ra thiếu thiện cảm ngay. Đã vậy tôi còn ngồi đồng cả tiếng đồng hồ nhâm nhi mỗi ly cà phê xây chừng nhỏ xíu khiến chị đâm ra nghi ngờ, kề tai người giúp việc xì xầm điều gì đó mà cả hai đều mắt lộ hung quang. Để tránh khỏi gặp phải lôi thôi tôi đứng dậy bỏ đi, lếch thếch băng qua đường nhắm xe sinh tố lộ thiên đi tới. Ngồi trên ghế đẩu, lưng dựa tường tôi vừa uống sinh tố vừa... "sầu thế sự". Chưa bao giờ một cựu sĩ quan Quân Lực Việt Nam Cộng Hòa, một tù binh vượt ngục trở thành một kẻ vô gia cư, vô nghề nghiệp rơi vào thảm cảnh như vầy. Nhiều khi tôi nghĩ thà ra đầu thú may ra còn có nhà (tù) để ở, có cơm (tù) để ăn hơn là sống trong tình cảnh bấp bênh, chẳng biết đâu là ngày mai. Đang nghĩ quẩn đột nhiên tôi gần như không tin vào mắt mình khi thấy Nhược Thủy từ đàng xa đạp xe chạy tới ngang qua chỗ tôi ngồi với nét mặt đầy vẻ bồn chồn, lo lắng. Tôi thoáng ngạc nhiên và thắc mắc mới sáng sớm mà Nhược Thủy lại đi đâu? Nhưng khi nhìn thấy đôi dép sapo cũ mềm, đứt quai, há miệng, mòn đế của tôi nằm chỏng chơ trong bọt-ba-ga trước cổ xe đạp tôi vụt chạy theo hớt hải gọi tên nàng. Nghe tiếng gọi, Nhược Thủy ngoái đầu nhìn lại, nhận ra tôi nàng mừng ứa nước mắt. Nhược Thủy kể lại tối hôm qua sau khi vô nhà khoảng nửa tiếng sau nàng đã lén lút ôm mền ra cho tôi đắp nhưng không thấy tôi đâu ngoài đôi dép nằm chỏng chơ trên nền gạch nên nghĩ là tôi đã bị Công An bắt dẫn đi rồi. Suốt đêm lòng nóng như lửa đốt người yêu tôi mong trời mau sáng để xách xe chạy đi tìm tôi. Anh thấy không, tình yêu của hai chúng tôi keo sơn, gắn bó đến chừng nào. Tôi chủ quan, dù rằng tôi có trở thành một tên thất cơ lỡ vận, khố rách áo ôm hay trôi sông lạc chợ nàng vẫn không màng, vẫn bán vàng nuôi tôi và yêu tôi tha thiết.

Tôi xin kể tiếp. Vâng, sau khi chúng tôi gặp lại nhau, Nhược Thủy có một quyết định táo bạo là sẽ đưa tôi lên căn gác nhà nàng ẩn trú! Để chắc ăn, trước đó nàng đã dụ cho tiền mấy đứa em đi xi-nê rồi chờ đêm xuống ra dấu cho tôi bò vô nhà, rón rén leo lên căn gác, lén lút sống quên ngày tháng như một tên tội đồ thầm lặng nhất, một thứ Anne Frank thời đại, một ông vua không ngai, cho tới một ngày...

Vâng, cho tới cái ngày... Không phải. Phải nói là cho tới nửa đêm về sáng chúng tôi đang say giấc điệp thì giựt mình thức dậy vì nghe có tiếng đập cửa và tiếng người kêu ơi ới ở dưới nhà. Lúc đầu chúng tôi tưởng Công An tới xét "hộ khẩu" nhưng nghe kỹ thì Nhược Thủy chợt ngóc đầu dậy khẽ nói là má Nhược Thủy trên Đà Lạt xuống. Thỉnh thoảng ba bốn tháng bà vẫn xuống cung cấp tiền bạc cho con cái và ngủ trên căn gác này. Thế là, trong khi Nhược Thủy chạy xuống mở cửa, tôi ba chân bốn cẳng quơ vội đôi dép thổ tả vọt ra phía sau leo tường tuột xuống hẻm chuồn nhanh ra đường cái. Đã vậy, anh biết không. Đúng là nghèo lại mắc cái eo. Vừa chạy ra đầu ngõ hẻm tôi đụng ngay một gã trung niên tự xưng là Tổ trưởng la ai đó đứng lại. Hoảng quá tôi quăng cả dép, cắm đầu chạy thục mạng. Đêm đó tôi lủi đại vô chợ Thái Bình góc đường Phạm Ngũ Lão - Cống Quỳnh núp vào một xó tối vuốt ngực thở gấp vừa thương cho thân phận cay đắng của mình vừa thầm rủa tên Tổ trưởng chết bằm. Xin lỗi anh.

Ở đời mấy ai học được chữ ngờ. Dĩ nhiên cùng quẫn như tôi cũng không ngoại lệ. Thực vậy, tôi không ngờ lần bỏ chạy đó lại là lần cuối cùng tôi... chạy ra khỏi cuộc đời Nhược Thủy. (Tới đây Người Thơ lang bạt lại tằng hắng, mắt lim dim, da diết đọc). *Nước đi ba tháng không về / Ngày nào anh cũng giận thề quên em / Nỗi đời lây lất chồng lên / Đầu anh niềm nhớ không tên hành hoài*
Nước đi suốt chín năm dài / Đêm nào anh cũng nằm nhai mối sầu / Nhiều phen trằn trọc canh thâu / Nhai nhằm miếng nhớ làm đau điếng hồn / Nước đi ra biển xa nguồn /Hai mươi năm lẻ tiếng buồn anh mang
(Đọc xong, Người Thơ phong sương, đau khổ gật gù lặp lại)

Nước đi ba tháng không về. Vâng, Nước là Thủy, anh cũng hiểu rồi. Vâng, người yêu tôi đã đi vượt biên ngay sáng hôm sau tại Bà Rịa, như người nhà nàng cho biết. Đó là một sự chọn lựa khôn ngoan. Có điều, tôi vẫn chủ quan cho rằng Nhược Thủy không bao giờ bỏ tôi mà đành đoạn ra đi như vậy, nếu không bị áp lực của gia đình. Nhưng mà chuyến đi đó... Chuyến đi định mệnh, anh hiểu không? Từ đó tới nay đã ngót bốn mươi năm rồi, không một ai, kể cả gia đình Nhược Thủy biết được tông tích chiếc ghe, trên đó có người tôi yêu đã vượt tới bến bờ nào.

Thưa anh, nay dù đã tới cái tuổi thất thập cổ lai hi, tôi vẫn còn độc thân và vẫn coi mối tình của tôi và Nhược Thủy là mối tình lớn nhất trong đời này.

Phan Ni Tấn

CAO THOẠI CHÂU
Một Thoáng Thơ Tình Miền Nam

Hóa ra mãi đến ngoài hai mươi tuổi - chính xác thì lâu hơn thế - tôi mới có bài thơ tình đầu tiên. Đúng ra, trước đó cũng có được đôi bài nhưng là thơ tình "cóc gặm" của một cậu học trò thích lang thang hơn bám trường bám lớp. Tôi nói thế là tôi tìm ra được nguyên nhân vì sao thơ tình của bản thân lại đến muộn màng. Không ham học thì sao có bạn gái, con gái thời đấy họ ham học hơn ham chơi, cũng rất ham yêu nhưng mọi cuộc tình thường có lối đi chung là xuyên qua sân trường. Tôi nghĩ như thế là rất hay và tôi không cho phép những "nhà nghiên cứu" về thơ miền Nam trước 1975 khi họ bảo văn chương thời ấy thể hiện nếp sống "yêu cuồng sống vội". Thơ tình miền Nam trước 1975 là một mảng của tấm lụa là gấm vóc chứ không phải "hiện sinh chủ nghĩa" hiểu một cách bệnh hoạn là "yêu cho gấp và yêu bất kể chết " kia đâu.

Say đắm một cách đắm say, mới mẻ và kinh thánh, và khổ nỗi cũng có nhiều nỗi buồn thời đại quá, tôi vẫn nghĩ thế khi nhớ lại một thời thơ tình miền Nam mà mình vừa là người góp vào đó một cách nhỏ nhoi vừa là người đọc thơ chuyên nghiệp của cái thời xưa mà không xa đó.

Khi nhà thơ và cũng là người thầy dạy học của tôi, Nguyên Sa, tung ra hình ảnh này *"Hôm nay Nga buồn như một con chó ốm/ Như con mèo ngái ngủ trên tay anh"* là ông đã tham gia vào lớp người mở một khu vườn mới cho thơ tình giai đoạn đất nước vừa chia cắt, mà theo tôi là nhà thơ mang ở bên Tây về nóng hổi. Hình ảnh "chó ốm" trong hình dung thi ca là sự làm nũng của một cô gái được yêu và "ngái ngủ" phải chăng là chú mèo nấn ná không muốn ra khỏi vòng tay đầy hơi ấm của người vuốt ve nó? Và đó là hình tượng mới, "đời" hơn những gì cách điệu ước lệ trước kia. Có điều là khi gieo xuống Sài Gòn nó lại rất Việt Nam, nghĩa là rất thơ và rất... người!

Trong trí nhớ tôi - một người đọc thơ mẫn cán và chuyên nghiệp- vẫn còn sự bồi hồi của một cảm xúc như tiếng gió reo nhè nhẹ rồi vù vù không thiếu phần cổ trang trong mô tả một nhan sắc *"Em đi như vẽ trên đường nắng / Em nói như đàn trong miệng ai"* của Hoàng Trúc Ly, thì hai người thi sĩ này bên tám lạng bên nửa kí lô gram! Người con gái ấy chuyển động theo hướng *"đi, nói"* sao mà diễm lệ đến thế, không xao lòng nhận lấy những ba động mà được chăng? Mấy câu khác *"Em giấu đi những nỗi lòng vỡ rạn / Anh cũng thề giấu hết gió mưa đi/ Bao nhiêu ánh đèn rũ rượi tái tê/ Những ngõ vắng tối tăm anh giấu hết"* (thơ Hoàng Anh Tuấn) thì cũng là gió mới ở Tây về, nghe trái tim nhân bản vô cùng. Sài Gòn những năm sau 1954 đang có một làn gió hiện sinh thổi vào, không phải qua ngả giảng đường đại học hoặc do các tiệm sách lớn, mà nơi tiếp nhận là văn chương. Người ta bắt đầu làm quen với cảm xúc mới mẻ này *"Đời sống ôi buồn như cỏ khô/ Này anh, em cũng tợ sương mù/ Khi về tay nhỏ che trời rét/ Nghe giá băng mòn hết tuổi thơ"* (Nhã Ca), thì đấy, không đấu tranh, không cuồng vội, chỉ là thơ và người thôi! Thơ tình miền Nam chào giã biệt một thời đại thi ca - thường gọi là Thơ Mới- mà không cần đến lễ lạt hoặc một sự hủy diệt nào, để ra riêng cho mình một cơ ngơi hiện đại.

Đất nước bị chia cắt thì có những cuộc tình bị chia thành hai nửa *"Hai đứa mình hai bến sông sâu/ Dây thép gai giăng mắc ngang cầu/ Đôi tay anh cuốn tròn thương nhớ / Đôi mắt em buồn như mưa ngâu/ "*. Nếu tôi quán xuyến được hết, thì "dây thép gai" lần đầu tiên có mặt trong thơ miền Nam là ở mấy câu này của Hoàng Khanh.

Chẳng bao lâu thì chiến tranh bùng phát ngày một khốc liệt và dai dẳng. Nó động đến từng gia đình và thanh niên bị cuốn vào cơn lốc đó, không có ngoại lệ cho những người cầm bút. Một cuộc chiến tranh mà cả những người không thích nó cũng phải mặc áo lính như một bổn phận công dân. Nguồn xúc cảm của thi ca không thể ở nhà khi tác giả ra đi và những lo âu, thậm chí những đổ vỡ trong các cuộc tình hiện dần trên báo. Những nhà thơ thời ấy họ rất thật tình và ngay thẳng, bom đạn và chết chóc đe dọa những mối tình đẹp và họ đã không nói khác đi- họ ngay thẳng và thật tình. *"Anh trở về hàng cây nghiêng ngả/ Anh trở về hòm gỗ cài hoa /Anh trở về bằng chiếc băng ca/ Trên trực thăng sơn màu tang trắng"* (...) *"Mai anh về em sầu thê thiết/ Kỷ vật đây viên đạn màu đồng/ Cho em làm kỷ niệm sang sông/ Đời con gái một lần dang dở"* (thơ Linh Phương) như một tâm trạng chung của nhiều thanh niên cùng thời với tác giả. Có thể về trong hai cách đấy và có thể (nay gọi là nhiều khả năng) người ở nhà nhận một kỷ niệm như viên đạn bắn cho không chết nhưng ngắc ngoải tan hoang! Tình yêu và hạnh phúc thường xuyên trong tình trạng khẩn cấp như một thành phố nào đó bị thiết quân luật!

Còn không thì lối về cũng chẳng hanh thông gì " *tôi về ngơ ngác đôi tay/ chân đi hồn rã áo bay lạ người/ vẫn mình trên phố ngược xuôi/ nghe trong cơn rộn tiếng đời héo hon / mai đây bỏ lại phố phường/ bụi se cát mỏi trên đường tôi đi*" (thơ Lâm Chương) - ở đâu về và rồi đi đâu trong những năm tháng dang dở mộng chưa thành ấy?

Khi 26 tuổi tôi mất một mối tình cũng trong tình cảnh chung đó, nên tôi hiểu và trọng sự vội vã và cái quyền bị lung lay này "*... em hỡi em/ người anh yêu/ anh có quyền hôn em lúc này/ bởi ngày mai anh trở ra mặt trận/ ở đó, anh không thiếu một thứ gì/ kể cả máu/ chỉ duy có thứ này/ hãy viện trợ cho anh/ đó là giọt lệ em xanh biếc...*" nhà thơ bị mất một chân vì mìn nổ Luân Hoán đã viết như tiên tri thế ấy. Không thiếu một thứ gì, máu thì nhiều không kể xiết giống như cái chết lổn vổn xung quanh, trong cảnh tượng đó, những "giọt lệ em xanh biếc" bỗng trở thành một thứ khát khao dù rằng lệ hay máu thì cũng là bi thương thôi. Tôi nghe một sự lẩn quẩn giữa hai dòng nước này của con người.

Thời chiến tranh là nền cho nhiều bài thơ tình mang dấu ấn của nó, có điều là tính hùng tráng hay bi tráng mà thôi. "*Tặng cho em trái lựu đạn cay/ Hạch nước mắt của thời đại mới/ Thứ nước mắt không buồn không vui /Đang ràn rụa trên mặt anh chờ đợi/ Tặng cho em cuộn dây thép gai/ Thứ dây leo của thời đại mới/ Đang leo kín tâm hồn ta hôm nay/ Đó là tình yêu anh, em nhận đi đừng hỏi/ Tặng cho em cuộc chiến tranh đang tàn/ Trên quê hương của bao nhiêu bà mẹ/ Nơi đồng bào ta ăn bom đạn thay cơm/ Nơi vải xô không đủ để chít đầu con trẻ*" (thơ Trần Dạ Từ). Những thứ dùng để hạ sát được nhà thơ mang làm tặng vật như tặng cho nhau một tâm trạng thừa mứa những vô vọng nghịch lý của một thời. Bài thơ này dường như thay lời muốn nói cho cảm quan nghệ thuật trước cuộc sống bị đắp bờ bao của phẫn nộ. "Tặng vật tỏ tình" không hùng tráng mà bi tráng thấy rất rõ- và chắc hẳn không ít người có thời đã coi như bài thơ viết cho mình, thậm chí "ứng" vào mình. Mấy câu khác của Hồ Minh

Dũng *"Còn ba năm nữa anh sẽ về/ Anh biết chắc không còn quê hương để ở/ Em gắng sắm cho anh một cây đàn bầu/ Làm bằng nắp hòm người lính nghèo/ Chết ngoài mặt trận"* nghe có vẻ như báo động một tương lai khi nhà thơ hết hạn kỳ đối diện với chết chóc, nhưng sao đó lại không là thơ tình viết bằng trái tim người làm thơ bị cuốn vào cuộc chiến ?

Chiến tranh là hòa bình bị dán đè lên một mảnh giấy, ai cũng biết thế và ai cũng nuôi trong lòng một hy vọng ngày mảnh giấy rơi xuống. Nhà thơ vốn là người bén nhạy hơn *"Và có thể nào đêm nay không còn tiếng súng/ Không còn nghe tiếng còi hụ giới nghiêm/ Ba giờ sáng xuống Ngã tư quốc tế / Ăn một tô mì thơm ngát bình yên"* (Phạm Cao Hoàng). Thật tuyệt vời cho tô mì ăn vào phút đầu tiên của hòa bình! Nó như một niềm hân hoan bé mọn không ít lần bị hụt hẫng. Phải đã từng có mặt ngoài phố , đứng ở một gốc cây, sau một tảng đá, trong giờ giới nghiêm mới hình dung ra được ảo ảnh một phút giây hòa bình là thế nào.

Có điều là thơ tình thời chiến không phải là mảng chủ đạo trong thơ tình trước 1975 của thành thị miền Nam, nhưng tràn ngập trên các báo là thơ loại ấy. Những bài thơ đấy như một sự bột phát cá nhân, không một định hướng nào, một sự khích lệ cũng không. Người đọc thơ nhận ra cái đáng yêu của những nhà thơ phải ra trận, họ không là tráng sĩ ra biên cương, chỉ là những thân phận người thời chiến, một đôi khi chịu nhận thiệt thòi- một cuộc tình như nói ở trên, chẳng hạn- và họ chuyển hóa thành thơ với nguồn cảm hứng, những hình tượng còn tươi (thay vì chế biến) là họ có lòng tự trọng và chân thật.

Rồi như Nguyễn Bắc Sơn *"đời đã bắt kẻ làm thơ đi làm lính/ mang trong đầu những ý nghĩ trong veo /xem cuộc chiến như tai trời ách nước"* thì đấy là tiếng nói thực của nhiều người lứa tuổi tôi khi đó.

Thơ tình thời chiến miền Nam trước 1975 - thường được gọi là "thơ Sài Gòn" - thiếu không khí hào hùng nhưng đó là một nét đẹp bởi nó *chân thật, điều hết sức cần thiết của thi ca*, làm nên một giai đoạn thi ca đáng lưu giữ và trân trọng, nó có tính lịch sử rõ ràng. Tuy nét đó là một nỗi buồn có phần bị động, khó lòng nói hết.

Cao Thoại Châu

MINH NGUYỄN
Thị Trấn Mây Bay Thấp

Bỏ lại sau lưng sự ồn ào, náo nhiệt, nơi thành phố, tôi quyết định trở lên cao nguyên ngay trong đêm hai ba tháng chạp, hy vọng sáng ra sẽ có mặt sớm ở thị trấn B'lao (nay là phường). Nơi trước đây, một số người gọi là "Đám Mây Bay Thấp", là vùng gió thổi, riêng người Mạ bản địa, gọi B'lao là cái bàu nước hay đầm nước. Đặc biệt hơn, thị trấn này là nơi cách đây hơn mười lăm năm, tôi và hai mươi bạn đồng môn, sau khi tốt nghiệp chuyên môn ra trường, đã được phân công về đây công tác.

Còn nhớ, ngày đầu tiên ở nơi xứ lạ quê người, chúng tôi ai nấy đều có chung tâm trạng lo âu, sợ hãi, nhất là về phía các cô gái; để rồi sau đó òa vỡ bên sự thích thú, khi chứng kiến vẻ đẹp thiên nhiên kỳ vĩ, thơ mộng, qua những nương trà bạt ngàn, những đồi cà phê phủ trắng bông tuyết, quàng vai nhau từ ngọn đồi này sang ngọn đồi khác.

Thật vậy, đúng như dự tính, sáng hôm sau B'lao đón tôi bên thời tiết hiu hiu lạnh, cùng với mù sương phà lên tận mũi mùi vị ngai ngái, khiến nhìn ở đâu cũng tưởng là hư ảo. Gợi nhớ những sớm mai, thọc tay trong túi quần, lê những bước chậm rãi qua từng con dốc, đi tìm ly cà phê, ngồi thả hồn bay theo từng lọn khói. Ôi! Thế mới biết, thời gian quả đúng như bóng câu qua cửa sổ, bởi mới ngày nào chân ướt chân ráo đặt chân lên phố núi, tính đến nay cũng đã tròm trèm hai mươi năm rồi còn gì. Không rõ, trong đám bạn ngày xưa, những ai còn trụ lại hay đã bỏ về như tôi, bởi công tác chưa đầy hai năm, tôi bỗng dưng bị gia đình gọi về giải quyết một số công việc riêng, nên buộc phải rời bỏ nhiệm sở với ít nhiều kỷ niệm để mà thương nhớ vấn vương.

Đang phân vân chưa biết bắt đầu từ đâu, bờ hồ, quảng trường hay khu nhà thờ, bởi trước mắt tôi hết thảy đều đã thay đổi so với thị trấn mà tôi từng biết, vô tình biến tôi thành kẻ xa lạ với chính nơi mình từng có mặt sống qua. May sao, đúng ngay lúc đó, không biết từ đâu xuất hiện một bác lái xe lớn tuổi, chạy xe trờ tới chào mời một cách thân thiện:

- Tôi có thể giúp gì cho cậu?

Nhìn nụ cười điểm trên gương mặt người đàn ông đáng tuổi cha chú, tôi không sao đoán biết ông ta đang vui hay buồn, làm cho tôi cảm thấy có chút áy náy hỏi:

- Xin lỗi! Có thật bác là người lái xe ôm?

Thay vì trả lời, người đàn ông lái xe hỏi ngược lại tôi:

- Vậy cậu cho tôi là ai?
- Trông bác giống công chức nghỉ hưu..
- Chẳng lẽ tôi không có quyền chạy xe kiếm tiền trang trải cuộc sống ư?
- Ở vào độ tuổi như bác, đúng ra đã được nghỉ ngơi, chứ đâu đến nỗi phải chạy xe vất vả kiếm tiền.
- Cám ơn cậu đã nghĩ vậy, nhưng...
- Sao ạ?

Đưa bàn tay sạm nắng lên sửa sửa lại chiếc mũ bảo hiểm, người đàn ông với vẻ mặt rầu rầu, thấp giọng nói như tâm sự:

- Không giấu chi cậu, mấy đứa con tôi, đứa hy sinh đứa mất tích, bỏ lại hai vợ chồng già sống trong cô đơn.

Không cho phép mình bị cuốn vào đề tài chiến tranh, bởi bất kỳ gia đình sống ở hai miền Nam - Bắc, đều phải hứng chịu những đau thương, mất mát, trong cuộc chiến vừa qua, cho nên tôi lái câu chuyện trở về thực tế bằng câu hỏi::

- Bác có thể chở cháu đi thăm hết các nơi trong huyện?

Người lái xe khẳng định:

- Dĩ nhiên rồi, đó là nghề của tôi, câu hãy tin nơi tôi.

Đội lên đầu chiếc mũ do bác lái xe đưa cho, tôi ngồi lên phía sau xe rồi nói:

- Mình lên đường cho sớm thôi bác.

Chưa nói dứt lời, đã thấy chiếc xe chồm lên phía trước, đưa tôi băng qua các hang cùng ngõ hẹp, hết con đường này tới khu phố khác, chứng kiến bao sự thay đổi đến không ngờ. May nhờ có bác lái xe luôn ở bên cạnh, giải thích cho biết chỗ này trước đây là sân bưu điện, chỗ kia là bến xe, chỗ nọ là khu chợ... đã giúp tôi nhớ lại những nơi mình từng sinh hoạt, vui chơi, trước đây.

Xế trưa, sau khi đã đi hết các nơi trong huyện, bác lái xe trả tôi về lại vị trí ban đầu, kèm theo lời từ chối không thể dùng bữa trưa do tôi mời, với lý do không muốn để bà xã ở nhà chờ cơm.

Còn lại một mình, thay vì tìm chỗ nghỉ ngơi ăn uống, tôi dạo qua các khu chợ Tết đông vui, xem người ta mua bán bánh mứt, hoa quả, cây cảnh chưng Tết, trò chơi dân gian... vô tình lại trở ra quốc lộ lúc nào không hay. Tới chừng, phát hiện bên đường có quán giải khát bán kèm thức ăn nhanh, tôi liền ghé vào nghỉ chân, gọi nước uống, cùng một phần thức ăn nhanh.

Trong lúc, ngồi chờ thức ăn mang ra, tôi lơ đãng dõi mắt nhìn sang bờ hồ đối diện, bắt gặp quần thể mang hình con tàu khổng lồ, hiện ra trắng toát trên nền trời xanh. Nghe kể, trước khi trở thành khách sạn, tiền thân tòa nhà vốn là công ty dâu tằm tơ, do làm ăn thua lỗ sao đó nên bị xiết nợ.

Đang bơi trong sự liên tưởng, tôi bất ngờ bị đánh thức bởi cô nhân viên, vừa mang nước tới đặt trên bàn. Tận dụng thời gian cô nhân viên chưa kịp quay vào bên trong, tôi hỏi cô:
- Trước kia tôi có người bạn tên Vân, nhà cửa ở gần đâu đây, cô biết không?

Lộ chút ngạc nhiên, cô nhân viên quan sát tôi thật nhanh, trước khi hỏi lại tôi:
- Có phải chị Tường Vân làm ở ngân hàng Bảo Lộc?

Tôi mừng rỡ đáp:
- Chính cô ấy.
- Anh không gặp may rồi.
- Sao?
- Chị ấy trở về Mỹ cách đây hai tuần..
- Cô là gì với Vân?
- Chị em họ.
- Thì ra đây là nơi tôi từng ghé, thảo nào nhìn quen quen..
- Cho hỏi anh là ai, tên gì?
- Nguyên.
- Có hai Nguyên, anh là Nguyên "trẻ" hay Nguyên "già"?.

Không giấu được sự ngạc nhiên, bởi cơ quan tôi ngày ấy, có đến hai người cùng tên Nguyên. Để tránh nhầm lẫn, mọi người gọi tôi là Nguyên "trẻ", bạn kia tuy bằng tuổi, nhưng đầu tóc lộ ra nhiều sợi bạc, nên được gọi là Nguyên "già". Những tưởng chuyện nội bộ, chỉ có người trong cùng cơ quan biết với nhau, ai dè người ngoài như cô nhân viên đây cũng rõ mười mươi, bảo sao tôi không khỏi ngạc nhiên cho được.

Để trả lời câu hỏi của cô gái, tôi tự giới thiệu về mình:
- Tôi chính là người được gọi là Nguyên trẻ đây...
Không chút do dự cô gái tiết lộ bí mật:
- Chị Bích mỗi lần kể chuyện anh, chị ấy lại rươm rướm nước mắt.
Khóc. Lần đầu tiên tôi nghe chuyện này, bởi tôi và Bích gặp nhau không quá hai lần. Lần đầu qua sự giới thiệu của người bạn, khi cô ấy có mặt dự hội nghị khách hàng do cơ quan tôi tổ chức, lần thứ hai vào buổi sáng chủ nhật, khi tôi cùng đám bạn mua vé xem bóng đá, tình cờ gặp cô trên phố, bạn bè thách tôi làm sao mời được cô cùng đi vui chơi ăn uống. Có lẽ, bắt nguồn từ sự quan tâm nơi tôi, nên cô đã hiểu sai về tình cảm của tôi dành cho cô, trong khi tôi chỉ xem cô như người bạn đơn thuần.
Muốn hiểu rõ hơn quan hệ giữa cô gái với Bisch thế nào tôi hỏi:
- Cô có thân với Bích không?
- Nhà bọn em ở cạnh nhau nên thường qua lại.
- Tình trạng gia đình Bích có tốt không?
- Chồng chị ấy mất trong tai nạn giao thông.
- Con cái?
- Hiện chị ấy đang sống cùng con gái bảy tuổi.
- Tôi có thể ghé nhà thăm Bích chăng?
- Chắc chị ấy mừng lắm..
Qua sự chỉ dẫn của cô gái, đường tới nhà Bích xem ra không mấy khó đối với tôi, bởi địa bàn này trước đây do tôi phụ trách mảng tín dụng HTX, nên mọi ngõ ngách khu vực này tôi đều nắm rõ. Nhờ vậy, sau khi ăn uống, tôi tìm tới nhà nàng, trước là gặp mặt sau đó xem cuộc sống nàng ra sao? .
Từ xa, thấp thoáng bên mảng xanh của khu vườn, hiện ra trước mắt tôi ngôi nhà nhỏ xinh, toạ lạc sau hàng rào dâm bụt xanh mởn, điểm xuyết trên đó một vài bông hoa màu đỏ thắm, đẹp không kém gì tranh vẽ bởi Monet. Để rồi, qua dò hỏi, tôi biết chính xác ngôi nhà nhỏ đó, chính là nơi sinh sống của mẹ con Bích.
Không mấy vội vã, tôi tìm cho mình chỗ đứng tương đối kín đáo, để từ xa có thể quan sát toàn bộ ngôi nhà của Bích, mà không sợ bị ai quấy rầy. Tình cờ, phát hiện sau hàng rào, hình ảnh người phụ nữ đang ngồi trò chuyện cùng con gái. Không rõ họ nói với nhau những gì, mà chỉ thấy sau đó cả hai ôm nhau cười ngặt nghẽo. Tôi không khỏi ngạc nhiên cũng như không tin vào mắt mình, nếu người phụ nữ kia lại là Bích, bởi nhan sắc của nàng, tuy không thuộc hàng "hoa nhường nguyệt thẹn", nhưng có thừa sự xinh đẹp, chứ đâu đến

nỗi má hóp, da đen sạm cháy nắng, như người phụ nữ kia. Lạ. Tôi nghĩ, nếu tình cờ gặp nhau trên phố, chưa chắc gì tôi đã nhận ra nàng. Chao ơi! Chỉ sau hơn mười lăm năm, thời gian không dài, đã biến một cô gái trẻ đẹp thành người thiếu phụ đáng thương đến vậy sao? Bất chợt, nhớ ra điều gì, cô con gái vụt rời khỏi mẹ, chạy về phía khu vườn trước nhà, ngắt lấy một bông hồng, mang vào trao tặng cho mẹ.

Chứng kiến tình mẫu tử thiêng liêng của hai mẹ con Bích, tôi suy nghĩ: "hay mình không nên xuất hiện nữa, mà cứ để nàng giữ lấy mối tình đơn phương ấy cho riêng mình"?

Hình như ai đó từng khuyên: "đứng trước một bức tranh đẹp bạn chỉ nên chiêm ngưỡng nó từ xa". Tôi chợt ngộ ra điều đó, thay vì xuất hiện trước mặt Bích, tôi liền rời chỗ đứng, lặng lẽ quay về thị trấn, tình cờ nghe văng vẳng bên tai bài hát ca ngợi mùa xuân.

"Rồi dặt dìu mùa xuân theo én về / Mùa bình thường mùa vui nay đã về./ Mùa xuân mơ ước ấy đang đến đầu tiên / Với khói bay trên sông, gà đang gáy trưa bên sông / một trưa nắng cho bao tâm hồn...."

Minh Nguyễn

ERIC HENRY
Bộ sưu tập các Nhân Vật Văn Hóa Miền Nam Việt Nam Trong Nước Và Tại Hải Ngoại

Rising Asia là một tạp chí học thuật đa ngành, ra 3 số mỗi năm, hoạt động từ 2021, chủ bút là TS Harish C. Mehta, hiện giảng dạy tại Đại Học Toronto, có trụ sở tại Bengal Ấn Độ. Tạp chí là nguồn tài nguyên để nghiên cứu, và giảng dạy về các vấn đề xã hội Châu Á. Mỗi tập của tạp chí đều có các bài bình luận giải thích về mọi khía cạnh của lịch sử, kinh tế, ngoại giao, văn học, y tế, khoa học, quân sự và văn hóa Châu Á.

Số báo Rising Asia này dành riêng cho một loạt chân dung văn học của các nhà văn, nghệ sĩ và nhạc sĩ Việt Nam. Đây là bản dịch tác phẩm của Bác sĩ Ngô Thế Vinh, một bác sĩ và là một nhà văn sung mãn.

Giống như hầu hết những người mà ông viết về trong các nghiên cứu trích đoạn này, Bác sĩ Vinh đã trở nên nổi tiếng ở miền Nam Việt Nam vào thời kỳ Nam Việt Nam Cộng Hòa (1954 – 1975). Khi còn là một thanh niên ở Sài Gòn vào những năm 1960, ông bắt đầu kết hợp văn học với y học, chủ bút một tạp chí và viết tiểu thuyết trong khi vẫn đang học trường y. Vào những năm 1968, sau khi tốt nghiệp trường y, ông gia nhập Biệt Cách Dù của Quân lực Việt Nam Cộng Hòa và phục vụ với tư cách là Bác sĩ Mũ Xanh trong Chiến tranh Việt Nam. Sau chiến tranh, ông bị giam giữ trong các trại cải tạo lao động cộng sản trong hơn ba năm (1975 – 1978). Năm 1983, ông đến Hoa Kỳ, nơi ông trở thành một bác sĩ trong khi vẫn tiếp tục viết. Hiện ông đang sống ở Nam California, nơi ông là bác sĩ điều trị và giảng huấn tại một bệnh viện VA ở Nam California.

Các tác phẩm của Bác sĩ Vinh bao gồm năm tiểu thuyết, một cuốn sách do ông biên tập có chứa các danh mục của một số tác giả về những ngày cuối cùng của Sài Gòn trước khi bị quân Bắc Việt cưỡng chiếm và một hồi ký về một chuyến đi của ông dọc theo toàn bộ chiều dài của sông Mekong-Cửu Long, mục đích là để ghi lại thiệt hại do các dự án Đập thủy điện lớn của Trung Quốc gây ra cho con sông. Một số tác phẩm trước đó đã giành được giải thưởng và có bản dịch tiếng Anh.

Bắt đầu từ khoảng năm 2015, Bác sĩ Vinh bắt đầu viết loạt nghiên cứu chân dung và nghệ thuật mà từ đó các mục trong số này của Rising Asia được chọn và cho đến nay đã có ba mươi chín bài viết. Các nghiên cứu này bao gồm nhiều yếu tố khác nhau: ký ức, giai thoại, mô tả về môi trường vật chất và xã hội, các phần trích từ thư từ, thơ và các bài báo trích đoạn và tường thuật bằng văn xuôi. Vì tác giả vừa là bác sĩ vừa là nhà văn, ông thường thảo luận về các vấn đề y khoa mà đối tượng của mình gặp phải và cách họ đối phó với bệnh tật như một phương tiện bổ sung để bộc lộ tính cách. Không có hai nghiên cứu nào trong số này giống hệt nhau về hình thức. Một điều gắn kết chúng lại với nhau là tác giả là bạn thân của những người mà ông viết về họ. Rõ ràng là Bác sĩ Vinh không viết về những người mà ông không có mối quan hệ cá nhân, nhưng điều này không phải là một hạn chế, vì ông là bạn của hầu như tất cả mọi người hoạt động trong lĩnh vực nghệ thuật và khoa học ở Nam Việt Nam.

Những người mà ông miêu tả đã trưởng thành ở miền Nam trong giai đoạn 1954 đến 1975. Ở miền Nam, đây là giai đoạn tự do nghệ thuật chưa từng có được trước đây và không bao giờ có lại được trong bất kỳ xã hội Việt Nam nào sau đó. Võ Phiến (1925 - 2015), nhà tiểu luận, tiểu thuyết gia và sử gia văn học, đã mô tả nền văn học phát sinh dưới thời Cộng Hòa miền Nam Việt Nam như sau: "Ở Miền Nam Việt Nam thời 1954-75, giữa hoàn cảnh chiến tranh, đã phát triển một nền văn nghệ khác hẳn. Trên sách báo tha hồ nở rộ những nụ cười sảng khoái, công kích điều sai chuyện quấy, đùa riễu những phần tử xấu xa. Phần tử ấy không thuộc hạng Lý Toét Xã Xệ. Không hề có nhân vật nào thấp bé như thế bị bêu riếu trong thời kỳ này. Nạn nhân là từ hạng những tay cầm đầu một tỉnh cho đến các vị cầm đầu cả nước. Tiếng cười cợt ngang nhiên, hể hả, râm ran khắp cùng trên mặt sách báo...

Mặt khác, mọi quan niệm nhân sinh, mọi tín ngưỡng, hay có dở có, cao thâm có mà ngông cuồng gàn dở cũng có nữa, tha hồ được tìm hiểu, trình bày, quảng bá.

Trước và sau thời 1954-75 ở Miền Nam, không thấy ở nơi nào khác trên đất nước ta, văn học được phát triển trong tinh thần tự do và cởi mở như vậy."

Chế độ tiếp quản vào năm 1975 đã tìm cách xóa bỏ di sản này bằng cách hình sự hóa nó và phá hủy vật lý mọi tàn tích mà họ có thể thu thập được. Một ghi nhận kỳ thú là các bộ sưu tập về văn học Việt Nam trong giai đoạn này không phải ở Việt Nam mà ở một số thư viện Đại học Hoa Kỳ. Có vẻ như bộ sưu tập văn học Việt Nam hoàn chỉnh nhất được sáng tác dưới thời Cộng Hòa miền Nam nằm trong thư viện của Đại học Cornell. Ví dụ, thư viện này có tất cả bốn mươi hai cuốn sách mà tiểu thuyết gia Mai Thảo đã xuất bản trước năm 1975 và có tất cả các tác phẩm trước năm 1975 của Ngô Thế Vinh.

Các nghệ sĩ được mô tả trong các nghiên cứu của Bác sĩ Vinh có nhiều loại và tính khí khác nhau, nhưng hầu hết, nếu không muốn nói là tất cả, đều được ban tặng lòng mến mộ đối với những lý tưởng nghệ thuật và xã hội cao cả. Hầu hết trong số họ đã phải chịu nhiều năm tù đày khắc nghiệt trong các trại "cải tạo lao động" của cộng sản sau khi Sài Gòn sụp đổ, và một số, sau khi bị giam cầm, đã liều mạng trốn thoát khỏi Việt Nam trên những chiếc thuyền quá tải, không đủ điều kiện đi biển, sau đó họ sống nhiều tháng trong các trại tị nạn Đông Nam Á và cuối cùng đa số họ đã đến Hoa Kỳ với tư cách là người tị nạn, nơi họ dần xây dựng lại cuộc sống của mình. Hầu hết những người đã xuất bản tác phẩm ở Việt Nam trước năm 1975 vẫn tiếp tục sáng tác nghệ thuật tại Hoa Kỳ.

Chỉ một số ít đối tượng của Bác sĩ Vinh chọn ở lại hay trở về Việt Nam thay vì mạo hiểm vượt biển để tìm kiếm tự do. Mỗi người trong số họ đều phải trả giá cho quyết định ở lại của mình bằng cách chịu vô số hạn chế trong hoạt động của họ. Hai trong số những đối tượng của Bác sĩ Vinh, nhạc sĩ Phạm Duy và họa sĩ Tạ Ty, đã chọn, một cách ngoại lệ, trở về Việt Nam khi đã về già, sau nhiều năm lưu vong. Điều này có thể xảy ra vì, vào thời điểm họ trở về, chính phủ Việt Nam đã nới lỏng một số biện pháp kiểm soát và lệnh cấm trước đây.

Dưới đây là chân dung của Bác sĩ Vinh viết về mười một nhân vật: Mai Thảo, một nhà văn, biên tập viên và nhà thơ, Nhật Tiến, một tiểu thuyết gia và nhà viết kịch, Nghiêu Đề, một nghệ sĩ thị giác và họa sĩ minh họa sách, Cao Xuân Huy, một người viết hồi ký chiến tranh, Trần Mộng Tú, một nhà thơ và nhà báo, Dương Nghiễm Mậu, một nhà văn ở lại Việt Nam sau năm 1975, Phạm Duy, một nhạc sĩ, người viết hồi ký và nhà nghiên cứu âm nhạc, Võ Phiến, một nhà văn và sử gia văn học, Đinh Cường, một nghệ sĩ thị giác, nhà thơ và sử gia nghệ thuật, Thanh Tâm Tuyền, một nhà thơ và nhà văn theo chủ nghĩa phá bỏ thần tượng, và Phạm Hoàng Hộ, nhà thực vật học và họa sĩ minh họa. Những nhân vật này đã có nhiều tương tác với nhau, và mỗi người đều có cách riêng để đối mặt với chiến tranh, áp bức, lưu vong và hiện đại.

Những nghiên cứu này có thể được coi là chân dung của một nền văn minh mới chớm nở, mặc dù bị tổn thương nghiêm trọng, nhưng không hề bị dập tắt bởi những sự kiện bi thảm xảy ra trên đất Việt Nam vào những năm 60 và 70.

Ngoài những mục được trình bày ở đây, Bác sĩ Vinh đã viết hai mươi ba mục khác, bao gồm các nghiên cứu về Mặc Đỗ (1917 - 2015), nhà văn hư cấu và dịch giả, Như Phong (1923 - 2001), nhà báo, tiểu thuyết gia và nhà phân tích chính trị, Linh Bảo (1926 - 2024; nữ) tiểu thuyết gia và nhà văn truyện ngắn, Nguyễn Đình Toàn (1936 - 2023), nhà văn hư cấu, nhà thơ, nhạc sĩ và người dẫn chương trình phát thanh dành riêng cho âm nhạc, Nguyễn-Xuân Hoàng (1940 - 2014), nhà văn hư cấu, nhà tiểu luận và biên tập viên, Hoàng Ngọc Biên (1938 - 2019), nghệ sĩ, họa sĩ, nhà thơ, tiểu thuyết gia và dịch giả, Nguyên Khai (sn. 1940), họa sĩ và nhà điêu khắc, Phùng Nguyễn (1950 - 2015), nhà văn hư cấu, nhà tiểu luận và blogger), Phạm Biểu Tâm, (1913 - 1999), bác sĩ, bác sĩ phẫu thuật, nhà giáo dục, Nguyễn Tường Bách (1916 - 2013), bác sĩ và nhà sử học, và vợ Hứa Bảo Liên (mất 2008), người viết hồi ký, Hoàng Tiến Bảo (1920 - 2008), bác sĩ và bác sĩ phẫu thuật, Tạ Tỵ (1921 - 2004), nghệ sĩ thị giác và nhà viết hồi ký, Trần Ngọc Ninh (sinh 1923), bác sĩ phẫu thuật, nhà giáo dục, Lê Ngộ Châu (1927 - 1998), biên tập viên và tác giả, Nguyễn Văn Trung (1930 - 2022), nhà tiểu luận, nhà phê bình và nhà sử học trí thức, Dohamide (1934 - 2021), nhà sử học Chăm, nhà điêu khắc Lê Ngọc Huệ (sn.1936), Nghiêm Sỹ Tuấn (1937 – 1968), quân y sĩ và dịch giả, Đoàn Văn Bá (1937 - 2020), sĩ quan QLVNCH và tác giả Trần Hoài Thư (1942 - 2024), tác giả, biên tập viên và nhà nghiên cứu, Phan Nhật Nam (sn. 1943) tiểu thuyết gia và sử gia chiến tranh, John Steinbeck (1902 - 1968), tiểu thuyết gia nổi tiếng người Mỹ từng là phóng viên chiến trường tại Việt Nam, và cuối cùng là một nghiên cứu, không phải về một con người, mà là về một khu phố: "Phố Sách", một khu vực ngay cạnh bưu điện trung tâm Sài Gòn, nơi chỉ có các hiệu sách, mỗi hiệu là một cửa hàng của một nhà xuất bản.

Eric Henry
Chapel Hill, NC 12.2024

NGỌC DUY
Cuộc Đời Đó Có Bao Lâu Mà Hững Hờ

Bích Vân: Thân ái chào quý vị đã đến với Chương Trình Tình Yêu Hôn Nhân Và Gia Đình được phát thanh định kỳ mỗi thứ ba hàng tuần trên làn sóng đài Sài Gòn Mến Yêu trên băng tần AM 1540 từ 4 giờ chiều tới 5 giờ, và sẽ được phát lại vào trưa thứ bảy từ 2 giờ tới 3 giờ. Chương trình với sự cộng tác của bà Kim Lan, nguyên cựu giáo sư đệ nhị cấp môn Quốc Văn tại trường trung học Hồ Ngọc Cẩn tại Sài Gòn trước năm 1975. Format của chương trình là chúng tôi sẽ đọc một bức thư hoặc email của quý vị thính giả gửi vào chương trình để trình bày một vấn đề trong lĩnh vực Tình Yêu Hôn Nhân Và Gia Đình mà quý vị cần sự tư vấn giúp đỡ. Sau đó chúng tôi sẽ mở đường dây cho quý vị thính giả gọi vào góp ý. Mọi sự góp ý xin đóng góp trên tinh thần xây dựng, tránh những sự xuyên tạc hay dùng những lời lẽ nặng nề. Xin cám ơn quý thính giả. Em xin chào chị Kim Lan. Xin chị một lời chào quý thính giả nghe đài.

Kim Lan: *Kim Lan xin chào Bích Vân và chào quý thính giả thân mến. Thân chào và chúc quý vị một ngày thứ ba tốt lành. Hôm nay mình sẽ đọc lá thư của vị thính giả nào vậy Bích Vân?*

Bích Vân: Dạ chào chị! Hôm nay em nhận được thư của một thính giả tên là Nguyễn Thị Hiền. Chị ấy cũng đang có mặt trên đường dây. Em xin chào chị Hiền và xin phép được vào ngay chương trình bằng lá thư của chị Hiền nhé!

"Thưa chương trình Tình Yêu Hôn Nhân Và Gia Đình
Trước hết tôi xin được tự giới thiệu tôi tên Nguyễn Thị Hiền, năm nay 46 tuổi. Tôi sang Mỹ được hơn 10 năm, do chồng bảo lãnh cùng với 2 con nhỏ. Chồng tôi vượt biên trước đó, và sau khi có quốc tịch anh ấy

làm hồ sơ bảo lãnh 3 mẹ con tôi sang. Mười mấy năm nay, cũng giống như nhiều gia đình Việt Nam tị nạn khác trên xứ Mỹ, hai vợ chồng cùng nhau làm việc và nuôi dạy con cái. Hai đứa con nhà tôi tuy sang Mỹ đã hơn mười tuổi, nhưng hai cháu hội nhập vào đời sống Mỹ rất nhanh, cả hai đều học hành khá giỏi. Năm ngoái đứa con gái lớn của chúng tôi tốt nghiệp dược và được vào làm trong một chuỗi tiệm thuốc tây khá nổi tiếng ở Mỹ. Cháu trai thì đang học năm cuối ở đại học, và chuẩn bị lên cao học. Cuộc sống nói chung cũng khá ổn định. Chúng tôi thầm cảm ơn Ơn trên đã đổ đầy ơn phước cho gia đình mình.

Nhưng mới đây có một chuyện làm hai vợ chồng suy nghĩ, không biết giải quyết như thế nào. Chuyện là như thế này: con gái lớn của chúng tôi năm nay 26 tuổi. Thời gian học đại học, cháu có quen vài người bạn trai, nhưng hình như chỉ ở mức độ làm quen tìm hiểu, chưa có gì gắn bó! Hai tháng trước cháu có xin phép hai vợ chồng tôi cho phép dẫn bạn trai về nhà, và nói đã quen bạn này hơn hai năm. Thấy đã tới lúc tính chuyện hôn nhân, cháu quyết định dắt bạn trai về nhà, giới thiệu với cha mẹ! Tình thiệt là hai vợ chồng tôi vui lắm, cháu đã 26 tuổi, học hành đã xong xuôi, có công ăn việc làm, thì việc lập gia đình ở thời điểm này, quả là không có thời điểm nào hợp lý hơn. Chồng tôi hỏi thăm coi bạn trai con gái làm nghề gì, nó nói học cùng trường, và cũng đang làm cùng nó ở tiệm thuốc tây gần nhà! Thiệt là hạnh phúc!

Nhưng đời có mấy ai học được chữ ngờ! Hôm nó dẫn bạn trai về nhà, cả hai vợ chồng tôi đều há hốc mồm ra kinh ngạc: bạn trai nó không phải người Việt, không phải người Hoa hay người Hàn, không phải người Mễ hay Mỹ trắng, mà là một người da màu, mà người Việt mình gọi chung là Mỹ đen!

Thiệt tình mà nói từ trước tới giờ cả hai vợ chồng tôi đều không có đầu óc kỳ thị, mình cũng là dân tị nạn được đất nước Mỹ cưu mang, mình nhớ ơn và trân trọng đất nước này không hết, thì lấy tư cách gì mà kỳ thị dân người ta. Nhưng định kiến của xã hội, rồi bà con hai bên, bạn bè và người thân quen biết sẽ nghĩ gì khi biết con gái tôi lấy một người chồng Mỹ đen? Vợ chồng tôi đã tiếp xúc với thằng Randy hôm nó lại nhà chơi, nhìn chung nó là đứa có ăn học lịch sự lễ phép, công ăn việc làm ổn định, lại được con gái mình thương...

Nhưng cái màu da của nó làm hai vợ chồng tôi lấn cấn, không biết sắp tới phải đối diện với bà con họ hàng và bạn bè ra sao? Và cũng không thể nói cho con gái mình biết ba má không bằng lòng vì... màu da của thằng bạn trai của con.

Xin quý vị hãy giúp vợ chồng tôi: phải làm gì trong tình cảnh như thế này? Trân trọng cám ơn quý đài và quý vị thính giả."

Bây giờ Bích Vân xin được mở đường dây cho thính giả gọi vào ạ. Mời vị thính giả đầu tiên.

Thính giả số 1: Chào quý đài, chào Bích Vân. Chào chị Hiền nhé! Quả tình thật là khó xử khi người Việt mình tuy không nói ra nhưng cũng có rất nhiều định kiến với những người da màu. Chả ai biết trước được chuyện tương lai, nhưng hãy để hai chúng nó tìm hiểu với nhau thêm một thời gian, biết đâu những khác biệt về văn hóa sẽ tới lúc chúng nó nhận ra là mình không hòa hợp nhau. Chúc chị may mắn.

Thính giả số 2: Chào chị Hiền. Trường hợp của chị giống y chang như trường hợp con gái lớn của ông anh tui! Cả hai ông bà khi biết tin con mình đòi lấy Mỹ đen đều lăn ra vật vã khóc lóc, nói rằng điểm nhục gia phong, mà nó là con nít lớn lên bên này, nó có hiểu gia phong là gì, mà điểm nhục là gì! Bà chị dâu của tui còn đòi sống đòi chết mà nó có chịu nghe đâu! Ổng bả nhứt định không làm đám cưới, thế là nó xách gói theo trai. Cá không ăn muối cá ươn, hai năm sau nó xách gói trở về, nói là đã bỏ thằng bồ rồi, có điều nó xách về một thằng bé con Mỹ đen, mũm mĩm rất dễ thương! Ông anh với bà chị dâu xót con nhưng thương cháu, giờ ổng bả làm babysit, giữ cháu vui thú điền viên tuổi già. Tui kể chuyện này để chị suy nghĩ. Con cái nó có cuộc đời riêng của nó, không đến phiên mình phải xen vào. Ông giời đã sắp xếp cuộc đời của mọi người rồi!

Thính giả số 3: Chào chị Hiền. Tui vừa nghe góp ý của chị vừa rồi. Nghĩ cho cùng, chị ấy nói cũng có lý! Nhưng trước khi chị có một kết luận riêng cho mình, tui xin kể cho chị nghe chuyện của tui, chị nhé. Tui không có lời khuyên nào cho chị đâu, tui kể cho chị nghe chuyện riêng của tui, để chị rút ra một chút kinh nghiệm!

Tui tên Hồng! Tui có hai đứa con gái, cả hai đều xinh xắn, học hành giỏi giang và đều rất có hiếu với bố mẹ. Đứa lớn của tui lập gia đình được 5 năm rồi, nhưng cháu bị vô sinh. Thằng chồng lại là con trai độc nhất trong một gia đình Bắc kỳ, họ không chấp nhận tụi nó xin con nuôi, thậm chí không cho cả chúng nó nhờ người mang thai hộ. Gia đình chồng làm áp lực bắt thằng con rể tui phải ly hôn, sau này lấy vợ khác! Con gái tui coi lời đề nghị đó như một sự xúc phạm, lại thêm thằng chồng nhu nhược sợ mẹ, nó xé hôn thú, và dọn về sống với hai vợ chồng tui.

Con gái lớn dọn về nhà ở chung sau khi ly dị chồng, tuy có buồn nhưng nghĩ nó không có con cái, không phải vướng bận, biết đâu sau này tìm được tấm chồng tử tế hơn. Chuyện con gái lớn chưa kịp nguôi ngoai thì đứa con gái út dắt một đứa con gái về nhà, nói nó là yêu đồng giới, và muốn dọn ra ở riêng với bạn gái nó cho có tự do!

Tui không nhớ là hôm đó hai vợ chồng tui đã ngồi im lặng trên ghế sofa trong phòng khách bao lâu, ú a ú ớ những gì! Con cái đã lớn, tự lập về kinh tế, không còn lệ thuộc vào mình nữa, ngay cả khuynh hướng tình dục hiện đại cũng vượt qua khỏi tầm tay của mình.

Chưa bao giờ mà tui muốn con cái của mình có một đời sống bình thường như mọi đứa con gái khác, lấy chồng, sinh con, chồng nó là Lào, Campuchia, Mễ, Thái Lan, hay gì gì nữa cũng được, miễn là nó có chồng, và sinh con đẻ cái, và làm mẹ như bao nhiêu người phụ nữ khác trên cõi đời!

Ước mong của tui có to tát lắm không?

Chuyện của tui như vậy đó! Chúc chị sáng suốt trong quyết định của mình. Mong chúc chị và cháu gái tìm được niềm vui và hạnh phúc!

Bích Vân: Cám ơn các câu chuyện quý vị đã chia sẻ, chị Kim Lan có ý kiến gì không?

Kim Lan: *Qua câu chuyện của chị Hiền, quả thật là một vấn đề không dễ giải quyết, vì dù cho chúng ta đang sinh sống tại Mỹ, nhưng văn hóa và định kiến vẫn là những điều khó vượt qua. Trường hợp của chị Hồng lại là một vấn đề khác của xã hội. Không nói chuyện đúng sai ở đây, cũng không nói chuyện hạnh phúc hay bất hạnh!*

Chuông điện thoại reo lên.

Bích Vân: Em xin phép chị Lan cho em tiếp vị thính giả vừa gọi vào.

Kim Lan: *Vâng, mời em.*

Bích Vân: Xin chào vị thính giả trên đường dây, xin cho biết quý danh.

Thính giả số 4: Xin hỏi có phải Chương Trình Tình Yêu Gia Đình Và Hôn Nhân không ạ?

Bích Vân: Dạ đúng rồi ạ? Xin chị cho biết tên?

Thính giả số 4: Dạ tôi tên Cúc! Tôi vừa nghe câu chuyện của chị Hiền, và sau đó là câu chuyện của chị Hồng! Tôi cũng có câu chuyện

của riêng mình, tôi muốn kể ra đây để hai chị và quý thính giả ngoài kia, có thể rút ra bài học cho riêng mình.
Hai vợ chồng tôi quen nhau hồi mới sang đây cùng đi học trường đại học cộng đồng, tôi chỉ học hai năm ngành kế toán, còn chồng tôi thì chuyển lên đại học học tiếp hai năm cuối. Ảnh đi làm được hai năm thì chúng tôi lấy nhau, vài ba năm sau thì đón con gái đầu lòng. Hồi đó tôi khó tính lắm, hình như ảnh làm cái gì tôi cũng thấy ngứa mắt. Cho tới một hôm, sau bữa ăn tối, ảnh xách cái túi xách ra để trên bàn, và nhẹ nhàng nói với tôi: "Tụi mình quen biết nhau tính đến hôm nay cũng hơn 8 năm, ăn ở với nhau như vợ chồng cũng gần 3 năm. Mà hình như càng ngày anh càng thấy khoảng cách của chúng mình càng quá xa, anh làm cái gì em cũng không hài lòng. Anh hút một điếu thuốc em nhíu mày, anh uống một lon bia em nhăn mặt, anh quên đẩy thùng rác ra ngoài sân em gọi anh dậy lúc nửa đêm nhắc nhở... Tới hôm nay thì sức chịu đựng của anh đã cạn kiệt, anh nghĩ chúng mình nên chia tay nhau, tìm hạnh phúc riêng của mỗi đứa. Anh để lại tất cả mọi thứ, anh chỉ lấy chiếc xe làm phương tiện đi lại, và vài ba ngàn để kiếm đỡ chỗ ở thời gian đầu. Khi nào có công việc ổn định, anh sẽ gửi tiền phụ em nuôi con."
Nói xong ảnh đứng dậy, xách túi xách và đi thẳng ra cửa, không thèm quay lại nhìn tôi lần cuối, lúc đó đang ràn rụa nước mắt!
Rồi hai mẹ con tôi vẫn tiếp tục sống! Chồng tôi dọn lên San Jose, kiếm được việc làm và lập gia đình mới trên đó! Khi bị chồng bỏ tôi mới nghiệm ra một điều là cái tôi của mình lớn quá, tôi cứ nghĩ việc gì mình cũng đúng, bất chấp cảm nhận của người khác.
Khi con gái tôi lên lớp 12 thì một biến cố khác lại xảy đến, làm tôi thay đổi toàn bộ cách suy nghĩ và cách sống của mình: một buổi tối con gái tôi ngồi học bài, cháu bị đột quỵ gục xuống bàn, ambulance đưa ngay vào nhà thương và cháu đã mất ngay trong đêm đó, không kịp nói một câu từ giã... Sau đó tôi cảm thấy cuộc đời này không còn ý nghĩa gì nữa cả, một người vợ bị chồng bỏ, một người mẹ mất luôn cả đứa con gái của mình. Những tháng đầu tiên sau khi cháu mất, chiều nào tan sở về tôi cũng lái xe vào nghĩa trang ngồi tâm sự với cháu, kể lể mọi chuyện sinh hoạt hàng ngày, chuyện ở sở, chuyện chợ búa, chuyện trái cây Việt Nam bây giờ họ bán nhiều lắm vì con gái tôi rất thích ăn trái cây...
Chị Hiền ơi, nếu con gái tôi còn sống, nếu cháu đem người bạn trai nào về nhà xin phép tôi làm lễ cưới, tôi không cần biết người bạn trai ấy là ai, con cái nhà ai, học hành bằng cấp nghề nghiệp như thế nào, không cần biết người bạn trai ấy da màu gì... vì tất cả những cái ấy

làm sao sánh bằng cái hạnh phúc mà con gái tôi đang có! Cháu không còn nữa để tôi dù có muốn cũng không còn bận tâm những điều tiếng của bà con họ hàng hai bên, của bạn bè, của những người quen biết... Tất cả nếu phải đặt lên bàn cân thì tôi sẽ chọn sự sống còn của con gái mình!

Chị Hồng ơi, nếu giả sử con gái tôi mà còn sống, tôi sẽ vui vẻ cầm tay cháu, chúc phúc cháu, dù khuynh hướng tính dục của cháu có gì đi chăng nữa. Tôi tin chắc, dưới sự giáo dục của gia đình chị, một cô gái Việt Nam dù lớn lên ở xứ Mỹ, cũng có những giá trị sâu xa tiềm ẩn, thương cha mẹ và hiếu thảo, sẽ chẳng làm một điều gì kinh khủng là điểm nhục gia phong.

Những bà mẹ hãy còn hạnh phúc khi còn có con cái bên mình, hãy tận hưởng những gì mình đang có, đừng để những định kiến của xã hội làm bớt đi những hạnh phúc vô giá mà mình đang có.

Xin chào các chị và quý thính giả nghe đài.

Bích Vân: Cám ơn chị Cúc đã chia sẻ! Chị Kim Lan ơi, chương trình cũng sắp hết giờ. Mời chị có lời cám ơn và tạm biệt thính giả.

Kim Lan: *Xin cám ơn chị Cúc, chị Hiền và chị Hồng về những lời chia sẻ. Rất mong qua những lời chia sẻ của các chị, chúng ta sẽ tìm thấy những điều tốt đẹp hơn trong cuộc đời. Cám ơn quý thính giả nghe đài. Hẹn gặp lại quý vị trong chương trình tuần tới, với những câu chuyện và chia sẻ khác. Xin kính chào quý vị.*

Ngọc Duy

NGUYỄN LÊ HỒNG HƯNG
Miền Kinh Rạch

Tiện dịp gia đình người em từ Úc sang thăm gia đình tôi và gia đình đứa em kế sau hơn hai mươi năm ba anh em mới gặp, phải tính chuyện đi chơi coi sao cho được. Tôi là anh lớn và tất cả qua ở nhà tôi, nên tôi phải chọn một nơi thắng cảnh đẹp của Hòa Lan để mọi người cùng thưởng ngoạn. Tôi hỏi ý kiến bà xã và con gái, bà xã tôi thích bông nên chọn đi vườn bông, con gái thì thích những thắng cảnh thành phố nên chọn Amsterdam, Den Haag hoặc Rotterdam, hai người nói qua nói lại cả buổi nhưng chưa chọn được chỗ nào. Bà xã tôi bèn day qua hỏi tôi:

– Anh đi nhiều chắc anh biết chỗ nào đẹp?

Tính ra cả đời tôi thường xê dịch đó đây, mang tiếng là dân Hòa Lan nhưng thường thì tôi sống ngoài Hòa Lan nhiều hơn, nên sự hiểu biết về đất nước con người ở xứ hoa tulip của tôi có phần giới hạn. Tôi cười và nói:

– Ở Hòa Lan anh biết ít lắm.

– Anh thường tìm hiểu chuyện du lịch mà, bộ ở Hòa Lan anh hổng có ấn tượng chỗ nào sao?

Nghe hỏi tôi chợt nhớ ra và buông lời không do dự:

– Theo anh thì Hòa Lan ở Giethoorn là ấn tượng.

Con gái tôi thắc mắc:

– Chú và mấy em bên Úc tới Hòa Lan thì phải đi những nơi có tiếng và nhộn nhịp, ai mà tới một nơi hẻo lánh và buồn hiu.

Con gái tôi sanh ra và lớn lên ở xứ sở bông tulip, trên vùng đất thấp. Tuy ẩm ướt nhưng rất thanh bình và tên nghe có vẻ cổ tích là quê hương ếch hoặc nhái (Kikkerlandje), cho nên đầu óc nó không phức tạp và sự so sánh của nó khác biệt hơn thế hệ cha chú. Vì vậy tôi phải một phen giải thích cho nó và mọi người cùng nghe:

– Giethoorn thuộc về tỉnh Overijssel ở phía đông của vương quốc Hòa Lan, nơi đây kinh đào chẳng chịt trong một khu vực rộng lớn, nước có màu lục, cỏ màu xanh và là một nơi rất thanh bình. Ngôi làng nhỏ phụ thuộc rất nhiều vào kinh rạch, nhiều ngôi nhà cheo leo không thể đến được bằng đường xe hoặc đường bộ, nhân viên bưu điện đưa thư phải dùng xuồng bơi hoặc xuồng máy. Thật ra thì Giethoorn tuy héo lánh nhưng không buồn hiu, vui vẻ nhưng hổng ồn ào và cũng là một trong nhiều nơi có tiếng Âu Châu về bảo tồn cảnh đẹp của thiên nhiên.

Đứa em ở Hòa Lan chen vào:
– Ờ... ờ... ở đó giống quê mình.
– Theo anh thì du khách dùng xuồng bơi, trong nhiều năm qua ca nô hay đò dọc rất thịnh hành ở Giethoorn. Với hơn chín mươi cây số đường nước và nhiều xuồng máy cho mướn thì trông có vẻ giông giống miệt đồng bằng quê hương mình.

Đứa cháu hỏi:
– Mà sao tên là Giethoorn, chú?
– Theo chú biết thì tên Giethoorn bắt nguồn từ những cư dân đầu tiên tới đây sinh sống, họ phát hiện ra hàng trăm sừng của con dê (gietehorens) ở vùng đầm lầy, sau một trận lụt hồi thế kỷ thứ mười. Hôm nay không còn thấy sừng dê ở đây nữa, cảnh quan cũng khá khác biệt, tuy do bàn tay con người xây đắp, nhưng đất, nước, kinh, rạch gần như còn nguyên vẻ đẹp của thiên nhiên. Từ bìa của những ao hồ rộng lớn bên ngoài vô tới những con kinh, con rạch nhỏ hẹp trông đẹp đẽ, rất lý tưởng cho du khách di chuyển bằng thuyền để ngắm thắng cảnh hoặc câu cá. Theo chú thì nếu quan cảnh Hồ Sils ở Thụy Sĩ và trong thung lũng Engadine được bao quanh bởi cây kaneelkleurige trông đẹp như cảnh thiên thai trong tranh vẽ thì Giethoorn đẹp đơn giản với bờ cỏ xanh um và cây gì hổng biết mà trông giống như cỏ lát hoặc rau bồn bồn mọc khít khao xung quanh tráng nước. Một tráng nước minh mông đến đỗi tưởng như không phải thật giữa cái xứ văn minh này. Có lẽ cũng vì đơn giản và hổng phải thật, nên cho con người ta từ xa tới đây tha hồ mà tưởng tượng.

Đứa em hô lên:

- Ồ, anh nói đúng rồi. Là người Việt Nam, nhứt là sống trên vùng sông nước miệt đồng bằng sông Cửu Long thì hình dung nó ra cảnh đồng quê miền Nam.

Tôi nói chỉ có bao nhiêu đó mà thuyết phục được mọi người. Nhưng cả hai phe, một phe Hòa Lan và một phe ở Úc cộng lại gần chục mạng. Em tôi dây qua hỏi tôi:
- Mình đi bằng cách nào?
- Để thưởng ngoạn vùng trời và khám phá nhiều kinh rạch ở Giethoorn, có hai cách, một là tham gia một chuyến du thuyền trên kinh, trên thuyền có những nhân viên người địa phương hướng dẫn, giải thích qua các địa điểm và những nơi quan trọng nhất trong ngôi làng yên tĩnh này. Vì du khách đến Giethoorn tăng vọt trong vài năm qua và số lượng tàu, xuồng, hạn chế, nhứt là những ngày nắng đẹp, du khách phải đặt chuyến du hành trên kinh rạch trước. Cách thứ hai thì mình có thể mướn một chiếc xuồng máy điện nhỏ, chiếc xuồng này không đòi hỏi kỹ năng lái, ai cũng có thể lái được, lái một chút là quen, nếu lỡ lái đụng nhau với xuồng khác cũng không sao, có thể nói đụng nhau cũng là một thú vui để cho mọi người cười. Ngoài ra còn có ba bảo tàng bên kinh để tham quan và xưởng đóng tàu Schreur, nơi đóng những chiếc tàu và những chiếc xuồng nhôm ở Giethoorn.

Vậy là tất cả đồng ý đi Giethoorn. Ngày hôm sau trời trong và nắng rất đẹp, tất cả kéo nhau tới Giethoorn lúc mặt trời đã lên cao. Chúng tôi mướn một chiếc xuồng vỏ nhôm chạy bằng điện, vừa đủ cho chín người ngồi rất là thoải mái. Mấy đứa nhỏ hôm nay được giao cho lái xuồng, chúng thích thú và thấy mình quan trọng lắm. Tiếng máy điện thì thào, nhẹ nhàng lướt trên dòng kinh. Thả tà tà dọc theo những con kinh hẹp quanh co vừa đủ cho hai chiếc xuồng qua mặt nhau. Khi ra khỏi những trang trại trước bãi cỏ xanh với những mái tranh cũ kỹ, ven bờ có những con đường nhỏ tráng nhựa và những chiếc cầu gỗ bắc ngang nối liền qua hai bờ kinh thì tới một trảng nước minh mông, ở giữa trảng là một cù lao rộng vừa đủ cho du khách sau khi chạy vòng trảng tham quan, cặp lại cắm xuồng và leo lên cù lao, trải khăn ra ngồi thư giãn, ăn, uống hoặc bơi lội trên vùng nước trong màu lục, sạch và cạn không ngập khỏi đầu.

Khi xuồng trở vô kinh hẹp, tới nơi đông đúc, mỗi khi hai chiếc xuồng đụng nhau làm mọi người cười rộ lên vui vẻ, nhìn các cháu vui vẻ cười nói hồn nhiên, đầu óc không phức tạp, không suy tưởng mông lung như những người lớn. Làm tôi nhớ lại cách đây hơn hai mươi năm, mỗi khi nhớ quê hương, tôi và vài người bạn hay tới đây mướn xuồng máy chạy tà tà trên những con kinh và ra trảng nước chạy vòng vòng. Nhứt là mỗi khi vô kinh, chạy ngang những chiếc cầu gỗ vững chắc dành cho người đi dạo hoặc cho những người già đi qua thăm bạn bè hàng xóm. Khi đi ngang một chiếc cầu, có người bạn đi cùng hô lên:

– Ồ, cầu khỉ!

Nhiều người cũng hùa theo, giống cầu khỉ ở quê mình quá.

Ngày đó tôi cũng nghĩ vậy, khi nhìn trảng nước rộng mênh mông, chiều sâu không quá hai thước, làm cho tôi nhớ quê hương sông nước miền Tây Nam Việt với những trảng nước rộng trong rừng và cỏ lát mọc chen nhau hoặc là một đầm nước đầy rau bồn bồn. Hổng phải người Việt Nam vì nhớ nhà, nhớ nước non rồi sanh ra viễn tượng. Người Tây phương du lịch tới đây cũng tưởng tượng không kém, họ đặt cho nơi này biệt danh là "Dutch-Venice", nghĩa là Venice Hòa Lan. Theo tôi thì so sánh giữa Giethoorn với thành phố Venice, một trong bảy kỳ quan thế giới ở nước Ý thì có thể bị sai lầm về mặt diện tích và sự ồn ào náo nhiệt của du khách, sự bán buôn và ăn uống trong thành phố. Đây là làng quê Giethoorn của Hòa Lan, buổi trưa nghe văng vẳng tiếng gà, thỉnh thoảng vài tiếng chó sủa vu vơ rồi trở lại yên tĩnh, nhẹ nhàng, thanh thản, thân thương và gần gũi. Cũng có hàng quán, bán buôn nhưng nó không náo nhiệt, sự yên bình của miền quê đến đổi du khách tới đây cũng tự mình hạn chế sự ồn ào. Âm thanh nổi bật thường nghe thấy là tiếng vịt kêu cạc cạc trên dòng kinh hoặc tiếng hót, tiếng kêu của những loài chim khác nhau ở trên các cành cây cổ thụ.

Trên đây là những cảm xúc mà tôi còn nhớ được hơn hai mươi năm về trước. Hình như nỗi nhớ quê hương đã nguội lạnh, nên hôm nay tôi trở lại đây thì những ý nghĩ, cảm xúc và tưởng tượng ngày trước tan biến hết. Còn những đứa con, đứa cháu lớn lên bên này thì chúng đâu biết gì về quê hương đất nước, chúng chỉ biết giành nhau lái xuồng đùa giỡn khi gặp chỗ đẹp thì dừng lại chụp hình. Riêng tôi thì không tưởng tượng nữa mà so sánh thực tế hơn, thắc mắc và tự hỏi. Cũng rơm rạ, xi-măng, vôi gạch mà người Hòa Lan cất lên cái nhà rất kiên cố, duy trì được cả trăm năm. Còn người Việt mình thì cất cái nhà lên chưa bao lâu thì nhà đã dột, cột đã xiêu, ấy vậy mà hễ có dịp thì đem ra thở than rất là văn hóa với giọng điệu ca dao "Ví dầu nhà dột cột xiêu...". Và cũng chừng đó cây, ván, đinh, ốc vậy mà người Hòa Lan đóng một cây cầu bắc qua con kinh nhỏ rất vững chắc, đi bộ hoặc đạp xe rất an toàn? Còn người Việt ở đất nước Việt Nam thì cũng chừng đó dụng cụ, cây ván có thể nói là tốt hơn ở đây nữa, mà lại đóng một cây cầu chỉ một người bước qua nó lắc lư như đưa võng, nhứt là những mùa mưa trơn trợt, đi hổng khéo thì bị té nhào đầu xuống kinh. Ấy vậy mà còn tự hào văn hóa và đặt tên là "cây cầu khỉ, cầu dừa, cầu ván...". Cách đây bốn năm, tôi về Việt Nam thăm nhà ở Bến Tre, thằng cháu chở tôi trên chiếc xe gắn máy hai bánh, mỗi lần băng qua những chiếc cầu xi măng lót ván ở quê, tôi thót ruột thót gan khi thấy chiếc cầu hẹp té mà hổng có lan can, lại còn long đinh, sút ván làm xe chạy nghe tiếng ván khua lụp cụp là tôi sợ khiếp vía, xanh máu mặt, trong khi đó nó thì tỉnh bơ, còn ra vẻ anh hùng, nói:

– Trước đây có vài người phóng xe qua cầu và bị lọt xuống kinh đó chú.

Sau khi đi thuyền thấm mệt lên quán ngồi nghỉ ngơi uống nước. Ven bờ kinh có rất nhiều quán cà phê, nhà hàng và hầu hết các nhà hàng trên kinh đều có phòng cho du khách từ xa tới ở trọ. Lối đi bộ bên cạnh các kinh đào là nơi lý tưởng để đi bộ hoặc đi xe đạp. Du khách cũng có thể đi dạo trên những con đường nhỏ bên bờ kinh, dưới những tàn cây cổ thụ mát mẻ, ngang những ngôi nhà tranh ấm áp và thong thả đi qua những chiếc cầu cây nhỏ duyên dáng, chắc chắn, rất an toàn và bảo đảm hổng sợ té nhào đầu xuống dòng kinh hay dòng sông.

Nguyễn Lê Hồng Hưng

NHÀ XUẤT BẢN NHÂN ẢNH
GIỚI THIỆU SÁCH MỚI IN
TRONG THÁNG 11 & 12 NĂM 2024

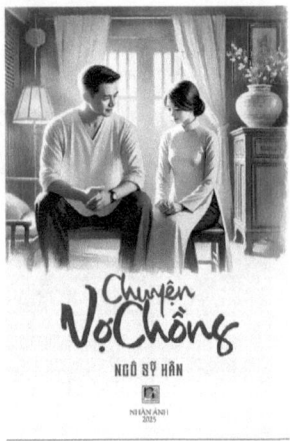

www.ingramcontent.com/pod-product-compliance
Lightning Source LLC
LaVergne TN
LVHW041657060526
838201LV00043B/462